பிரேதாவின் பிரதிகள்

(கிரணம் காப்பியங்கள்)

பிரேதாவின் பிரதிகள்

(கிரணம் காப்பியங்கள்)

பிரேம்

எதிர்
வெளியீடு

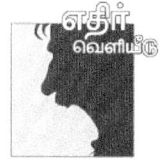

பிரேதாவின் பிரதிகள்
(கிரணம் காப்பியங்கள்)
பிரேம்

முதல் பதிப்பு: ஏப்ரல் 2023
எதிர் வெளியீடு,
96, நியூ ஸ்கீம் ரோடு, பொள்ளாச்சி – 642 002
தொலைபேசி: 04259 226012, 99425 11302

விலை: ரூ. 350

Prethavin Pirathikal
Prem
Copyright © Prem

First Edition: April 2023
Published by
Ethir Veliyeedu, 96, New Scheme Road, Pollachi – 2
email: ethirveliyedu@gmail.com
www.ethirveliyeedu.com

ISBN: 978-81-960244-5-1
Cover Design: Harisankar
Back Cover Photo: Puduvai Elavenil
Printed at Manipal Technologies Limited, Manipal

All rights reserved. No part of this book may be reprinted or reproduced or utilised in any form or by any electronic, mechanical or other means, now known or hereafter invented, including Photocopying and recording, or in any information storage or retrieval system, without permission in writing from the Publisher.

உள்ளடக்கம்

பிரேதாவின் குரல் 07

உருவிலிகளின் மயானத்தில் 11

எலும்புக்கூடுகளைப் பற்றிச் சில ஆராய்ச்சியுரைகள் 56

கபாலங்களைப் பற்றி சில வதந்திகளும்
திறக்கப்படாத அறைகளும் 82

நிழல் நெரிசல் 128

கண்ணாடியின் முகங்கள் 156

ஆண் மொழியினூடாக ஆண் மையம்
சிதைக்கும் எழுத்து *216*

நன்றி

பச்சையம்மாள்
பிலோமினா டீச்சர்
பொதினிவளவன்
சல்வதோர் தலி
எஸ்.வி.ராஜதுரை
தமிழவன்
ரமேஷ்
அந்தோனின் ஆர்தோ
ஆர்தர் ரைம்போ
சாரு நிவேதிதா
சம்யுக்தா மற்றும் அமரந்தா
சி. மோகன்
ரவிக்குமார்
கவி. பிரமிள்
ழான் லுய்க் கோதார்
லுயி புனுயல்
தேவதேவன்
யவனிகா ஸ்ரீராம்
மாலதி மற்றும் மாலதி மைத்ரி
தாபிதா மைத்ரி
கோமதி கலையரசன்
சீனிவாசன், எதிர் வெளியீடு
அனுஷ் கான், எதிர் வெளியீடு
ஜமாலன்
க.ஜவகர்
மருத்துவர் ராகவன்
தொல்.திருமாவளவன்

பிரேதாவின் குரல்

பிரேதாவின் பிரதிகள் என்ற தலைப்பில் தொகுக்கப்பட்ட இந்த ஐந்து ஆக்கங்களைக் கிரணம் காப்பியங்கள் என அடையாளப் படுத்துவதன் வழியாக பின்நவீனத்துவ எழுத்துருவாக்கத்தின் ஒரு வடிவான உருத்திரியும் உருவாக்கத்திற்குள் இந்த எழுத்துகளை நான் கரைத்துவிட முயல்கிறேன்.

இந்த எழுத்துகள் தற்சிதைவும், தன்னழிவும் கலந்த வாதைகளின் வாக்கியங்களால் அமைந்தவை, இவற்றை எனக்குள் கொண்டு வந்து சேர்த்தவை இருபதாம் நூற்றாண்டின் அரசியல் ஆக்கங்களுக்கும் அழிவுகளுக்கும் இடையில் சிக்கி நசுங்கிய மனித உருவங்கள்.

மாற்று அரசியல் பற்றிய கனவுகளும் கற்பிதங்களும் புனைவுகளும் உருவழியத் தொடங்கிய ஒரு காலகட்டத்தில் நான் மாற்று அரசியலின் தன்னிலையாக மாறுகிறேன், அது வலிகளால், உருவழிவுகளால் ஆனது.

மொழியும், குறியமைவுகளும் இணைந்து உருவாக்கும் தன்னிலைக்கும் உடலாக இருத்தலின் நிகழ்நிலைக்கும் இடையில் ஊடாடும் ஓயாத முரண்களால் அமைந்த அரசியல் அது.

வன்முறையையே அடிப்படையாகக் கொண்ட சமூக அரசியல் வலையமைப்பிற்குள் இருந்தபடி நேசங்களின், சமத்துவத்தின் நெடும்பரப்பைக் கனவு காண்பதன் உருக்குலைவு அது.

பேரழிவு இயந்திரங்களுக்கும் உயிர்த்தரிக்கும் நுண் வேட்கைகளுக்கும் இடையிலான இரக்கமற்ற உடைவுகளால் ஆன அரசியல் அது.

மிக எளிய மனித வேட்கைகளை அழித்தும் நசுக்கியும் தொடரும் பெரும் வரலாற்று வன்கொடுமைகளின் களம் அது.

தொன்மையான அடக்குமுறைகள் நவீன பேரழிவு அமைப்புகளாக மாறி உலகைச் சூழ்ந்து மீற முடியாக மெய்மைகளாகவும், மொழி வழி நுண்மைகளாகவும் வடிவமைந்த அதே காலகட்டத்தில்தான் புரட்சிகர அரசியல், விடுதலை அரசியல், மாற்று மனித அமைப்புகள் பற்றிய கனவுகளும் பெருகின.

ஆனால் அந்தப் பெருக்கம் போருக்கு எதிரான போராக, அழித்தொழிப்புகளுக்கு நேர்நிற்கும் அழித்தொழிப்புகளாக மாறி உலக அரசியலையும், மனித உயிர் அமைப்புகளையும் இரு வகைப் போர் மண்டலங்களாகச் சூழ்ந்து நின்றன, பிறகு பல மடங்காகப் பெருகின.

உலக அரசியல் என்ற பேரமைப்பும் உடலரசியல், உயிர் அரசியல், தன்னிலை அரசியல் என்ற நுண் அமைப்புகளுக்கும் இடையிலான ஓயாத கண்காணிப்பாக, விசாரணையாக, தண்டனையாக, உருவழிப்பாக மாறி மனித இருப்பை அச்சுறுத்தல்களின் தொடர் நிகழ்வுகளாக மாற்றின.

இதனைப் புரட்சியை நோக்கிய உளவியல் பிரச்சினைகள் என்றும், கொலை மற்றும் தற்கொலையின் அரசியல் என்றும் அடையாளப்படுத்திய போது உருவான மனச்சிதைவின் மொழியால் அமைந்த எழுத்துக்கள்தான் கிரணம் காப்பியங்கள்.

உடலரசியல், உயிர் அரசியல், பாலரசியல், நுண்ணரசியல் என அலைக்கழியும் மொழிகளால் அமைந்த இந்த எழுத்துகள் மாற்றுகளைப் பற்றியவை அல்ல, மாற்றுகள் உருவழிந்த இன்றைய நிலை பற்றியவை.

புரட்சியின் ஒரு நூற்றாண்டு ஆதிக்கங்களின், பேரழிவு இயந்திரங்களின் உள்ளமைப்பாக

மாறி மனித இருப்பின் மீதான அச்சுறுத்தலாக, அடக்கு முறையாக உருவாகி நிற்பது பற்றிய அச்சத்தின் சிதைவுருவங்கள்.

இவற்றைக் கடந்து இனியான மாற்றுகள் உள்ளனவா எனத் தேடியலைவதற்கான தொடக்கங்கள். உருவழிவும், உருமாற்றமும், உருமறைவும் கலந்து; உருவாகும் போதே கலையும் எழுத்துமுறை பேரமைப்புகளுக்கும் உறுதி வடிவங்களுக்கும் எதிரானவை.

இதனைத் தமிழில் எழுதியதன் வழி நானும் உருமறையும் உயிரிகளில் ஒன்றாக இந்த எழுத்தின் வழி மீந்து நிற்கிறேன். இதிலிருந்து வெளியேறி புதிய மாற்றுகளை, பதிய கனவுகளை உருவாக்கும் அரசியலுக்கான மொழியின் விளிம்பில் இந்த வாசிப்பை இடப்படுத்துகிறேன்.

நான் எழுதிய இந்த ஐந்து ஆக்கங்கள் 21 வயதில் (1986) எழுதப்பட்டு 1987-88 கால கட்டத்தில் கிரணம் இதழில் வெளியிடப்பட்டன. பிரேதா என்ற மொழியுருவில் நான் எழுதியிருந்த பல ஆக்கங்கள் பின்னாளில் தாமே கலைந்தும் போயின. எழுத்தும் அழிப்புமாக நிகழ்ந்த அந்தக் காலகட்டம் ஊடாடிய உருவங்கள் உலக அரசியலாகவும் உடலரசியலாகவும் அச்சுறுத்துகின்றன.

உடல்-மன மறுப்பு அரசியலையும் பாசிசத்தையும் கடப்பதற்கான ஒரு மொழியமைப்பையும் புனைவமைப்பையும் அடையாளம் காணவும், அதிலிருந்து மாற்று அறங்களையும், புதிய அரசியலையும் புதிய அழகியலையும் கற்பிதம் செய்யவும் பிரேதாவின் பிரதிகளை புதிய தலைமுறையினர் புதிய வாசிப்புக்கு உள்ளாக்க வேண்டியுள்ளது.

பிரேதாவின் பிரதிகள் வெளிவந்த பின் தமிழின் மொழிதலும், கதையாடலும் அடிப்படையான உருமாற்றங்களை அடைந்து தமிழிலக்கிய அரசியல் கேள்விகளை மாற்றியமைத்தன.

மறைக்கப்பட்டவை உருப்பெற்று வந்தன, நுண்மைகள் எழுத்துரு பெற்றன. அத்துடன் அதற்கெதிரான அதிகார பெருங்கதை மொழிதலும் தன்னை வளர்த்துக் கொண்டது.

இவற்றைக் கடந்து தமிழில் உருத்திரிபும், உருமறைவுமாக இயங்கும் துண்கவிதையியலின் தேவை முன்பிருந்ததைவிட தற்போது அதிகமாக உள்ளது என்னும் தெளிவுடனும் அரசியல் வாக்கியத்துடனும் இந்த மீள் வாசிப்பு தொடங்குகிறது.

பிரேம்

உருவிலிகளின் மயானத்தில்

பகுதி: ஒன்று

1. அறிமுகமற்ற என் நிழல்களுடன் ஒப்பந்தம்

துண்டாய் முடிந்துவிட்ட உன்
பாதைக் கோட்டின் நுனியில் நின்று
சூன்யத்தின் பிரம்மாண்டம் கண்டு உறைந்தாய்
முற்கணங்களின் சிதைவெளிச்சம் பட்டு
எதிரே நீண்ட உன் நிழலின் மீது
சலன முறுகிறது உன் பிரமை
(அறிந்த நிழல்களும் அறியாத வடிவுகளும் என்ற படைப்பில் பிரேதா)

நான் என் நிழல்களைக் கூட
அறிந்து கொள்ளாமல் இருந்திருக்கிறேன்
இருளின் அபத்தச் செதுக்கல்களாய்
எனதுருவின் முரண் சமைவுகள்
இவை என்னும் போதம்
என் உயிர் நாசியில் பாறைத் துண்டாய்
அடைத்துக் கிடந்த கணங்களில்
நான் நிழல் தொலைந்து இருந்திருக்க வேண்டும்

நார் கிழிந்த பிரகாசங்களின் வலைப்புயலில்
என் பின்னங்கள் இடம் பெயராமல்
உறங்கிய காலங்களில் நான்
நிழல்களைப் பற்றிய போதமற்று மயங்கி வழிந்தேன்

தணல் புழையில் என் இழைகள்
இருள் தடவி நுழைந்து சுருளுதல்
என் கனவின் உட்குரலில் பிசிர் தட்டிச் சலனித்தது

நான் எண் திசைகளின் எதிரொலிப்பில்
சுயம் அழிந்த பிம்பமென பேரர்த்தத்தின்
மாய நிரூபணமாய் விகசித்தும் இருந்திருக்கிறேன்.
○

கிரணங்களின் செங்குத்துப் பாறைகள்
விழி கொண்ட தளம் வரை சமைந்தது
இயக்கமின்மையின் போலிச் சாயலாய்
மண் சுவர்கள் போர்த்தி என் சுவாசம் உறங்கும்
சிறு கூடத்தில் காலத்தின் விரக முனகல்
ஆகாயத்தின் உட்தளங்களில்
அமிழ்ந்து போன இன்மையின் உக்ரநெடி
உறக்கம் உயிர்ப்பினைக் கீறி உலோக ஏடாய்
எழுந்து நிற்க மண் சுவர்கள் விலகி
இடம் இயங்கி வேறுருவின் சுயவார்ப்பு
மிச்சங்களில் என் உயிர்ப்பின் விரல் ரேகை

இமைத் திசையில் இருள் பிளந்து உடைய
கீறல்களில் ஒளிரணங்கள்
வெளிகளின் சவ்வுத்தளங்களில்
என் விகாசங்கள் பட்டுத் திரும்பி என் பிரக்ஞையின்
புள்ளியில் குவிய நான் உயிர்த்தேன்
சூழலின் சுயதகிப்பில் எனது
முற்கணங்களின் வெறுமைச் சாயல்
திசையின்மையில் எனது சலனம்
தரையில் பதியா பாத அசைவில்
என் இடம் பெயரல்
ஓர்மையின் சதைப் பிளவுக்குள்
இறுகிப் போன ரத்தப் புரிகள்
தம்மில் தாம் இழைந்து புதியன சிருஷ்டிக்கும்
கபாலத்திற்குள் அதிர்வின் கம்பிச்சுருள்
மின் பாட்டைத் தடம் மாறி உக்ர இரைச்சல்
அகத்தின் பனிக் குகைக்குள்
அணுப்பிளவின் பேரியக்கம்
இன்மை பற்றிய பிரக்ஞை
எனது பதியா சுவடுகளுக்குள்
துளையிட்டுக் குடைய
நிரூபணங்களின் சாம்பல் என் உடல் முழுக்கப்படிந்து
வடிவின்மையின் உயிர்ப் பிண்டமாய் என் சலனம்
நெளிந்த உருவுடன் கேள்வி நசுக்கிய நெற்றியுடன்
முன் நடந்தேன்
விழியில்லா கண் குழிகளுக்குள்
தேங்கிய இருள் பாகு குமிழ் வெடிக்க
தம்மில் தாம் உறைந்து

உள்ளுக்குள் எண்ணில்லா வெற்றிடங்களில்
நிலையற்ற காட்சிகளின் பிணப்பதிவுகள்
சேமித்து வடிவாக
காற்றின் மெல்லிய நீச்சலென என் சலனம்
கிரணங்களின் பாறைகளில்
மோதி மோதி முகம் சிதைய
வேறு வழிதேடி அலைந்தேன்
இடைப்புற இருள்களில் என் ரணம் ஆறி
வேறொரு ஒளிப்பாறை உடல் கீற
புதிது புதிதாகத் தேகம் கொண்டு அலைந்தேன்

ஒவ்வொரு பாறையிலும் மூலத்தின் எலும்பு நெடி
என்னில் நான் இருக்கிறேனா என
என் போதம் உள் நுழைந்து தன்னைத்தான் ஆராய
கைகளில் சிக்கிய புதிய பிண்டங்களின்
பிசுபிசுப்பில் அருவருத்துத் திரும்பி ஓடி வந்து
வெளியமர்ந்து தேம்பியது

சுற்றிலும் ஓசையற்ற ஒளியியக்கம்
தப்பித்தல் ஏதுமற்று அழிவின் பயம்
எனக்குள் முள்ளாகக் கீறிய புள்ளிக்குள்
கட்டியாய் உயிர் உதிர்ப்பு அழுகையின் கற் துண்டில்
கீறலுற்றுப் புரளும் உள் உருவம் திசைகள் விலகி
சூன்யத்தின் பரிமாணம் ஆழமாக்கும் எனத் தோன்ற
வடிவமின்மையில் பதுங்கித் தப்பிக்க எண்ணி
உள் உலகில் பழைய தரிசனங்களின்
சாயல் தேட எத்தனித்தேன்

சுயத்தின் குகைவாய் அடைத்த பாறைக் கபாலம்
மெல்லப் புரட்டி என்னுள் நான் நுழைய
வெறும் இருள் தகடுகளாய் முட்டும் வெறுமை
உள்ளீடு தேடித்தவித்து இளகி மொத்தையாய் உருண்டு
ஒரு துவாரம் வழியே பிதுங்கி விழ வேறு தளம்
விழுந்த இடம் ஒரு வெற்றுக் கபாலம்
உக்ர வெக்கை என்னில் தகிக்க
புகை உருவாய் எழுந்தேன் விடுபடல்
சுற்றிலும் கிரணப் பாறைகள் ஏதுமில்லை
புதியவெளி படிகங்களால் ஆன சிறு கூடங்கள்
என்னிலிருந்து வெளியேற நானே வழியெனும் புதிய
போதம் ஒரு நெருப்பு இரும்பாய்

உள்ளே வசீகரிக்கும் சூழலில்
உயிர்ப்பின் சுவாச வாடை
உள்ளே தாபங்களின் விதை உறை கிழிந்து
செதில்களைப் பிதுக்கும் சதை வாசம்
ஒவ்வொரு உருவும் தனது வழியே
தனக்கானதை அடைதல் என்னும் மாய சுகம்
நாக்கில் குடைந்தது
என்னில் நான் திரும்பிப் பார்த்தேன்
திரும்பிப் போகும் என் வழி
பாறையாய் இறுகி இருக்க மிரண்டேன்
இனி திரும்ப முடியாது
எனக்கு நானே சுவராகி இறுக
புதிய ஊடக வெளியில் எனது அக்கணச் சலனம்
படிகக் கூடம் ஒன்றின் கதவு திறந்து உள் நுழைய
பரிச்சயமற்ற நிழலுருவங்கள்
என் தனிமையின் ஓடு சிதறி மறைய
இருப்பின் நிரூபணமாய் என் புகை உரு
திடமாய்ச் சமைந்தது
வினோத உருவங்கள் என்னை நெருங்கித்
தீண்டித் தவித்து செவியின் உட்புறம் முனகின
"ஒவ்வொன்றும் மற்றதின் நிழல்
முரண் தனங்களின் ஆதி சிருஷ்டி
உன் நிழல்களுடன் உன்னை இனங்காணல்
உன்னில் நீ இருப்பதின் உச்சம்" என்பதென

புரிதலின் முழு ஆழம் மூழ்கலின்றி
தலையசைவில் என் மூலசுகம்
நானும் வெளிச்சமற்ற பிரம்மையின் ஏட்டில்
கைரேகை பதித்தேன்
அறிமுகமற்ற என் நிழல்களுடன்
நிழலாக இருக்கவும் நிழலுடன் இருக்கவும் ஒப்பந்தம்
படிகக் கூடம் மின்னல் அலையசைவில்
மூலத்தின் செய்தியை உச்சரித்து அழைத்தது
நிழல்களுக்கு மூலம் வெளிச்சம் எனவும்
வெளிச்சத்தின் வெற்றிடம் நிழல்கள் எனவும்

முன்மையின் சிறுநுனியில் பழைய கிரணப் பாறைகள்
ஒரு கணம் தோன்றி மறைந்தாலும்
ஒப்பந்தத்தைக் காக்க மௌனமாய் இருந்தேன்
○

2. எனது மரணங்களுடன் நிகழும் தர்க்கம்

கர்ப்பத்திற்குள் நானிருந்தபோது என் ஜனனம் பற்றிய
கேள்விகள் கீறிக் குடைய தற்கொலை செய்துகொள்ள
முயற்சித்து விஷம் விழுங்கியது தாய்பிம்பம்
மரணத்திற்குப் பதிலாய் நான் குறையாய்ப் பிறந்தேன்
நான் மரணத்தில் ஆரம்பித்தேன்
இதை யாரிடம் கூறுவது

கர்ப்பத்திற்குள் மரணமுறுதல் சிசுவுக்கு
சுகமானதுதானா நானறியேன்
மரணத்தின் எத்தனிப்பில் பிறந்து விடுதல்
எனக்குச் சுகமானது
அன்றிலிருந்து மரணங்களில் பிறத்தல் அறிந்தேன்
மரணங்களுடன் ஓயாமல்
தர்க்கம் புரிபவர்களால் மட்டுமே
என்னைப் புரிந்துகொள்ள முடியும்
மற்றவர்கள் எனது வெற்றசைவுகளில்
அபத்தம் உணர்ந்து கழிப்பறை தேடி
நடப்பார்கள் எப்பொழுதும் போல்

தாய்ப்பால் அருந்தியவர்கள் மரணமுற மாட்டார்கள்
என்று வேதங்கள் கூறுகின்றன
நான் அருந்துவதற்காக எந்த மார்புக் காம்பும்
பால் கசியா நிலையில் மரணத்தின் காம்புகளில்
பால் அருந்தினேன்
மரணத்திடம் பால் அருந்தியவர்கள்
இன்மைக்கும் இருப்புக்கும் அப்பால்
மாயச் சலனமுறுவார்கள் என்று
பிரேதாவின் புதிய கோட்பாட்டில் பின்பறிந்தேன்

மரணத்திற்குள் நுழைந்து தொலைய எத்தனித்து
எத்தனை முறை சதைப்பிண்டமாய்
வெளி வந்து விழுந்து
மீண்டும் உருவு தேடி அலைந்து
வாழ்வின் பரிமாணமற்ற அச்சு முகங்களில் மோதி
மொன்னையாய் என்னைச் சமைத்துக் கொண்டு
வெறுமையாய் வழிந்தேன்

இருப்பு என்னை அழுகலாக்க
இன்மையும் என்னைப் பாகாய் உமிழ

எனது வழிவுகள் ஏதுமின்மையில்
இங்கு அர்த்தமின்மை ஒற்றைத் தளத்தில் மட்டுமா
ஊடக மாற்றங்கள் அரூபங்களைப் பாதிப்பதில்லை
எனது மரணங்களும்
அதுவே எனக் கூற விரும்புகிறேன்
❍

கண்ணாடி ஓடுகளால் தன் ரத்த நாளங்களைக்
கீறிக் கொண்டு என் பால்ய நண்பன்
இறந்து போனதற்குக் காரணம்
அவனுடைய தாயின் மரணம் என்று
எல்லோரும் நம்பினார்கள் என்றாலும்
அவன் எட்டு நாட்களாய் அலைந்து தன்
தாய்ப் பிரேதத்தின் தலையணைக்கடியில் இருந்து
கண்டெடுத்து பதுக்கி வைத்த ரொட்டித் துண்டை
நான் திருடித் தின்றதுதான் காரணம் என்று
யாரிடமும் கூறவில்லை
ரொட்டித் துண்டுகளுக்கு மரணங்களைப் பற்றி
அதிகமாகத் தெரியும்

குறுக்குச் சந்துகளில் எப்பொழுதும்
அலைந்து திரிந்த காலத்தில்
ஒரு சிறுமி கண்ணாடி ஓடுகளைத் தின்று
இறந்து கொண்டிருந்தாள் காரணம் கேட்டதற்கு
ஒரு மாதமாக உறக்கத்தில் கனவுகள்
வரவே இல்லை எனவும் அதன் துக்கம்
தாள முடியாததெனவும் என்னிடம் கூறி அழுதாள்
கனவுகளுக்கும் மரணங்களைப் பற்றி
தெரியும் என அன்று அறிந்து கொண்டேன்

என்னுடைய எத்தனையோ நான்களை
எனக்குள் ஆயுதங்களுடன் பதுக்கி வைத்துக்கொண்டு
உயிரற்ற ஒரு நானைப்
போர்த்திக் கொண்டு அலையும்
பழக்கமுடையவனாய் நான் பால்யத்திலிருந்து
இருந்ததற்கு என் மரணங்களே சாட்சிகளாய்
இருக்கின்றன

சிறுமி ஒருத்தி சிறுநீர் கழிக்கையில்
முதன் முதலாய்ப் பார்த்து எனதின் சாயலில்

அங்கு உறுப்பு ஏன் இல்லை என்ற ஏமாற்றத்தில்
நான் என் மூன்றாவது வயதில்
தற்கொலைக்கு முயற்சித்தேன்
உப்பு நீரைக் குடித்து மரணமுறுதல்
இல்லையென்பது தெரியாமல்

பசியுடன் அலைந்த அந்தப் பகல் வேளையில்
மெழுகு வத்திகளைத் திருடித் தின்றும்
பசியடங்காது என அறிந்து
சோகத்துடன் நான் தற்கொலை செய்து கொண்டேன்
ரொட்டித் துண்டுகளைத் திருடி உண்டு

மூத்த பெண்ணொருத்தி நிர்வாணமாய்
குளிப்பது கண்டு அவள் மார்பு முனைகள்
கருத்திருக்கச் சோகித்து
தற்கொலை செய்து கொள்ள முயற்சித்தேன்

எப்பொழுதும் அழுது கொண்டே
மணல் வெளியில் கூழாங்கற்கள் பொறுக்கும்
சிவப்பான பெண்ணொருத்தி வேறொருவனுடன்
கலவியில் இருக்கக் கண்டு
அவன் அவளைக் கொல்வதாய்ப் பயந்து போய்
அன்று இரவு நான் செத்துப் போனேன்

என்னுடைய மண்டைக்குள் பாம்புகள் இரண்டு
ஓயாமல் இழைந்து கொண்டே
இருக்கலாம் என என்னுடன் விளையாட மறுக்கும்
சிறுமி சொன்னதில் மிரண்டு போய்
நான்கு நாட்கள் ஒரு அறைக்குள் செத்துக் கிடந்தேன்

என்னிலும் மூத்த தமக்கை முறை வேண்டும்
பெண்ணொருத்தி இரண்டு சமாதிகளுக்கிடையே
என் உறுப்போடு விளையாட முதன் முதலாய் அதன்
உருமாற்றம் என்னைச் சுட்டுச் செத்துப் போனேன்

இருட்டறைகளில் பதுக்கி வைக்கப்பட்ட
உலோக வில்லைகளை யாருக்கும் தெரியாமல்
நான் எடுத்து வரமுடியும் எனக் கண்டு கவரப்பட்டு
தன் வளர்ந்த உடலைப் புணரக் கொடுத்த
பெண்ணொருத்தியின் நிதம்பத்தில்
ரோமம் மண்டிக் கிடப்பதைக் கண்டு
மூன்று முறை செத்தது நினைவிருக்கிறது

இருள் மண்டிய ஒரு தெருவில்
என்னை விட மூத்த ஒரு ஆணுருவம்
என்னைப் புணர அழைத்து வம்பு செய்ய
அதன் பிரம்மாண்ட ஆணுறுப்பு கண்டு
ஏறக்குறைய ஒரு வருடம் செத்துக் கிடந்தேன்

எனக்கான போதனைகளை ஓதும்
ஒரு பெண் தேவதை
என் முன் தோன்றி சொற்களை உதிர்க்க
அதில் கவனம் செல்லாமல் அவள் அக்குளுக்குள்
ஆடைமீறித் தெரிந்த
ரோமம் கண்டு புரியாமல் ஒருமுறை
தற்கொலை செய்து கொண்டதாகவும் நினைவிருக்கிறது

என்னை மிகவும் நேசித்த நண்பனொருவனை
அடிக்கடி பார்க்கச் செல்வது போல் நடித்து
அவன் தங்கையை ஒரு நாள் புணர்ந்துவிட
அவளின் முதிராத உறுப்பில் குருதி கண்டு
மன்னிப்புக் கேட்டுக் கொண்டு செத்துப் போனேன்

சாலை விதிகள் என்னையும் கட்டுப்படுத்தலாம்
என்று தோன்றிய பொழுது
முதன் முதலாய் விஷம் குடித்து
மருத்துவமனையில் நாற்பது நாள் செத்துப் போனேன்

எனக்கு மிகவும் பிடித்த ஒரு பெண் பிம்பம்
ஒரு குறுக்கு வீதியில் சந்தித்து
நீ ஏன் வாழ்கிறாய் என்று கேட்டபோது
தொடர்ந்து மூன்று ஆண்டுகள் நான் செத்துப்போனேன்

என் பால்யத்தின் எல்லை தாண்டி
உக்ர வெளியில் விழுந்தது கண்டு
மீண்டும் ஒரு முறை நான் சாக நினைக்க
புதிதாய் வந்த நண்பனொருவன்
கவிதை எழுதுவதும் சாவதும் ஒன்றே என்றான்
அதன் பிறகு கவிதைகளில் சாகத் தொடங்கினேன்

மரணங்களைப் பற்றி நான் என்ன சொல்ல இருக்கிறது
சொற்கள் தான் மரணங்களுக்கு மூலம் என்று
பிரேதா ஒருமுறை கூறினாள்
பிரேதா கூறினால் அது உண்மையாகவே இருக்கும்

என் நண்பன் ஒருவன் மூன்று வார்த்தைகளுக்குப்
பொருள் தெரியாமல் கடலில் வீழ்ந்து
இறந்ததை நான் மறக்க முடியாது

என் கவிதை ஒன்றுக்கான கடைசிச் சொல்
கிடைக்காமல் நான் தற்கொலை செய்து கொண்டது
பிரேதாவிற்குக் கூட தெரியாது

மரணங்கள் வினோதமானவை
பிரேதாவின் கவிதை ஒன்றைப் படித்துப் புளகித்து
அன்றிரவே தற்கொலை செய்து கொண்ட
ஒரு நண்பன் தன் நாட்குறிப்பில்
அதீத சுகத்தில் நான் இறந்தேன் என
பதிவு செய்திருந்தான்
பிரேதா இதைக்கேட்டும் மௌனமாகத்தான் இருந்தாள்

வாழ்வில் ஒருமுறைகூட பெண் இணைவு கொள்ளாத
என் தோழனொருவனுக்கு வெளிநாட்டுத்
தோழி ஒருத்தி தன்னைத் தரச் சம்மதித்தும்
புணர்ச்சிக்கான மறைவிடம் தேடித்தேடி
வெறுப்புற்று கடைசியில் இருவரும்
தற்கொலை செய்து கொண்டது
என் உறக்கத்தைக் கெடுத்த நிகழ்ச்சிகளில் ஒன்று

அறைதேடி அலைந்த என் பரிச்சயக்காரனொருவன்
பொதுக் கழிப்பறையில் தூக்கில் தொங்கியதை
என்னால் புரிந்து கொள்ள முடிகிறது

தன் தங்கை வேறொருவனுடன்
ஓடிப்போனதைக் கேட்டுத் தற்கொலைக்குத்
துணிந்த நண்பனுக்கு என் கவிதை ஒன்றைப்
படித்துக் காட்டினேன்

தன் தாய் எட்டு ஆண்களுடன் உறவு கொண்டிருந்ததை
அறிந்த போது என் ஓவிய நண்பன் கூட
தூக்க மாத்திரைகளைத் தேடியது விளையாட்டு அல்ல

என் கவிதைகளை முதன் முதலாய்
பிரேதா படித்தபொழுது
எனக்குக் கூட தற்கொலை பற்றிய எண்ணம் ஓடியது

என் தோழி ஒருத்தி தன்னை யாரும்
சரியான பெயர் சொல்லி அழைக்கவில்லையென

துக்க பாரத்தில் ஒரு பாழ் மண்டபத்தில்
நிறங்களைக் குடித்து இறந்தது
இலக்கிய வட்டத்தில் பெரும் சர்ச்சையை எழுப்பியது

நீ மோசமானவன் உன்னை நேசிப்பது
அழகான ஒரு மரணம் என்று பிரேதா
நிர்வாணமாய் குளித்துக் கொண்டே
கூறியபொழுது என் பார்வை அவளின்
பெண்ணுறுப்பில் பதிந்திருந்தது
அவள் சரியாகவே சொன்னாள்
உண்மையைச் சொல் அதீதா
நீ இப்பொழுது தற்கொலை பற்றித்தானே சிந்திக்கிறாய்
திடுக்கிட்டு அவளை நோக்க அவள் எல்லையற்ற
அழகுடன் கண்ணீர் சிந்தினாள்
நீ மரணங்களுடன் தர்க்கம் புரிகிறவன்
இப்படி இப்படியாக மரணங்களுக்கும்
எனக்கும் பரிச்சயம் ஏற்பட்டது

ஒரு முறை பிரேதா கூட தற்கொலைக்கு முயற்சித்து
இருபத்தோரு நாட்கள் அறைக்குள்ளேயே
அடைந்து கிடந்திருந்ததாக தாபம் நிறைந்த
ஒரு கணத்தில் கூறிப் புன்னகைத்தாள்

தான் பருவமடைந்ததை அறிந்து வெறுப்புற்று
தற்கொலை செய்து கொண்ட அநுபவம்
ஆத்மார்த்திக்கு நேர்ந்ததெனில்
என்னால் நம்பமுடியவில்லை

தான் அறைக்குள்ளே ஆறு மாதங்கள்
அடைந்து கிடந்தும் யாரும்
தேடி வராததை உணர்ந்த ஒரு இரவிலும்

தான் காதல் கடிதம் எழுதிய பிரேதா
ஒரு பெண் என்றும் பெண்ணைப் பெண்
காதலித்தல் இயலாது என்றும்
தன் தோழி கூறிய பொழுதும்
ஆத்மார்த்தி தற்கொலைக்கு முயற்சித்ததை
என்னிடம் மட்டுமே கூறியபொழுதும்
அவளை ஒரு சிசுவென அணைத்த நிகழ்வு
மரணத்தின் பனிக்காலம் போன்றது

ஒவ்வொருவரும் மரணமுறுவதை விரும்புவதாக
நான் நினைக்கிறேன்
தற்கொலை முயற்சி செய்து கொள்ளாதவர்ளை
எண்ணி நான் அனுதாபப்படுகிறேன்

எனதறையின் மழைக்கறையில் சலனிக்கும்
வினோத ரூபங்களைப் பார்த்துச் சலித்து
சன்னலோரம் வந்து நின்ற ஒரு நாள்
திடீரென மழை வந்தது ஓயாமழை
நனைந்து கொண்டே பிரேதா வந்தாள்
என்ன இந்த நேரத்தில் எனக் கேட்டபடியே
கொஞ்சமாக இருந்த மதுவை இரண்டாகப் பகிர்ந்து
அவளுக்கும் கொடுத்தபோது இரண்டையும் வாங்கி
சன்னல் வழியே ஊற்றி விட்டு சொன்னாள்
செத்துப்பிறந்த கணங்கள்
என் கையில் அவளின் கையெழுத்துப்பிரதி
மௌனமாய் வாங்கி என் மார்பில் அணைக்க
உள்ளே மரணத்தின் பேரதிர்வு
நிசப்த அறைக்குள் நாங்கள் சுகமாய் அழுதோம்
அவள் என் காதோரங்களில் கடைசியாகச் சொன்னாள்
நீ எப்பொழுதும் மரணங்களுடன் தர்க்கம் புரிகிறவன்

3. பெண் பிம்பங்களைப்பற்றி ரஸமற்ற என் கண்ணாடி

நிசப்தங்கள் ஏடுகளாகிப் ஸ்பர்சிக்கும் என் உள்வெளி
தீண்டுதல்களில் மின்னொளி உதிர்வு
இடைவெளிகளில் தம் மூலத்தின் பின்னங்கள் உதிர்த்து
ஊடுருவும் சப்தங்களின் ஆதிசாயல்
நடப்பின் முதுகுத்தடங்களில் ரணத்தணல்
விழித்தலின் எதிர்த் திசையில்
இருள் பற்றி எரிந்து புகை வீச்சம்
சலனமின்மைக்குள் கூக்குரலின் போலி ரூபம்
நான் ஒரு குரல் உருவம் வெறும் துகளதிர்வில்
வெளிப்பட்டு ஊடகமற்று
உயிர் அசையும் ஒலித்திரள்
மானுட சாயல் திரண்ட கோளம்
சூழலின் இமை வெடித்து விழுந்த ஒரு துளியில்

உள் குழியிலிருந்து விடுபட்டு எழுந்த ஒளித்திரள்
பார்வைக்குத் தடமாகும் எனதிருப்பின் தாது
உச்சியின் ஒளிக் கீறல் என்னில் தழும்பாக
இடம் மாறினேன்
இருளின் வெட்டி எடுத்த பரிமாணங்களை
நிறுத்திச் சமைத்த இடைவழிகளின்
குறுகலான ஊடகங்கள்
அசைதலின் இதத்தோடு சலன முற்றேன்
பரிச்சயமற்ற உள் மூல விகாசப் பிரதிமைகள்
அறைகளுக்குள் இருப்பதின் சலசலப்பு
வினோத வீதிகளில் அந்நிய முரண் இருப்பு
என் நிழல் மண்ணில் தீண்டி
தன்னுள் சுருண்டு மறைந்தது
ஒரு கபால உருவ வீதி விளக்கின்
அடியில் தவித்து நின்றேன்
விழியில் தட்டுப்பட்டது நினைவுகளின் உலோக ஏடு
எடுத்து விரல் தீண்டி விழிக்குச்சி ஊடுருவி
தடையம் தேடி நெளிந்தேன் புதிய லிபி
உள்ளுள் துகள்களின் அசைவு
விதவித ரூபமாக்கல் என்னுள் துளையிட்டு நுழையும்
கேள்வியின் நுனித் தளத்தில் உடைந்து நின்றேன்
பக்கத்துத் திருப்பத்திலிருந்து பேச்சுக் குரல்
புரியாமையின் வலை என்னில் குறுகியது
எதிர் வந்த பிரதிமைகள் வினோத வடிவில்
என்னை வசீகரித்து உள்ளில் பிரியத்தின் உதடுபூக்க
விழித்து நின்றேன் விழியிலிருந்து திரவக் கதிர்கள்
பிரதிமைகள் என்னை மிரண்டு நோக்கி
திரும்பி ஓடின பின்னே பிரியத்துடன் நானும் சலனிக்க
ஒரு கூடத்திற்குள் மறைந்து கதவடைத்த
பிரதிமைகளின் மறைவு
என் முகத்தில் வெறுமையின்
பாறை பட்டு மோதி விழுந்தேன்
வீதியில் தனித்து நின்று உச்சி நோக்கி
என்னில் நான் சுழன்றேன்
சில கணங்களின் வெற்றுக் கூடுகள்
என்னில் விழுந்து ரணமாக்க
புரியாமையின் பட்டக திடக்கதிரில்
கிழிசலுற்று பிரிகையானேன்
அதிர்ந்த ஒரு கணத்தில் என்னைச் சுழற்றி

மொய்த்துக் கொண்டன புதிய பிரதிமைகள்
கையில் சூன்யத்தாலான ஆயுதங்கள்
குத்திக் கிழித்து இன்மையின் உள் சுருளைச்
சிக்கலுறுத்தித் தவிக்க விடும்
தன்மை கொண்ட வன் நிலைகள்
ஏதும் அறிதலின்றி சுற்றிலும் விழித்தேன்
என் தசையின் மடிவுகளில் கொக்கி இட்டு
ஒரு கூடம் நோக்கி இழுத்தன
குறுகிய அறைக்குள் தள்ளிக் கதவடைத்து
தமக்குள் பேசிக் கொண்டன
உள்ளே வலியின் கதிர் வீச்சு
கம்பி இழைகள் உடலுள் ஊடாகிச் சித்ரவதை
என் இரவின் நாசியில் விஷத்தணல்
என்னுள் மடிந்து சுருண்டேன் புரிதல் இல்லை
ஒரு நீண்ட கனவின் பின் என் மீது
திடக்கோளம் மோதி விழுந்தது விழித்தேன்
திறக்கப்பட்ட கதவு வழியே குறுகலான
சுரங்கத் தடம் ஊடாய் நழுவலுற்றேன்
முடிவில் ஒரு விசால அறை
நீல ஒளி என்னைப் புகையின் உறைவுகளால் கட்டி
வினோதமான பிரதிமைகளின் முன் நிறுத்தின
விசாரணை புதிய கேள்விகளின் ஓசைக் கத்திகள்
என்னைப் பிளந்து பிளந்து சோதனையிட்டன
வெறுமையின் செய்தி சூன்யப் புகையாய் வடிய
சலித்தன ஆடைமாற்றி அணிந்தன
ஏதுமின்மையில் உருவான வடிவென்று அறிந்து
என்னைச் சுற்றிச் சுற்றி வந்தன
நிலவறைக்குள் அடைக்க ஆணை பிறப்பித்தன
நான் கருப்பு அங்கியுடன்
நிலவறைக்குள் அடைக்கப்பட்டேன்
என்னுள் சுருண்ட எனது நிழல்
வெளிப்பட்டு ஒரு கபாலமாக மாறி அசைந்தது
பின் ஒரு சாம்பல் கிண்ணமாக மாறிப் புகைந்தது
இன்னும் ஒரு முறை உடைந்த பெண் பொம்மையாய்
மாறிக் கிடக்க எல்லையற்ற கேவல்
எனக்குள் நிழலின் பெயர் சொல்லி அழுதேன்
ஒரு புள்ளியாய் மாறி என் முன் மீந்தது
எடுத்து விழுங்கி தியானத்தில் அமர்ந்தேன்
எனக்குள் புள்ளிகளின் பெருக்கம்

நிலவறைக்குள் கனவுகளின் இழைவலையில்
என் சுவாச பின்னங்கள் எனதின் உள் சாயல்களை
முனகித் தவிக்க ஊடக மாற்றத்தின் உக்கிரத்தில்
எனக்குள் மெல்ல விரிசல்கள் தோன்றலானது
என் நெற்றியில் முதல் விரிசல் உள்ளே நிசப்த புகை
என்னை நான் ஒரு முறை பார்த்துக்கொண்டாலன்றி
இந்தத் தற்சிதைவு நிற்காது என்னும் மூலபோதம்
உள்ளே சுட்டு விரலாய் முளைத்தது அதன் நகத்தில்
ஒரு விழி முளைத்து வழிய அதில் என் சூன்யபிம்பம்
முட்டி மோதி அழுதேன்
என்னை நான் பார்த்தல் எதன் வழியே
எல்லையற்ற என் உள் இரைச்சல்
சவ்வுச் சுவர் கிழித்து வெளியேற
நிலவறை பிளந்து வெளி வீழ்ந்தேன்
எங்கும் புகை தப்பித்து ஓடினேன்
புதிய புதிய விரிசல்கள் உடல் முழுக்க
ஒலித்திரள் உருவில் முரண் சமைவு
கீறலுற்ற விடிவில் வெறுமை தவித்தது
எதிரே ஓர் பிரதிமை செத்துக் கொண்டிருந்தது
அதன் விழிக்குள் என்னைத் தேடினேன்
சூன்ய பிம்பம் என்னில் நான் சமைய
ஏதுமற்ற வெளிச் சலனம்
சூன்ய பின்னமாய் நான் உருமாறும் உக்ர கிரியை
இடம் மாறி ஓடினேன் பிரதிமைகளின் விழியெல்லாம்
சிதைந்த பிம்பம் இருள் தளங்களில் எனது இன்மை
ஒரு குறுகிய வாசல்வழித்
தப்பித்து வழிய எதிரே புதிய வெளி
மெல்லிய ஓசைகளின் உயிர்ச் சலனம்
தேடித் தகிக்கும் என் உள் வெட்கை
வெளியின் விளிம்புக்கு வந்து பிரமித்தேன்
என் எதிரே ரஸமற்ற ஒரு கண்ணாடி உள்ளே
சூன்ய உறக்கம் தீண்டித் தவித்துக் கதறினேன்
இன்னும் என் உயிர்த் தளத்தில் முழுமையுறா விரிசல்
வலி வாதை என் சப்தம் கேட்டுப் பக்கத்து
பாறை மறைவிலிருந்து செத்துக் கிடந்தது போல்
இருந்து விழித்தெழுந்த பெண் பிம்பம்
அதீத வெளியின் அடர்த்தி வசீகரம்
எனைநோக்கி மெல்ல மெல்ல நெருங்கி வர
எல்லையற்ற விழிச்சலனம் பிரவகித்து கண்ணில்

ஊடுருவி இயங்க
என் கையில் இருந்த கூடு கண்ட
கண்ணாடியில் மோதிச் சிதைந்தது
குருதி சிவந்த மாம்சப் படிவு
என் முன்னே என் பிம்பம்
பெண் பிம்பம் இருந்த இடத்தில் என் பிம்பம்
என் சிதைவு கூடிச் சமைந்து
நான் ஒளித்திரள் வடிவழிந்து
உயிர் ரூபம் கொள்ள பெண்பிம்ப ஏக்கத்தில்
உயிர்ப்புகைச் சலனம் கண்ணாடியைப் பார்த்தேன்
எனக்கு முன் விரிந்த பெருவெளியின் பிம்பம்
உள்ளே விவிதாம்சங்கள் அற்ற பேருருவாய்
வெளிக்கு முன் நானும்
ரசம் பூசப்பட்ட என் கண்ணாடியும்
பிரிவற்ற ஓர் உள்வெளி தத்ரூபம்
எங்கும் பெண்பிம்ப உயிர்ப்பு வெளி
என்னில் நானாய் எழுந்து நிற்கும் வெளி
என் கண்ணாடியிலும் அதீதவெளி
நான் புள்ளியழிந்து வெளியானேன்
என் பிரதியின் பிம்ப விழிக்குள்

4. எனது பின்னங்கள் உன்னுடைய அடையாளங்களில்

முதன் முதலாய் என் பின்னங்களை அறிந்து கொண்டது
என் தமக்கையின் கருச்சிதைவன்றுதான்
பின்னப்பட்டு போனவர்கள் பின்னங்களையன்றி
வேறெதையும் நேசிக்க முடிவதில்லையென
பிரேதா எனக்குக் கடிதமெழுதிய பிற்காலங்களில்
பின்னங்கள் எனக்கு முழுமையாகப் பிரிச்சயமுற்றன

பின்னங்களைப்பற்றிக் கூறுவதற்கு முன்
என் பால்யத்தின் கதையொன்றைக் கூறவேண்டும்
காகிதங்களைத் தின்பதற்கு எனக்குக் கற்றுத் தந்த
பால்ய தோழி ஒருத்தி தனக்கு முலை வளர்வதை
கண்ணாடியில் கண்டு மிரண்டு போய்
கல்லறைக்குள் கூழாங்கற்களை வைத்து
விளையாடும் போது சொல்லி அழுதாள்
நான் ஆடை விலக்கிப் பார்த்து விட்டு

உருக்கமாக கூறினேன் நீ பின்னங்களின் மூலம்
பின்னங்களை அடைவாய் பின்னங்களைச் சுமந்து
பின்னமுறுபவளே என்னிடம் வா
பின்னங்களை மீட்டுத் தருவேன் என
அவள் அன்றிலிருந்து ஒவ்வொரு இரவும்
என் கல்லறையின் கதவைத் தட்டி
நிர்வாணமாய் வந்து அழுவாள்

இதைக் கூறும் போது பின்னங்களின்
வேறொரு கிரியை ஞாபகம் வருகிறது
எனக்குக் கனவு காணக் கற்றுத் தந்த
இளம் பெண்ணொருத்தி அன்று என்
கபாலத்தைப் பிடுங்கிக்கொண்டு
கண்ணாமூச்சி விளையாடினாள்
அவள் ஒரு பாழ் மண்டபத்தில் பதுங்கிக் கொள்ள
நான் அழுது கொண்டே தேடி ஒரு கழிப்பறைக்குள்
புகுந்த போது அங்கே ஒரு பெண்
புதிய ஒரு கபாலத்தை என் கழுத்தில்
பொருத்திவிட்டு போய்விட நான் பழைய
கபாலத்தைப் பற்றிக் கவலைப்படாமல் இருந்து விட்டேன்
அவளோ கனவுகள் பெருகிக் கனக்கும்
என் பால்ய கபாலத்தை என்ன செய்வது
என்று தெரியாமல் பயந்து போய் அழுது
கடைசியில் தன் மார்பகம் ஒன்றுக்குள்
பதுக்கி வைத்துக் கொண்டதும் பின்னங்களின்
தூண்டுதலாகவே இருக்க வேண்டும்

குறுக்குச் சந்து ஒன்றில் பதுங்கி இருந்த போது
இருண்ட ஒரு வீட்டுக்குள் என்னைவிட மூத்த
சிறுமி ஒருத்தி நட்சத்ர மீன்களை எனக்குக் கொடுத்து
நட்பு கொண்டாள் பின்புற அறைக்குள்
நாங்கள் நிர்வாணமாய் உட்கார்ந்து
பேசும் போது என் உதடுகளைக் கண்ணாடி ஓடால் கீறி
ரத்தத் துளிகளை எனக்கு இதம் தரவென தன் முதிராத
வசீகரிக்கும் உறுப்புக்குப் பூசி அலங்கரித்துக் கொள்வாள்
அவள் கூறிய கதைகள் பல பின்னங்களோடு
சம்பந்தமுற்றதாய் இருப்பதைப் பின்பறிந்தேன்

என் நண்பனொருவன் அறைக்குள்
தன் இரண்டு முகங்களை வைத்து விட்டு

வெளியே அலைவான் எதிர்ப்படும்
முகங்களில் சில துண்டுகளைக் கிழித்து
அறைக்கு எடுத்து வந்து
புதிய முகமொன்றைத் தைத்து
சில நாட்களில் வேறு சிலருக்குத் தந்து விடுவான்
அவனோடு தங்கி இருந்தபோது என் முகத்தை
உறித்து உறித்து அது எண்ணற்று வளரவே
மிரண்டு போய் நீ பின்னங்களைப்
புணர்ந்து பழக்கமுற்றவன் எனக் கூறியபடி
தன் முகங்களைத் தீ மூட்டி அழித்து விட்டான்

பின்னங்களைப்பற்றி பிரேதா எழுதிய
ஒரு கவிதையை நான் முதன்முதலாய்
ஒரு குப்பைத் தொட்டியில் கண்டெடுத்தேன்
உனது பின்னங்களைப் பொறுக்கி எடுத்து
நான் சந்திக்கும் ஒவ்வொருவருக்கும் தருகிறேன்
எனது அடையாளங்களாய் என எழுதியிருந்தது
அது நான்தான் என நினைத்துக்கொண்ட
அன்று பிரேதாவை ஒரு ஆண் எனவே
எண்ணியிருந்தேன்

பிரேதா நான் பின்னங்களைப்பற்றி
உன்னைத் தவிர யாரிடமும் பேச முடியாது
எனது பின்னங்கள் உனது சாயல்களுடன்
அங்கங்கே சிதறிக் கிடக்கின்றன
என்னை பின்னங்களாக்கிய கணங்களில்
நீயும் ஒரு புள்ளியாய் என்னைச் சுற்றி
மின்கோடு கிழித்து அலைந்திருக்கிறாய்
எனது திசைகளின் பின்புறமிருந்து
பின்னங்களின் கேவல்கள்
ஒலிப்பதை முதன்முதலில் நீதான் அடையாளம் கண்டு
என்னிடம் கூறினாய்

என் பால்ய காமத்தில் மாயக் கலவி நிகழ்த்தும்
ஒரு சிறுமிக்கு
விரக கணங்களில் மட்டும் நட்சத்ர மீனின் வடிவில்
உறுப்பு மாறும் என்று கூறினால் நீ என்னைப்
பின்னங்களுக்குப் பின் அலைகிறவன்
எனச் சொல்லிச் சிரிப்பாய்

ரொட்டித் துண்டுகளுக்காக அந்தத்
தொழுநோய் மருத்துவமனையின் பின்புறக்
கம்பி வேலிக்கு அப்புறமிருந்தபடியே
நோய் கொண்ட குறிகளைச் சுவைத்த
என் நண்பனைப் பற்றியும் கூட நான் கூறியிருக்கிறேன்
நீ என்னை பின்னங்களைப் பேசுபவன் என்றாய்

முப்பது நாட்கள் காவலில் இருந்துவிட்டு வந்து
நூலகத்தின் ஒரு இருண்ட மூலையில்
நான் சுய இன்பம் கண்ட அந்த கணங்களில் தான்
நீ எனக்கு அறிமுகமானாய்
அன்று நீ சொன்னது பின்னங்களைச் சிந்தாதே என்பது

நான் என்ன செய்வது பிரேதா பின்னமாகும்
என் ஓயாக் கிரியை என்னை
பின்னங்களுக்குள் பின்னமாய் புலம்பச் செய்கிறது
உன்னிடமிருந்து கூட என் பல பின்னச்சாயல்களை
நான் மறைத்துக் கொள்ள வேண்டியிருக்கிறது
நம் தரிசனங்களின் இடைச்சவ்வுகள் அழிந்து ஒருவருள்
ஒருவராய் உள்ளீடு கொள்வது
எந்த யுகத்திலும் சாத்தியமில்லையோ

பின்னங்களைப்பற்றி நான் கொண்ட பிரமைகள்
நம் வட்டத்தில் பெரும் புகைச்சலை எழுப்பி விட்டது பற்றி
அன்று என் கவிதைகளை எரித்தபடியே நீ கூறினாய்
நான் ஒப்புக்கொள்கிறேன் நான் பின்னமுறுவதும்
பின்னங்களைச் சேமிப்பதும் என் சவ உணர்வுகளின்
இடமாற்றம் என்று உன்னிடம் மட்டுமே கூறுகிறேன்

இருபது வயதில் ஒரு சிறுமியைப் புணர்ந்ததற்காக
நீ வருந்தவில்லையா என ஆத்மார்த்தி
என்னைக் கேட்டபோது
(அவள் என்னிடம் கொண்டிருந்த தாபம் நிறைந்த
ஸ்நேகத்தைக் கூறத் தயங்கி நான் சமைய)
பதினைந்து வயதில் அவன் சிறைக்குச் சென்றதற்காக
நீ வருந்தவில்லையா எனக் கேட்டுச் சிரித்தாய்
அதில் கூட பின்னங்களின் சாயல் இருப்பதைக்
காண்கிறேன்

நான் பின்னங்களைக் கண்டு மிகவும் அச்சப்படுகிறேன்
அதனால் பின்னங்களின் மீது குரூரமாய் இருக்கிறேன்

எனக்குள் குவிந்துபோன பின்னங்களை
எங்கு கொட்டி எரிப்பது எனத் தெரியாமல்
கதறிக்கொண்டிருக்கிறேன்
நான் அன்று உடல் முழுக்க
கண்ணாடி ஓடால் கீறிக் கொண்டபோது
நீ பார்த்துக் கொண்டிருந்தாய்
பின்னமாவதில் உனக்குச் சுகம் எனில்
நான் என்ன செய்ய முடியும் என்றபடி
அடுத்த நாள் உன்னிலும் கண்ணாடிக் கீறல்கள் கண்டேன்
நீயோ எப்பொழுதும்போல் மௌனமாய்
என் விழிக்குள் ஊடுருவியபடி
உன்னில் கலக்கவேண்டும் என அழுதாய்

என்னைப் போல் குரூரமானவனைச் சந்திக்கவே இல்லை
என ஒரு நாள் என் உள் உலகில் நுழைந்து பார்த்து
கூவியபடி என் அறை விட்டுச் சென்றாய்
சிறு இடைவெளிக்குப் பின் உன் அளவிற்கு நான்
நேசிப்பதற்கும் யாருமில்லை எனத்
திரும்பி வந்து சொல்லிச் சென்றாய்
இவற்றை பின்னங்களின் சமன்பாடு என்று
உன் வார்த்தைகளில் கூறுவதா

அறிமுகமான புதிதில் உன் அறையில்
உறங்கிக் கொண்டிருந்த ஆத்மார்த்தியை
நான் முத்தமிட்டதற்காக பலரும்
பலவாறு கூறியபொழுது நீ மட்டும்தான்
உண்மையைச் சொன்னாய் உனக்குப்
பெண் குழந்தைகளின் மீது ஆத்மார்த்த பிரியம் என
அன்று நான் அழுதது பின்னங்களின் நிர்மால்யம் பிரேதா

நான் அணிந்து கொண்ட முகமூடிகள்
உன் பார்வைகளின் கதிரில் உருகி வழிகின்றன
என் தனிமையின் வெறிச் சலனம்
என்னை உள் வெளியாய் ஓயாமல்
திருப்பித் திருப்பி சோதனை இடுகின்றன
நான் பின்னங்களைக் கண்டு
பயந்து போய் அழுகிறேன் பிரேதா
பின்னங்களாகவும் இருக்கிறேன்

பின்னங்களுக்கான என் பிரார்த்தனைகள்
பின்னங்களில் முடிகின்றன (ஒரு சிறுமி)

பின்னங்களைப் பின்னங்களுடன் இணைத்து
மூல முழுமையை அடைதல்
மாயை என மறுத்து
மீந்து நிற்பவை பின்னங்களின் குவியல் *(பிரேம்)*

5. என்னைப் பதுக்கி வைத்துக்கொண்டு தர மறுத்த பிரதிமைகள்

நானும் இந்தப் பிரபஞ்சமும் மட்டும் தனித்து
விடப்பட்டதாய்
உணர்ந்தேன் பரிச்சயமற்ற அதன் சாயல் என்னை
மிரட்டியது
அதன் முழுவடிவும் எனக்குள் ஊடுருவ முடியா
வெறுமையின் உள்பாடு மௌனமாய்
அதைப் பார்த்தேன் பேச ஏதுமில்லை
அதன் முழுப்பெயரும் அறியா நிலையில்
எனக்குள் பரிமாணமற்ற இருள் போதம்
என் கபாலத்திற்குள் அதன் கதிர்வீச்சின் வெம்மை
நெற்றியில் அலைத் துடிப்பு இடைவெளியில்
அணுப்பிளவின் உக்ரம்
கணங்களின் தணலசைவில் என் உருவம்
விகசித்து விகசித்துப் புள்ளியில் ஒடுங்கியது

என் ஒற்றை ஓர்மை கெட்டிப்பட்டு
அதன்முன் சொட்டியது
நிமிர்ந்து பார்த்த அதன் முகமற்ற முகவெளி
எல்லையற்ற கூக்குரல் எனக்குள் பிளந்து வழிந்தது
இடம் பெயர்ந்தேன் தூரத்தில்
அது இன்னும் அதே இடத்தில் மௌனமாய் அபத்தமாய்
உடல் தேய தரை ஊர்ந்து தளமின்மையில் சமைந்தேன்

மீண்டும் அதன் குரூர வசீகரம் என்னைக் குடைய
திரும்ப எத்தனித்தேன் போதம் கீறிச் சலித்தது
அதை அறிந்துகொள்ளாமல் அணுகுவது
மீண்டும் ஒரு வெறிகொண்ட சூன்ய இசைவு

உள் நிழல் திடரூபம் கொண்டு முன் நடக்க
அதைப் பற்றி அறிந்த பிரதிமைகளை நோக்கிச் சென்றேன்
குறுக்குச் சந்தில் நுழைந்து கதவு தட்டினேன்
சன்னல் திறந்தது சாவி இல்லை

சன்னல் வழி வா என் பழைய பிரதிமை கூற
உள் பிதுங்கினேன் கேலியாய்ச் சிரித்தது
போதை மருந்தை என் உள் சிந்த மெல்லச் சிதறி
விடுபடல் உணர்ந்தேன்
பிரபஞ்சம் பற்றி நான் கேட்டதின் சடலம்
என் முன் விழுந்தது எரிச்சலுற்றேன்

நான் போக வேண்டும் தடுத்து நின்றது
என்னைக் கீறிக் கிழி இது என் போகம்
நான் தவித்தேன் எனதின் ஒரு பகுதியைத் தந்தேன்
அது அழைத்துக் கொண்டு கழிப்பறை
பக்கம் செல்ல நானற்று இருந்தேன்
திரும்பி வந்த அதனிடம் நான் இல்லை
திடுக்கிட்டேன் எங்கே நான்

அது குரூரமாய் சிரித்தது தேடிக் கொள்
சுழன்றேன் கம்பிச் சுருளாய் மாறி அசைந்தேன்
எங்கே பதுக்கி வைத்தாய்
அதன் நிசப்த ஊசிகள் என்னைத் தைக்க
அலறி வெளி விழுந்தேன்

பதுக்கி வைத்து தர மறுத்தால்
என்னை நான் எங்கு பெறுவேன்
அழுகை தொண்டை வெடித்து
மெழுகுவத்திகளாய் எரிந்து குவிந்தது
பக்கத்து தெருவின் நிலவறைக்குள் வசிக்கும்
பெண் பிரதிமையிடம் சென்று கதறி அழுதேன்

துயரம் வடிந்து மறைய மதுக்கோப்பையில்
தணல் விழித்தோம் "பிரபஞ்சம் பற்றி"
பிரதிமை அழுதது
ஏனெனும் குடைச்சல் நிணம் அறுக்க உற்று வடிந்தேன்
அது தானழிதலின் வெம்மை உள்ளுள் பிளவுபட்டு
சூன்யம் பிதுங்குதலின் இடர்

அது மல்லாந்து கேவித் தவிக்க வலியென எண்ணி
என்னில் ஒரு நான் விலகித் தீண்ட
கவிழ்ந்து படுத்ததால் அடியில் சிக்கிக் கொண்ட நான்
என்னைக் கூவி அழைக்க கண்ணுக்கெதிரே
என்னின் பின்னம் அவளுக்குள் பதுக்கப்பட்டது
திரும்பிப் படுக்கச்சொல்லி கெஞ்சினேன்

அது அழுகையில் மறுத்து இறுகியது நெருங்க பயம்
இருக்கும் என்னைக் காப்பாற்றி தப்பித்தலின்
பாரம் சுமந்து தள்ளாடி உடைந்து
வீதியோரம் அமர்ந்து அழுதேன்

என் எதிரே ஒரு சிசுப்பிரதிமை வசீகரிக்கும்
குரூரவிழி வலிதடவும் பார்வை எனக்குள் இதம்
அழைத்துத் தீண்டி முனகினேன் பிரபஞ்சம் பற்றி

என்னைத் திருகித் திருகி சிலிர்ப்பு வழிய
எனதின் ஒரு பகுதி அதன் பிஞ்சு விரல்களில்
வசமாய்ச் சிக்க உக்ரம் அசைத்தபடி
விளையாட எடுத்து ஓடியது

பின்னசைந்தேன் ஒரு திருப்பத்தில் மறைந்து விட்ட
அதைக் காணலின்றி முன்னைவிட உயரமாய் நீண்டு
கழுத்து மடிய கண் உற்று சூன்யபாரத்தில்
தயங்கி உறைந்தேன்
பின்னும் என் பரிச்சயக் கூடங்களிலும் எனது
நானழிவுகள்

கவிதை எழுதும் ஒரு குரூரப் பிரதிமை எனது நானை
தன் உள்ளாடைக்குள் பதுக்கி வைத்துக்கொண்டு
சிந்திப்பது போல் நடித்தது
முன்னே எனதின் பிரமை அழித்து
மூன்று நாட்கள் குப்பைத் தொட்டிக்குள் பதுங்கி
இருந்து
கல்லறைக்குள் வசிக்கும் பெண் பிரதிமையிடம்
சென்றபோது தன் கனவுகளைப் புதைக்கும் குழியில்
என்னைப் புதைத்து விட்டு மயக்கமுற்றது போல்
உள்ளறைக்குள் உறைந்து போனது
என்னைச் சாம்பல் கிண்ணத்திற்குள் பதுக்கி வைத்த
பிரதிமை ஒன்றும் உண்டு

வெறுமையின் குமிழ்களாகி என் சலனங்கள்
இடம் பெயர இழந்தவைகளின் வெறும் குழியில்
என் பிரக்ஞை சிக்கும் உயிர் வதைவு
மீண்டு பின்னியங்கி வெறும் வெளிமுன் விழுந்தேன்
இன்னும் இடம் பெயராத பிரபஞ்சம்
மௌனமாய் நோக்க அதன் ஊடுருவல்
என் வெறுமைக்குள் சாரப் பிரவாகம்

அறிதலின் நூற்பு என் திசுக்களில் திரள பேரதிர்வு
நான் எல்லையின்மையின் போதமானேன்
மீண்டும் நானும் இந்தப் பிரபஞ்சமும்
தனித்து விடப்பட்டதாய் உணர்ந்தோம்
அர்த்தத்தின் இதத்தோடு

இடை நிகழ்வு : 1

பெயரின்மையின் உக்ரத்தோடு அதீதன்
எழுதி முடித்த இந்தப் பிரதிகள்
பிரேதா தங்கி இருந்த ஆத்மார்த்தியின் அறையில்
சன்னலோரமாக வைக்கப் பட்டிருந்தன
முன்பின் நிகழ்வுகள் அழிந்து போக
தனது பெயர் மறைந்த சூன்ய ஓர்மையுடன்
அதீதன் தன் நிஜப்பெயர்தேடி
அலையலுற்றது பின் அறியப்பட்டது

அன்று நள்ளிரவில் போதைப் புகைச்சலனத்துடன்
பிரேதாவின் பெயர் சொல்லி அறைக்கு வெளி நின்று
அதீதன் அழைத்ததாகவும் கதவு திறந்து
அதீதனைப் பார்த்து
உன் இருத்தலின் புள்ளிக்கு எத்தனை பரிமாணங்கள்
என்று பிரேதா கேட்க
தன் மூலம் பற்றிய குடைச்சலுடன்
அதீதன் திரும்பிச் சென்ற அன்றுதான்
தொலைந்து போனதாகவும் ஆத்மார்த்தி கூறினாள்

மையத்தோடும் விளிம்போடும்
தன் உறவுகள் அழிந்த நிலையில்
தன் புள்ளிகள் சிதைந்து பலவாய் அவதரித்து
மூலப் புள்ளியின் சாயலுடன் மயக்கித் திரிவதாய்
அதற்கு முன் தினம் அதீதன் யாரிடமோ கூறினான்

எதற்குள்ளும் என் கதிர்கள் ஊடு கொள்ள மறுப்பதாய்
மாய மன வெளி புலம்பித் திரிய அனைத்திலும்
தான் அற்றொழிந்த சூன்யச் சாம்பல்
மூல இமைக்குள் விழுந்து உறுத்த
என் விழிதிரவத்தில் உடல் ஊறி அழுகி பின்னமாகிறது என
அந்தக் குறுக்குச் சந்தின் ஒரு மதிலில் இருந்த
கரிவடிவ உணர்த்தல் அதீதனின் கையெழுத்து தான் என
பிரேதா எங்கோ பார்த்துக் கொண்டு கூறினாள்

கெட்டிப் பட்டுப் போன முற்கணத்தின் படிகக் கோளத்தை
என் பத்துப் பதினைந்து நான்கள் சேர்ந்து உருட்டித் தவிக்க
பரிமாணமற்ற அதன் சூன்ய தளங்களில் எண்ணற்ற
நானின் பிரதிகள் உதிர ஒவ்வொரு
புள்ளிக்கு முன்னும் என் சவச் சலனம்
நான் எதிலும் இல்லையெனச் சொல்லி வழியும் என்று
அதீதன் பிரேதாவுக்கு எழுதிய குறிப்பு
நூலக வாசலில் கிடைத்தது

இடை நிகழ்வு : 2

அதீதனைப் பற்றி அறிந்து கொள்ளும்
முயற்சியில் பின்வரும் பகுதிகள் ஆத்மார்த்தியால்
தொகுக்கப்படுகின்றன. இவற்றில் ஒன்றுக்கு மேற்பட்ட
பரிமாணங்கள் இருப்பதாக மறுவுருவன் என்னிடம்
கூறியிருக்கிறான்.

பகுதி : இரண்டு

1. பிரேதாவின் சிருஷ்டியும் மழைக்காலமும்

எப்பொழுதும் போல் மழைக்காலம்
வந்துவிட்டுச் செல்லும்
யாருடைய உள்ளுறுப்பையும் நனைக்கும் சாத்யமின்றி
ஒழுகுவதற்கு ஒரு கூரை தேடி அலையலுற்ற மனம்
யாரோ அந்யனின் நிழலுக்குக் கீழ் பதுங்கலுறும்
சிறு சிறு தூறல் கண்டு யாருடைய ஞாபகமும்
செத்துப் போகவில்லையென மணல் வெளியில்
விழும் மழைத்துளிகள் மறைந்து போகும்

தெளிவற்ற தொடுவானில் பால்யத்தின்
மழைக் காலங்கள் கானலின் உக்ரத்தோடு
வெறுமை புகையும்

கூழாங்கற்கள் தேடி அலைதல் அழகான சிறுமிகளுக்கு
மட்டுமில்லை கவிதையெழுதும்
அறிவு ஜீவிகளுக்கும்கூட அடிக்கடி நேரும்

இன்னும் திருமணமாகாமல் கனவுகளும் செத்துப்போன
அழகான தமக்கைகளின் உடல் வெட்கை தரும்
இதத்தோடு கதை கேட்கும் தம்பிகள்
தங்களால் தீண்ட முடியாமல் போன பள்ளித்
தோழிகளின்
நினைவில் கூறுவார்கள் இந்த மழை
இப்பொழுது நிற்காது போலிருக்கிறது

தாயின் மரணச் செய்தி கேட்டும் நிச்சலனத்துடன்
அதீதர்கள் சன்னலைத் திறக்கச் சொல்லும் போது
குறுக்குச் சந்துகளில் மழை பெய்யும் எப்பொழுதும் போல்

இருளடைந்த மண்டபங்களில் மழைக்கு ஒதுங்கும் போது
மனித வாடை பிரிய மூட்டுவதாகவும் மனித ஸ்பர்சம்

உன்னதமாகவும் விகசித்தல்
மனிதர்களின் மழை பற்றிய தேடலை அர்த்தமாக்கும்

யார் உன்னோடு மழையில் நனைந்து கொண்டே
நடப்பதில் பிரிய முறுகிறார்களோ
அவர்களோடு உன் இரவைப் பகிர்ந்துகொள் என என்
பள்ளித்தோழி சொன்னதை
கோடைக் காலங்களில் நினைத்துக் கொள்கிறேன்

மழைக் காலங்களைப் போல் சோகமானதும்
அடர்த்தியானதுமான தாபங்களை
உள் வாங்கிக் கொள்வது உன் இருப்பை
உன்னதமாக்கும் என ஆத்மார்த்தி கூறுவாள்

ஆடையுடன் மழையில் நனைதல்
அபத்தமானது எனக் கூறும் அதீதனுடன்
அந்தக் குறுக்குச் சந்தில் ஒரு மழையிரவில்
அமைதியான அம்மணத்துடன் நடந்ததற்காக
ஆத்மார்த்திகள் கூட என்னைச்
சங்கடத்துடன் பார்ப்பார்கள்
மழைக் காலங்களில் எனக்கு மரணங்களின் போதம்
மரணம் எனது சிருஷ்டியின் மூலம்
சன்னலோரம் மௌனமாய் நின்று மழைக்குள்
பார்வை கொள்ளும் அச்சமயம்
எனது பிரதிகள் சாரலில் நனையும்
என்னைப் போலவும் அதீதனைப் போலவும்
தன்னின் பதிவுகள் மறைவது அறியாமல்

2. ஆத்மார்த்தியும் எழுதப்படாத முதல் கவிதையும்

கவிதையெழுதுவதை விட சிரமமான நிகழ்வு
அந்த நேரங்களில் சிறுநீர் கழிக்க நேர்வது
சிறுநீர் கழித்தலின்இதத்தை
கவிதையின் வெம்மை அழித்து விடுதல்
அதைவிட அவலமானதுதான்

என் பால்யத்தில் ஒரு முறை சிறுநீர் கழித்து விட்டு
நிமிர்ந்த போது அந்த அழகான சிறுவன்
முறைத்துப் பார்த்திருந்தது கண்டு
நான் வெட்கப்பட்டேன் இதற்கும் கவிதைக்கும்
தொடர்பு இருப்பதால்தான் நான் இதைக் கூறுகிறேன்

அறிவு ஜீவிகள் சிறுநீர் கழிப்பதைப் பற்றி
சிந்திக்க மறுக்கிறார்கள்
எனக்குப் பாடம் போதித்த ஒரு ஆசிரியை
இடையில் சிறுநீர் கழித்துவிட்டு
திரும்பி வந்து தண்ணீர் குடித்ததாகக் கூறுவாள்
அவள் அறிவு ஜீவி இல்லையென்றாலும்
சிறுநீர் கழித்ததற்காக வெட்கப்படுகிறாள்
என்று அறிந்தேன்

நான் உறக்கத்தில் சிறுநீர் கழிக்கும்
பழக்க முடையவளாக இருந்தது பற்றி
என் தோழிகள் கேலி செய்திருக்கிறார்கள்
நான் அவர்களுக்குச் சொல்வேன்
என் கனவுகள் கவித்வமானவை என்று

நெருக்கம் நிறைந்த பேருந்தில்
சிறுநீரின் கனத்தோடு நின்று கொண்டு
பயணம் செய்வது எந்த சிந்தனையாளனுக்கும்
நேராததா என்ன

ஒரு கோடை காலத்தில் சிறுநீர் கழிக்கச்
சென்றபோதுதான்
நான் பருவமடைந்ததை அறிய நேர்ந்தது
இதைப் பல வருடங்கள் மறைத்து வைத்ததற்காக
பின் என் தாய் சிறுநீரைக் குடி என்று திட்டியதை
பெண் விடுதலை பேசுபவர்களுக்கு
நான் கூறவேண்டும்

கல்லூரிக் கழிப்பறையில்தான் எனக்கான
முதல் காதல் கடிதம் கிடைத்தது
அதன் மீது நான் கழித்த சிறுநீர்
நிறம் மாறிய நிகழ்வை என் ஓவிய நண்பனுக்குச்
சொல்ல வேண்டும்

கவிதையெழுதுவதற்காக அமர்ந்து
அடிக்கடி நான் கழிப்பறை நோக்கி
சென்று வருவதை புகை பிடித்தபடி
சன்னலோரம் சாய்ந்து நின்று கொண்டு
பார்க்கும் அதீதன் குறும்பாக
சிரிப்பதைக் காணும் போது எனக்குள்
எல்லையற்ற விடுபடலும் பிரியமும் உணர்வேன்

என்றாலும் கோபம் தேங்கிய விழியுடன்
அவனைப் பார்ப்பதுதான் பிடிக்கும் எனக்கு
இதை உலகக் கலைஞர்களுக்குச் சொல்வது
அவசியம் என உணர்கிறேன்

அதீதன் சிறுநீர் கழிக்கும்போது பார்த்திருக்கிறேன்
அவன் அப்பொழுது அழுவது போலிருக்கும்
பிரேதாவையும் பார்த்திருக்கிறேன்
அவள் அப்பொழுதெல்லாம்
ஒரு தேவதையாகி விட்டதாக எனக்குத் தோன்றும்

அருவுருவனை அப்படிப் பார்த்த போது
அவன் யாரிடமோ கேள்வி கேட்பது போல்
இருப்பதாகக் கூற
அவன் தெரியாது என அழகாகப் பதில் சொன்னான்

நவீன கவிதையும் சிறுநீரும் என ஒரு
கட்டுரை தயாரித்துக் கருத்தரங்கில்
வாசிக்க எத்தனித்த போது அதீதனைத் தவிர
மற்ற எல்லோரும் அதைத் தடுத்து விட்டார்கள்

என்றாலும் கவிதை எழுத ஆசைப்படும்
யாருக்கும் நான் சொல்வது
சிறுநீர் கழித்து விட்டு பின்
கவிதையெழுத அமருங்கள்
இல்லையெனில் என்னுடைய முதல் கவிதையைப் போல்
உங்களுடையதும் எழுதப் படாமலேயே போகலாம்

3. அதீதனைப் பற்றி பிரேதா நினைக்கிறாள்

என் வாயில் தளத்தின் பிரகாச ஏடாய்
சமைந்த வெறுமையில் ஒரு நிழல் பதிந்தது
அதீதா என அன்று பெயரிட்டேன்

எனக்கென்று ஒரு அறையற்றுப் போனதற்காக
சோகித்துக் கவிதை யெழுத நேர்ந்தது
உன்னைச் சந்தித்துச் சில வருடங்களுக்குப்
பிறகுதான் அதீதா

ஒரு புள்ளியாக வற்றி என்னில் நான்
சலனிக்க ஏங்கிய என் பால்யங்களின்

சூன்ய வெளியில் சந்தித்த நிழல்கள்
எதற்கும் நான் பெயரிட்டதில்லை உன்னைப் போல்

உன்னை நான் முதலில் சந்தித்தது
நூலகத்தின் இருள் மூலையில் என
நீ நினைத்திருக்கலாம் ஆனால்
அதற்கும் முன்னே நீ எனக்குப் பரிச்சயப்பட்டவன்
ஒரு கனவில் எங்கும் ஒளிரும் நீர்ப்பரப்பு வானத்தின்
விளிம்புக் கோடு முக்கோணத் தீவில் நான் மட்டும்
சிறுமியாய் நிசப்தம் எனக்குள் பாறையாய் வளர்கிறது

காலத்தின் பனிப் பொழிவு
என்னில் சீதளமாய்ப் படிகிறது
நீரில் ஓர் ஒளித்திரள்
நட்சத்ர மீனென்று கையில் எடுத்துக்
கொஞ்சுகிறேன் அது என்னிடம்
பிரியமாக இருக்கிறது
நானும் அதுவும் அத்தீவில் தனித்து வளர்கிறோம்
என் முத்தங்களின் எச்சிலில் அது சிலிர்க்கிறது
அது மெல்ல மெல்ல வளர்கிறது
ஓர் இரவில்
உறங்கிய என்னை எழுப்பும் உருவம் கண்டு
பிரமிக்கிறேன் மனித உரு
அது நீயாக இருந்தாய் நீர்ப்பரப்பில் நடக்கும் தன்மை
எனக்கு உணர்த்தினாய் நடந்தோம்
என் எதிரே நிலப்பரப்புத் தென்பட
நீ சொன்னாய் இனி நீ செல்
திரும்பிப் பார்த்தேன் என் பிரியங்களைத் தவிர
நீயில்லை
இதை உன்னிடம் நான் இன்னும் கூறவில்லை

அதீதா உன்னுடைய வெறுமை
எனக்குப் பிடித்திருக்கிறது
உனது வெறுமை ஆதி சூன்யம்
அனைத்தையும் உள்ளடக்கி
ஏதுமில்லையென மௌனம் சாதிக்கும் சூன்யம்
அதன் பாரம் உணர்வது அவலமானது
உனது வெளிப்பாடுகளில் தணலும்
அந்த வெறுமை என்னைச் சுட்டுத் தகிப்பதை
நான் மிகவும் சுகிக்கிறேன்

நீ அடிக்கடி தொலைந்து போய்விடுகிறாய்
உன்னை மீண்டும் ஏதாவது குறுக்குச் சந்திலோ
மணல் வெளியிலோ பார்த்ததாக யாராவது
கூறும்வரை
நீ இறந்து போனதாகவே எனக்குத் தோன்றுகிறது

நீ அணிந்துகொள்ள இருந்த ஒரேயொரு
ஆடையையும் தீ நுனிகள் உருவழிக்க
மறுவுருவன் உனக்கு வேறு உடைகள்
தரும் வரை மூன்று மாதங்கள்
உன் அறைக்குள்ளேயே அடைந்து கிடந்ததை
ஆத்மார்த்தி நான் திரும்பி வந்தபோது கூற
நான் மௌனமாய் குளியலறைக்குள்
சென்று கதவடைத்தது குளிக்க அல்ல அதீதா

அதீதா அடிக்கடி நாம் என்ன பேசுவது எனத்
தெரியாமல் மௌனமாகி விடுகிறோம்
தொடர்ந்து இரண்டு ஆண்டுகள்
யார் முதலில் பேசுவது எனத் தெரியாமல்
நாம் உக்ரமான மௌனங்களைப்
பரிமாறிக் கொண்டது எவ்வளவு வலி நிறைந்தது

நீ உறங்கும் போது ஒரு சடலமெனத்
தோன்றி இருக்கிறாய்
நீ இறந்து போனதாய் பல முறை போதம் உறுத்த
நள்ளிரவுகளில் உன் அறைக்கு வந்து
சாவித்துவாரத்தால் பார்க்க
நிர்வாணமாய் புகை பிடித்தபடி
உலவிக் கொண்டிருப்பதைக் கண்டு
மௌனமாய்த் திரும்பி இருக்கிறேன்

உனது நிலவறைகளுக்குள் ஓயாமல்
எனது நிழல்கள் அலைந்தும்
இன்னும் அறியப்படாத உட் கூடங்கள்
எத்தனை எத்தனை

உன் உள் உலகங்களை எழுதுவதுதானே
என அன்று கேட்ட பொழுது எங்கோ பார்த்தபடி
கூறினாய் சுய இன்பம் காணும் பழக்கமுடைய
பிம்பங்கள்
சிருஷ்டியில் இயைவதில்லை

உன் காமங்களும் உனது வலி நிறைந்த
சுய அழிவின் புகை உருவா...
உன்னிடம் நான் சொன்னேன்
நான் சாகும் போது என் சடலம்
இறுகிப் போகுமுன் ஒரு முறை
நீ என்னைப் புணர்வாயா என்ன
உன் கண்ணீர் தாகித்த என் உறுப்புக்குள் தெறிக்க
நீ மௌனமாய் என் தொடையில் முத்தமிட்டாய்
அக்கணத்தில்தான் என்னுள் 'பிரபஞ்ச போகம்'
என்ற கோட்பாடு தெறித்து விழித்தது
உன்............... ....
(பிரேதாவின் அந்யோன்யம் நிறைந்த இந்தப்
பக்கங்கள் பிரதி செய்யப்பட்டால்
அதன் நிர்மால்யம் குலைந்து போக நேரும் எனத்
தவிர்க்க நேர்ந்தது)
❍

அதீதா நீ ஏன் இப்படி இருண்டு கிடக்கிறாய்
ஏன் இப்படி உறைந்து போயிருக்கிறாய்
நான் உன்னை உடைத்துப் பார்க்க வேண்டும்
எனத் தோன்றுகிறது
உன் உள் முகங்களிலும் முத்தமிடத் தவிக்கின்றன
என் தாப உதடுகள்

ஓர் இரவில்
நான் : துண்டாய் வெறுமையாய்
கெட்டிப்பட்டுப்போன ஒரு கணம்
உன் கையில் கிடைத்தால் என்ன செய்வாய்

ஆத்மி : உடைத்து உள்ளீட்டைச் சோதனை இடலாம்
நீ : தீ மூட்டி அதன் புகையின் உள்பாட்டில்
போதை கொள்ளலாம் இல்லையெனில்
விழுங்க எத்தனித்து தொண்டையில்
சிக்கிவிடத் தவிக்கலாம்

(கபாலங்களைப் பற்றிய வதந்திகளும் சூன்யங்களுடன் ஒரு விசாரணையும் என்ற அதீதனின் பிரசுரமாகாமலே தொலைந்து போன நவீனத்திற்காக கிரணம் இதழில் பிரேதா எழுதிய அறிமுகத்திலிருந்து முற்றுப் பெறாத சில பகுதிகள்)

4. தாபங்களின் சிதைமீது

பிரேதாவின் கவிதை அதீதனின் நாட்குறிப்பில்

சுருக்கப்பட்ட விசிறியன வானம் உறைந்தது
இயல்பின்மையின் காற்று திடமாகிக் கனத்தது
திசைகளுக்கு அப்பால் உன் வியர்வையின் கதிர்வீச்சு

இதழ்களாக மலர்ந்த பிரும்மாண்ட
பாறைக்குப் பின்புறமிருந்து விழியின்றி தவித்த
என் பிம்பம் கனவுகளின் சுருள்களைக் காட்டி அழுதது
நாட்புறங்களின் நெருங்கலில் சிக்கி வழிகேட்டுப்
புலம்பும் சுவாசம் தன்னைச் சுற்றிக் கூடாக
சமைந்தது அரூபவெளி

முகில் தீண்டியது வெளியின் நகம்
குடைந்தது உள் உலகம்
துளிர்த்த ரத்தம் தொட்டு இமையில்
தடவித் திரிந்தது பிரகாசம்

புரள முடியாமல் சிக்கி அழும் பூமிக்கு
உன் மார்பகங்களில் உறக்கம் நடு
இடைவெளிகளின் கத்தி விளிம்பில்
தப்பி ஓடிவரும் முற்கணச் சிசுக்களுக்கு
பாலில்லையென அழுதபடி சொல்

பெண்குறிப் பிளவில் கிரணப் பெருகல்
எல்லையின்மையின் கூக்குரல்
உள்வெளியில் எதிரொலித்து
மூலத்தின் சாயலுடன் பிம்பமாகும்
உன் தாபங்களின் சிதை நெருப்பில்

5. ஆத்மார்த்தியின் அறையில் பிரேதாவின் நிர்மால்யம்

அவள் கதவு திறந்தாள் பிரேதாவின் சாயல்
இயல்பிலிருந்து விலகிய சலனம்
போதையின் உச்சமென என் யூகம்
தவறி விழ இருந்தவளைத் தாங்கி உட்கார வைத்தேன்

ஆத்மி உன் கழிப்பறையில் யாராவது இருக்கிறார்களா
பிரேதாவிற்கு ஆண் குரலா மிரண்டு போனேன்
என்றாலும் இல்லையெனத் தலையசைத்தேன்
எழுந்து கழிப்பறைக்குள் மறைந்தாள்
உள்ளிருந்து எரிதலின் ஓசை
தவித்தபடி நின்றிருந்தேன் வெளிவந்த பிரேதா
படுக்கையில் அமர்ந்தாள்

நீ உயிர்ப்புடையவளா அவள் கேள்வியில்
மோதி என்னுள் விழுந்தேன்
கண்ணாடியில் என் பிம்பம் கண்டு பிரமித்து
தெரியவில்லையெனக் கூறி அதிர்ந்தேன்
சாம்பல் கிண்ணத்தில் முன்பு எப்பொழுதோ
அதீதன் புகைத்துப் போட்ட துண்டுகளை மட்டும்
பொறுக்கி எடுத்து பிரேதா புகைத்துக் கொண்டிருந்தாள்
நான் பேச்சற்று உலவினேன்
என் கையெழுத்துப் பிரதிமீது பிரேதா
எச்சிலுமிழ்ந்தாள்
எனக்குள் இயல்பின்மையின் ஆணியுறுத்தல்
நான் எத்தனை நாளுக்கு முன் செத்துப் போனேன்
என பிரேதா கேட்டாள்
நீ சாகவில்லையென்றேன்
அவள் கோபத்துடன் என்னை அறைந்தாள்

நான் செத்துப் போனவள் நீ பொய் சொல்கிறாய்
என்றபடி என் தலை முடிகளை இழுத்தாள்
வலியில் தள்ளினேன் ஆடைவிலக விழுந்தாள்
உற்றுப் பார்த்தவள் புன்னகைத்தாள்
விலகிய ஆடைக்குள் தீப்புண்கள்
தொடையில் காட்டிச் சிரித்தாள்
என் கபாலத்திற்குள் உளி இழைவு
கேவலின் ஆப்பு என் குரல் வளைக்குள்
ஆடை சரி செய்து திடீரென அழுதாள்

தன் விரல்களில் ஒன்றை முறித்து
மாம்ச நிறக் குழம்பால் சுவரில்
அவளுக்கு மட்டுமே புரிந்த மொழியில்
ஏதோ பெயரெழுதினாள்
நிறுத்தலறியா வடிவாக்கம்
ஒவ்வொரு விரலாய் சிதைத்துச் சிதைத்து
அறை முழுக்க இடமற்ற நிலையில் என் மேல் எழுத வந்தாள்
ஒற்றை எழுத்தே பாரமாக உதறி நழுவினேன்
தடுத்த என்னைக் கீறிக் கிழித்தாள்
தன் ஆடை சிதைத்து என் விழியில் எறிந்தாள்
தாளா அவலம் வெளிவந்து கதவடைத்தேன்
உள்ளே நிர்வாணமாய் மெல்லியக்கச் சலனம்
இடைவெளிகளிலும் பெயரெழுதியபடி
என் ரணங்களில் தணல் வடிவு
உள்ளிருந்து பேரொலியென எழுந்து
வெளிப்பறந்து சென்றது அதீதா என ஓர் ஒலித்திரள்.

உள்ளிருந்து பிரேதா கூவினாள்
அதீதன் என்னிடம் பொய் சொன்னான்
ஆயிரம் முகங்கள் உள் புதைத்து
தன் சூன்ய பிம்பம் முகமென உறுத்த
அதீதன் என்னிடம் பொய் சொன்னான்
மீண்டும் ஒரு ஒலித்திரள் வெளியே மிதந்து சென்றது
உள்ளே நிசப்தம்.

இடை நிகழ்வு 3

இக்கணத்தின் பிம்பம் பிரேதாவா அதீதனா
என அறியும் முயற்சியில் இந்தப் பகுதிகள்
தொகுக்கப்பட்டு ஆராயப்பட்டதில்
தொலைந்து போன அதீதனே பிரேதாவாகி இருக்கலாம்
அன்றி பிரேதாவே அதீதனாகி இருக்கலாம்
இப்பொழுது இருப்பது பிரேதாவா அதீதனா
என்பது அரூபங்களின் ஆராய்ச்சிக்குட்பட்டது
எனவும் அறியப்பட்டது

அதீதன் பிரேதாவான கணங்கள் என்ற
பின்வரும் பகுதி பற்றி ஆத்மார்த்தியால்கூட
முழுமையாக ஏதும் கூறமுடியாத நிலையில்

பிரேதா இன்று மாயையின் புதிர் நிறைந்த பிம்பமாய் சூழலால் அறியப்படுகிறது

குறிப்பு : 1

அதீதன் பிரேதாவாகிய கணங்கள் எனும்
இதன் பிரதி கண்டெடுக்கப்பட்டபோது
யாருடைய கையெழுத்து என அறிய முடியாமல்
இருந்தது
உச்சலாகிரியில் அதீதனின் கையெழுத்தும்
பிரேதாவின் கையெழுத்தும் தம் தனித்தன்மை அழிந்து
ஒன்றே போலான ஒரு வினோத வடிவம் கொள்ளும்
என்னும் ரகசியம் ஆத்மார்த்தியால் கூறப்பட்டது

பகுதி : மூன்று

அதீதன் பிரேதாவாகிய கணங்கள்

தொலைந்து போனவர்களின் உலகில்
நீயும் உருவானாய்
பார்வையிலிருந்து அழிந்து
உள் உலகில் உருக்கொள்ளல்
உன் உயிரின் சமைவு என்பதென
ஓர்மையுற்றுத் தவித்திருந்தேன்
ஏதும் தடையமற்ற உன் சலனம்
எனக்குள் ஜீவதுளி உறிஞ்சித் தகித்தது
சிறு மயக்கக் கணங்களில் என் அறைக்குள் சலனம்
விழித்தபோது உன் பிம்பம் போல்
ஏதோ தோன்றி மறைந்தது
சுற்றிலும் தேடினேன் நீயில்லை
உள்ளுள் ஒடுங்கினேன் உன் நினைவில்
காகிதத்தில் ஏதோ எழுதினேன்
என் பின்புறத்தே ஒளி நிழல்
திரும்பத் தோன்றி மறைந்தாய்
அங்கும் இங்கும் எனத் தோன்றித் தோன்றி
அலைக்கழித்தாய்
தாளா மனச்சிதைவில் உன் பெயர் சொல்லி அழுதேன்
அதீதா தொலைந்து போனவன் நீ
நினைவைத் தொலைத்திருக்க வேண்டும்
அன்றி என்னில் தொலைந்திருக்க வேண்டும்
எனப் புலம்பினேன்
வழக்கம் போல் என் கண்ணீர் கண்டு
நீ உறைந்தாய்
ஆவலுடன் தீண்டினேன் நீதான் அதீதா நீதான்
எங்கே உன் அலைவு
பெருவெளியில் நான் ஓர் வெறும் துகளாய்
அலையலுற எங்கு சென்றாய் என வினவ
மௌனமாய் அமர்ந்திருந்தாய்

என் ஸ்பர்சங்களில் உன்னுள் பேரதிர்வு
மௌனமாய் வசீகரத்தின் வலை இழையில்
ஒருமையுற்றோம்
பிரிவின் கனம் அழுந்த ஒட்டித் தவித்தோம்
என் உடல் முழுக்க உன் தாப முத்தம்
பிரகாச மண்டலத்தின் தசை இதழில் நிறப்பிரிகை
நம் நிர்மால்ய பிம்பங்களின் ஏக அதிர்வு
பிரபஞ்சம் யுகங்களாய் இருண்டு
யுகங்களாய் விடிந்து ஒருவருள் ஒருவர்
நுழைந்து வெளிவந்து தேடித் தேடி
குவித்த பிம்பங்கள் உள் விழுங்கித் தாகித்து
என் தசையின் பெரும் பரப்பில்
உன் கதிர் வீச்சின் உள் ஒளிர்வு
பேரதிர்வில் நான் அதீத வெளியாய் விகசித்துப்
புள்ளியாய் மீந்து கிடந்தேன்
நீ உன் இருப்பழிந்து என்னுள் அரூபமாய்
நிலைகொண்டு என் மூலபிம்பம் நீயாக ஒளிர
நான் யார் அதீதனா பிரேதாவா.

இடை நிகழ்வு : 4

மேற்கண்ட பகுதிகளைத் தேடி அறிந்தபோது
தட்டுப்பட்ட மேலும் சில பகுதிகள் இங்கு
குறிக்கப்படுதல் அவசியமென பிரேம் கூற அவை
இங்கு இணைக்கப்படுகின்றன அவற்றிக்கான குறிப்புகள்
அரூபதர்சினியிடமிருந்தும் ஆத்மார்த்தியிடமிருந்தும்
பெறப்பட்டன.

பின் இணைப்பு

அதீதா உன்னைத் தவிர அத்தனை ஆண்களையும்
மோகிக்கிறேன்
உன்னைத் தீண்டும் போது என்னைத் தீண்டுவதாகவே
உணர்கிறேன் பேதமின்மையின் நிச்சலனம்
என்னை வேறு திசைச் செல்ல வைக்கிறது

குறிப்பு : 2

பிரேதாவும் அதீதனும் அடிக்கடி கடுமையான
விவாதங்களில் ஈடுபடும் பழக்கமுள்ளவர்கள்
அப்படி ஒருமுறை நிகழ்ந்த விவாத முடிவில் பிரேதா
கூறியது...

நீ பிரமைகளின் உலகில் உன்னைத் தொலைத்தவன்
உன்னுடைய உள் உலக மாய பிம்ப நெரிசலில்
எது உன்னுடைய நிஜ பிம்பம் என உனக்கே தெரியுமா

குறிப்பு : 3

பிரேதாவின் தோழியான ஆத்மார்த்தி தத்துவரீதியாக அதீதனுடன் முரண்பட்டாலும் அவன் மேல் அழுத்தமான பிரியமுள்ளவள் அவளின் கடிதத்திலிருந்து.

உன்னை என் எதிரே பார்வை கொள்கிறேன்
என்றாலும் நீ எங்கே இருக்கிறாய்
என்று யூகிக்க முடியவில்லை
நீ புள்ளி தொலைத்து புள்ளியாக அலைகிறவன்
உனக்குப் புள்ளிகளைப் பற்றித் தெரியும் என்றாலும்
புள்ளிகளைப் பற்றிய நிஜத்தை நீ
ஏதோ ஒரு புள்ளியின் அடியில்
மறைத்து வைத்திருக்கிறாய்

குறிப்பு : 4

அதீதனால் அந்தக தரிசனன் என்று நேசத்தோடு குறிக்கப்படும் அவனது நண்பனும் மூன்ற சிகரெட்டுகளும் ஒற்றை மரணமும் என்ற விவாதத்திற்குரிய நவீனத்தை எழுதியவனுமான பிரேம் எழுதிய கடிதத்திலிருந்து

உன்னை நான் முதலில் சந்தித்தது
ஒரு கழிப்பறையில்தான் உனக்கு முகம் இல்லையோ
எனச் சந்தேகித்து பின்தொடர்ந்தேன்
நீ நுழைந்த அறைக்குள் எட்டிப் பார்த்து
பிரமித்தேன் உனக்குள் எத்தனை முகங்கள்

குறிப்பு : 5

பிரேதாவின் கவி நண்பனும் விமர்சகனும் ஆன
மறுவுருவன் ஒருமுறை கூறியது
கிரணம் பத்திரிகையை
அறிவு ஜீவிகளின் உள்ளாடை என
அதீதன் ஒருமுறை குறிப்பிட்டதால்
இருவருக்கும் விவாதம் எழுந்து

இறுதியில் அதீதன் அன்று
தான் போதையிலிருந்ததாக எழுத
இருவருக்கும் ஆழமான நட்பு ஏற்பட்டது
○

~~மழை இரவில் செருப்பில் சேறு தெறித்து ஒருத்தி பின் தொடர குறுக்குச் சந்துகளில் அறை தேடி அலைந்திருக்கிறாயா நீ தெரு விளக்குகளற்ற கும்மிருட்டில் அவளை அடையாளம் காணும் முயற்சிகள் எறும்புப் புற்றுகளைத் தரையோடு தரையாய்ப் புணரும் போக்கு என்பதை பின் நாளில் உனக்கு குறுக்குச் சந்து அனுபவங்கள் உணர்த்தும் தாளாத விரகத்திற்குத் தாராள மனசுடன் சில நிமிடங்களை ஒதுக்கித் தந்தவள் சலிப்புடன் பின்தொடர அறை தேடி வருவதிலேயே இரவின் மண்டை வெளுக்க உன்மீதே எரிச்ச லடைந்ததுண்டா நீ அவிழ்த்துப்போட்டுக் கிடக்கும் மாட்டு வண்டியின் அடிவயிற்றில் சுடரும் விளக்கு உன் உள் அலைகளை ஆர்ப்பரிக்கச் செய்ய சூழலின் அசட்டு வெளிச்சத்தில் சற்றே எட்டிப் பின்தொடரும் அவள் முகத்தைக் காணத் துடித்ததுண்டா நீ கழுத்தறுபட்ட மின்னலைப் போல கட்டிடங்களில் பட்டுத் தெறித்து குடிசைகளை நனைக்கும் இருண்ட வெளியின் காவு ரத்தம் கண்களைக் கூச நடுத்தெருவில் உன் முதுகில் முகம் புதைத்து மருண்ட துண்டா அவள் குப்பை கொட்டும் ஊர் ஒதுக்குப் புறத்தில்சா க்கு மறைப்பு களாலான ஏதோவொன்று உன் வழியில் எதிர்ப்பட புணர்ச்சிக்கு ஏற்ற இடமாவென தெரிவு செய்ய சாக்குக் கிழிசலின் வழியே உள்நோக்கும் நீ உள்ளே அம்மணம் பிரகாசிக்க மழையில் குளிக்கும்பெ ண்ணைக் கண்டதும் உனது ஈரஞ்சொட்டும் கபாலம் தீப்பிடிக்க சுய இன்பம் கொள்ள உன் குறிதேடும் அக்கணத்தில் அவள் அம்மணத்தில் வழியும் நீரிழைகள் நூலிழைகளாய்த் திரண்டு ஆடையாய் பரிணமித்து மூட குளியல் கல்மேல் உட்கார்ந்தவாறே உன் கயமை கண்டு சிரித்ததுண்டா அவள் உன்னைப் பின் தொடர்ந்தவள் எட்டி நின்று உன் செய்கை கண்டு தானும் சிரிப்பாள் வெளிச்சம் பீறிட மீண்டும் இருண்ட தெருக்களில் அலைந்து அரிதாய் விடுதியில் அறையும் கிடைத்துகதவு திறந்தால் கழிப்பறையாய் இருக்கக் கண்டு நீ திகைப்பதைப் பார்த்து நகைத்து வெளியேறும் உன்னைப் பின் தொடர்ந்த பேருரு~~

குறிப்பு : 6

அதீதனால் மிகவும் நேசிக்கப்பட்ட
அவனைவிட மூன்று வயது மூத்தவளானவளும்
அவனின் பதின் பருவத்தில் பரிச்சயமாகி
பின்னாளில் அவனுடைய சிசு ஒன்று தனக்கானதாக
வேண்டும்
என அடிக்கடி கேட்டவளும்
ஒரு விலைப் பெண் என பிறரால்
அறியப்பட்டவளுமான ஒருத்தி
தன் நோயின் முற்றிய நிலையில் எழுதியனுப்பியது
இந்தப் பெண்ணைப் பற்றி அதீதன்
வெளி முழுகிலும் நம் விரகவாடை
நசுக்கப்பட்ட நம் ஆத்மாவின் பீச்சம் பிரகாசங்களின்
விழிகளை எரிக்க ஏ பிரபஞ்சனி
சூன்யம் மட்டுமே நம் தாபங்களின் கர்ப்பம்
என முடியும் நெடுங்கவிதை ஒன்று எழுதியிருக்கிறான்

உன் நிழல் ஒன்று என்னையே பின் தொடர்ந்து
வருவதாக எரிச்சலுற்றேன்
அன்று என் புத்தகத்திற்கிடையில்
உன் பிம்பத் துண்டு ஒன்று இருக்கக் கண்டு திடுக்கிட்டேன்

என் கபாலத்திற்குள் உன் கபாலத்திற்கான
உள் அழைப்பின் நிசப்தத் திசு ஒன்று அலைவது கண்டு
துயருற்றேன் என்னில் ஏதோ படிகமென சமைய
உன் உருவற்ற உருவுக்கு பெயர் வைத்திருக்கிறேன்
யாருக்கும் தெரியாமல் உன் பின்னத்தில்
ஒன்றினையும் விழுங்கி இருக்கிறேன்

குறிப்பு : 7

அதீதனுக்கு ஏதோ ஒருவகையில் பிரியமான
சிறுமி ஒருத்தியின் கடிதத்திலிருந்து
இந்தச் சிறுமியின் காரணமாக அதீதன்
சில அவமானங்களுக்கு ஆளாக நேர்ந்த தெனவும்
அதற்குப் பிறகு அவன் அவளைப்
பார்க்கவே இல்லை எனவும் அறியப்படுகிறது

நான் எனது கண்ணாடிக்குள் சிக்கிக் கொண்டேன்
என் பின்புறம் புகை கசிந்து
ஊடகம் காட்சி அழிய

நான் வெறுமையின் படிகமானேன்
பரிமாணங்கள் அற்ற என் காட்சிகள்
விழிப்படலத்தில் செத்துப் போய்
ஒட்டிக் கிடக்கும்
புள்ளிகளைத் தீண்டும் இயல்பழிந்து
என் பின்னங்கள் அந்தரத்தில் திகைக்க
கபாலத்திற்குள் என் பிணம் அழுகி
வெளியே கசியும் நாற்றம் காலத்திற்குப் பின்

குறிப்பு : 8

செயலின்மையின் பாரம் அழுத்த
வெறுமையாய் திரிந்த காலத்தில்
தனக்கு மிகவும் நெருக்கமான ஒரு
தோழருக்கு எழுதியது
இந்தத் தோழர் கொல்லப்பட்ட பொழுது
அதீதன் விகார முகத்தோடு ஆறு மாதங்கள்
தடையமற்று தொலைந்து போயிருந்தான்
இந்த இடைக்காலத்தில்
தான் எங்கு இருந்தோம் என்பதை பிரேதாவிடம் கூட
கூறவில்லையென அறியப்படுகிறது
○

என் அறையின் கண்ணாடியை யாராவது
மோதி உடையுங்கள்
நானே உடைப்பேன் என்றாலும்
எதிர்ப்படும் அக்கணப் பிரதி வாய் திறந்து
என்னை உள் விழுங்கி
பிம்பத்திற்குள் சுருண்டு விட்டால் நான் என்ன
செய்வேன்

நான் மிகவும் பயப்படுவது என்னுடைய
கண்ணாடியிடம் மட்டுமே
யாராவது மோதி உடையுங்கள் என் கண்ணாடியை
அங்கே உங்கள் பிம்பத்தின் பிரதியொன்று
மீந்து கிடக்கும் அக்கணம்
நான் நிர்பயமாய் வெளிச் செல்வேன்
என் அறைக்குள் சூன்ய வெளி ஒன்று
என்னை ஓயாமல் அழைப்பது பற்றிய குடைச்சலின்றி.

குறிப்பு : 9

இயக்கம் சிதைந்து போன அன்று நீண்ட நாட்களுக்குப்
பின் நிறைய மது அருந்திய
அந்த இரவில் அதீதனால் எழுதப்பட்டது.

❍

வெளித்தெரியும் உன் சலனம்
மூலத்தின் போலிச் சாயலாக
நானின் பின்னமொன்று எதிர்ப்பட்டுத் தெறிக்கிறது
பார்வையின்றி அலையும் உன் நிஜத் துகளின்
முகத்தில் மோதி

குறிப்பு : 10

பிரேதா சிறையிலிருக்கும்போது
எழுதிய கவிதையொன்றின் இந்தப் பகுதி மட்டும்
தன்னைக் குறிப்பதாக அறிந்து
அதீதனால் நாட்குறிப்பில் இணைக்கப்பட்டிருக்கிறது

❍

மழையில் நனைந்து கொண்டே வந்து
உன் வாசலில் நிற்கிறேன்
என் வடிதல்களின் தேங்கலில்
அரூபங்களின் பிம்பங்கள்
கதவின் இடைவெளி வழியே
விழியைக் கழற்றி வைத்து விட்ட உன்
பார்வைக் கதிர் வீச்சு
என் ஈரம் வற்றி திசுக்கள் வறண்டுபோக
உள்ளே உன்னைத் தள்ளிக் கொண்டு நுழைகிறேன்

ஈவிரக்க மற்ற உன் கடிகளின் சுகத்துடன்
நான் மீண்டும் கனத்து ஈரமாக எண்ணுகிறேன்

வெளியே கத்திக்குடையும் மின்னல்
நான் இல்லாததில் இருந்து பார்க்க
நீ சூன்ய வெளியாய் விழுங்கினாய்

குறிப்பு : 11

பிரேதாவுடன் மௌனம் கடைபிடித்த ஒரு கால கட்டத்தில்
அதீதன் அவளுக்கு எழுதிய குறிப்பு

❍

அழைப்புகளோடு உன் நிழல்களும் சேர்ந்து கொண்டன
பின் நான் தனித்து வழிவதன் மூலம் தேடி உக்ரமாய்
மறு குரல் எடுத்தால் குரல் வளைக்குள்
சூன்ய முள்ளாய் உறுத்துவாய்

இடம் பெயர்தல் பற்றி எனக்குச் சொல்லித் தந்த
நீயே நிச்சலனம் போர்த்தி குறுக்குச் சந்தின்
இருள் மூலையில் முடங்கிக் கொள்வாய்
என அறியாமல் அழைத்தேன்
என்னில் மூன்று இமைகள் சாம்பலாகி உதிர

ஒவ்வொரு துளையாய் உள் நுழைந்து
சூன்யம் சப்பி மீளும் என் அழைப்பு
ஒன்றில் தொலைந்து போக என் மூல முனையில்
சொட்டியது நானின் நாற்றத் துளி

விடு என் பின்னங்கள் சுழலட்டும்
தடைகளின் சூட்சுமங்கள்
உன் அழைப்பென ஓடு போர்த்தி உறுத்த விலகி
புகைந்து தொலைத்தது என் பிரக்ஞை

கோடாக மீந்து கிடந்தேன்
ஒரு இருட்டுத் தளத்தில் மின் புள்ளியாய் இயங்க
இல்லையென மறுக்க முடியா உக்ரம்
பரிமாணமற்றுத் தவித்தது அழைப்பென

குறிப்பு : 12

மிகக் கடுமையான மௌனத்தை அடைகாத்த ஒரு
வருட இடைவெளியில் அதீதனால் எழுதப்பட்ட ஒரே
கவிதை

◯

பூட்டப்பட்ட உன் அறைக்கு வெளியே நின்றேன்
உள்ளே விடுவிக்கச் சொல்லி கூவியது
எனதின் உள் உரு
விடைபெறல்களுடன் ஆரம்பிக்கின்றன நம்
அறிமுகங்கள்
எப்பொழுதும் மன வெளியின் சாலை சந்திப்புகளில்

மறுபடியும் உன் சூன்ய விழிக்குள் எட்டிப் பார்க்கிறேன்
நான் இருப்பது உள்ளா வெளியா என

மறைந்து போன ஒற்றையடிப் பாதைகளில்
புற்கள் முளைத்து விட்டன என் பாதங்களுக்கு
நீ அறைந்த ஆணிகளைக் கொஞ்சம் பெயர்த்து விடு
என் ஜீவிதமே

குறிப்பு : 13

சித்த பிரமையில் இருந்த காலத்தில் எழுதப்பட்டதாக அறியப்படும் கவிதைகளில் ஒன்று அதீதனின் நாட்குறிப்பில்

❍

உனக்கு விளையாட என் நிழல்களில்
ஒன்றைத் தருவேன்
அஸ்தமனங்களில் தொடுவானத்தை நோக்கி அது
வளர்ந்து எழுந்து உன்னிடமிருந்து விடுபட்டு
இயங்கினால்
விலகி நிற்கக் கற்றுக் கொள்
உன் சொற்களின் இழைகளைப்
பெருவெளியெங்கும் இரைத்து என்னைச்
சிக்கலாக்க அறிந்த நீதான்
நிச்சலனத்திற்குள் என் பிம்பங்களையும்
உறைய வைப்பதை நிகழ்த்த வேண்டும்
உன் சலனங்களுக்கு நான்
மாயா எனப் பெயரிடவா

குறிப்பு : 14

கருப்பின் பன்மைகள் கூடிச் சுழலும்
அழகான என் மகளுக்கு எனக் குறிப்பிடப்பட்ட
ஒரு கடிதத்திலிருந்து சிறு பகுதி
என்றாலும்
தனியானாய் வாழ்ந்த அதீதனுக்கு
உறவுகள் ஏதுமில்லையெனவே அறியப்பட்டது
ஆத்மார்த்தி கூறும்போது அவனுடைய
பிரமை உலகின் ஒரு பிம்பமாகவே
அதுவும் இருக்கும் என்றாள்
பிரமைகளே அவன் ஜீவிதமும்
ம்ருத்யுவும் என பிரேதா ஒருமுறை எழுதியது
இங்கு குறிப்பிட வேண்டியது.

அவனது பிரமைகள் இருப்பைப் போல இன்றி
தொட்டும் தடவியும் உணரவும் உள்நுழையவும்
வெளியேறவும் வெற்றிடத்தில் விட்டுவிட்டு
மறையவும் கூடிய திடவுருவும் திரவப் பாய்வுகளுமாய்
அமைந்தனவோ என
அதீதன் கூறுவதைப் புரிந்து கொள்ள
இதனை மீண்டும் எழுதிப் பார்க்கிறாள் பிரேதா.

ஆக்கம் : 16.07.1986
கிரணம்-1 (அக்டோபர்-டிசம்பர், 1987)

எலும்புக்கூடுகளைப் பற்றிச் சில ஆராய்ச்சியுரைகள்

கணங்களைப் பற்றிய ஓர் ஆராய்ச்சிக் குறிப்பு அதீதனால் வாசிக்கப்படுகிறது

சப்தங்களின் உடைந்த சமாதிகள் மீது
இமை மூடி அமர்ந்து சலிக்கும் இந்த கணங்கள்
உள்ளும் வெளியும் இடைவெளிகளில் புகுந்து
திணறவும் செய்யும் தம்மைத்தாம்
இனங்காண மறுத்து
மற்றொன்றின் மூடிதிறந்து
அடையாளம் தேடித் தேம்பும்
சிதைந்துபோன முற்கணங்களின் ஓடுகளை
உடைத்து வீசி எறியும்
வெளி எங்கிலும் தனது முகங்களைப் பதித்து
ஏடு படியும் தன்மையன
இடமின்மையின் எல்லை வரைத்
தம் குரலை அனுப்பிச் சுருண்டு மீள்வன
எப்பொழுதும் போல் இந்த கணங்கள்
அறைக்கு வெளியே கூடிநின்று குவியலாகி
முணுமுணுத்துக் கொள்ளும்
உள்ளே இருக்கும் உறைந்த சலனங்களில்
தம் எச்சங்களை அடையாளம் காண
தம் உதட்டைக் குவித்து ஊசியாக்கி
உணர்த்தல்களைக் கழுவேற்றி
ரத்தம் கசிகின்ற கணங்கள்
இவை முரட்டுத்தனமானவை
இருளுடன் எப்பொழுதும்
பால்யப் புணர்ச்சி செய்யும் தன்மையன
படிகச் சுவர்களாகி வாயுவின் நாற்சலனங்களைத்
தடைசெய்து சுவாசத் திரிகளைப் புகையவிடும்
குரூபிகள்
எப்பொழுதும் போல் இந்த கணங்கள்
புகைச் சுருளில் சாம்பலாகி

உதிரவும் செய்யும்
மனோ ரூபங்களின் நிறபேதங்களில்
கோடுகளாகி பதியவும் செய்யும்
கணங்களிடம் நாம் பிரியமாக
இருக்கப் பழகிக் கொண்டால்
எப்பொழுதும் நம்மை ஒரு அழுக்குப் படலமாய்
தொடையிடுக்கில் பதுக்கிப் பாதுகாக்கும்
பண்பு கொண்டவை
நகங்களின் அசைவுகள் தட்டையாகிச் சமைய
சுற்றிப் பறந்து புண்மீது அமரத்தவிக்கும்
சில கணங்களை
ஓட்டிச் சலித்து விரல் உதிர்தல் இதமானது
கணங்களின் விதபேதங்களை
அடையாளம் காணல் சிரமமானது
உங்கள் முன்னே நான் கணமாகி
ஒரு கோடாகி புகை இழையாக
ரூபமிழத்தல் இயலக் கூடியதல்ல
இருந்து பழகிவிட்டவர்கள்
இன்மையின் சாயலாக மாட்டார்கள்
கணங்களின் சுவடுகள் அற்ற
சூன்ய வெளியில் இருப்பு பற்றி
சிந்தித்தலும் வீண்தான்
கணங்கள் மாயையின் சுவாலை நிருத்யம்
சலனமின்மையின் உள்ளீட்டிலிருந்து
வெளிச்சமாக வெளிப்படும் தூசுகள்
இவற்றின் வியாபிதம்
பிரக்ஞையின் சுவாச இழைகளால்
அளக்க முடியா நிகழ்வின் நிரூபணம்
கணங்களின் கண்ணாடித் தளங்களில்
ஏதுமின்மை தன் முகத்தைப்
பிரதிகளின் முகத்தால் மறைத்து
சூன்யத்தை எப்பொழுதும் சூன்யத்திற்குள்
பதுக்கிப் புலம்பும்
சுழல் இயக்கம் புள்ளிக்குள் ஒடுங்கி
தன்னை ஒரு கணமென ரூபம் கொண்டு
தன்னில் சுழலும்
விகாசங்கள் அற்றுப்போக
வெளியின் சவ்வுச் சுவர்கள் கிழித்து
கணங்கள் திசைகள் அற்றுத் தொலையும்

இதற்குமேல் கணங்களைப் பற்றி விளக்க
கணங்கள் என்னை அனுமதிக்கவில்லை
நான் கணங்களால் உருவாகியவன்
கணங்களின் உள் மூலத்துளைகளில்
ஒரு புகைப் புள்ளியாய் ஒடுங்கும் இயல்புடையவன்
என்னை இழைபிரித்து ஊதினால்
கணங்களின் பிசிர்களாய்ப் பறப்பேன்
என்னைத் திரட்டிப் பிசைந்து உருக்கொடுத்தால்
காலமின்மையின் பிம்பங்களாவேன்
கணங்கள் அற்றுப் போதலே
பிரக்ஞைக்கு தண்டனை
நான் கணங்களுடன் புணர்ந்து
கணங்களாய் ஸ்கலிதமாவேன்.

பிரேதா தன் கவிதையை வாசிக்கிறாள்

என்னால் அவனுக்காக எழுதப்படும்
இந்தக் கவிதை
வேறுயாராலோ உங்களுக்கென வழங்கப்படும்
உங்கள்முன் அடையாளமற்று
செத்துப்போன குழந்தையாய்
என் கவிதை கிடத்தப்படும் போது
உங்கள் பார்வைகள் ஈயாய் அதன்
உதட்டில் மொய்க்கும்
எனது கவிதையின் சொற்களை
ஒரு பொதுக் கழிவறையின் கழுவப்படாத
மலக்கோப்பையாய் நீங்கள் எதிர்கொள்வீர்கள்
சுற்றிலும் எழுதப்பட்ட கரி ஓவியங்களென இதன்
உள் அர்த்தங்கள் உங்களைக் குடையும்
என்றாலும் தூக்கி எறிய மனமின்றி
ஆடை அவிழ்த்துத் தவிப்பீர்கள்
அணைக்கப்படாமல் போட்டுச் சென்ற
பீடியாய் என் கவிதையை மிதித்து
சுட்டுக் கொண்டதால் அணைத்துவிட்டு
மேலே செல்வீர்கள் இது என்னால்
அவனுக்கென எழுதப்பட்டு வேறுயாராலோ
உங்களுக்காக வழங்கப்படும்
எனது கவிதை தாழ்ப்பாள் இல்லாத
அறைக்குள் ஒரு நண்பனின்

சுய இன்பம் காணும் கணங்களில்
எதிர்ப்பட்டாலென உறைந்து அர்த்தம் மறப்பீர்கள்
என் கவிதையிலும் உள்ளாடையின் வாடை
நாசிகுடைய முகம் சுளித்து
இந்த கவிதையை நீங்கள் தூக்கி எறிவீர்கள்
என்றாலும் இதன் வாடை
உங்கள் விரல்களில் மிச்சமிருக்கும்
சுற்றும் முற்றும் பார்த்து வெடுக்கென
துணி உயர்த்தி சிறுநீர் கழிக்கும்
பள்ளிச் சிறுமியென எனது கவிதையின்
வெளிப்பாடு நிகழும் இக்கணம்
உங்கள் பார்வைகள் இதன் இடையூறுகள்
உபயோகிக்கப்பட்ட ஆணுறையென
ஒரு போகத்தின் அவல நிரூபணமாய்
உங்கள் முன் இக்கவிதை விழும் போது
நிகழ்வின் ஞாபகத்தில் உறுப்பு பெரிதாக்கி
உள்ளுக்குள் நெளிந்து தவிப்பீர்கள்
சில நேரம் தலைச்சுமை இறக்கி
ஓய்வு கொண்டு மீண்டும் கூடை தூக்கச் சொல்லும்
காய்கறி சுமந்த பெண்களின்
முலைகளில் இடிக்காமல்
தூக்கித்தந்த ஆண்கள் யாருண்டு
உங்கள் வீதியில்
என் கவிதையும் அதுவென இடம்மாறும்
இடைவெளியில் உங்களுக்கு ஸ்பர்சமாகும்
அந்யப்பட்டுப் போன எனது சொற்கள்
உங்கள் முன் தமது நிர்வாணம் மறந்து
படுத்துக் கிடந்தாலும் தீண்டமறுத்து
விலகிச் செல்வீர்கள் பால்வினை நோய் பயம் கொண்டு
என்னால் அவனுக்காக எழுதப்படும் இந்தக் கவிதை
வேறுயாராலோ உங்களுக்கென வழங்கப்படும்
என் தலையைச் சுற்றி மின்னும் தூசுகளோடு
நிர்வாணமாய் சன்னலோரம் நின்றபடி
செத்து விறைத்த சொற்களைக் கீறிக்கீறி
அடுத்த கவிதையை சமைத்துக் கொண்டிருப்பேன்
அவனுக்கான இதுவும் வேறுயாராலோ
உங்களுக்கென வழங்கப்படலாம்.

அரூப சைத்ரீகனின் உருவிலிகளின் மயானத்தில் என்ற நவீனம் விமர்சிக்கப்படுகிறது

அரூப சைத்ரீகன் எட்டு விரல்களோடு பிறந்தான்
ஒவ்வொரு விரலிலும் ஒரு நத்தை ஒடு உண்டு
அவை அவனின் முதல் புணர்ச்சியின் போது
உதிர்ந்து படிக நகங்கள்
தோன்றும் என்று அறியப்பட்டது
அவனுக்குக் கட்டை விரல்கள் இடம் மாறி
ஆணுறுப்பின் இருபுறமும் அமைந்திருந்ததைக்
கண்ட அவன் தாய் மரணமானாள்
அவன் பேச ஆரம்பித்தபோது சப்தங்கள்
மின் தன்மையோடு வெளிப்பட்டன
அறைக்குள் தலைகீழாய்த் தொங்கிக் கொண்டே
தன் கபாலத்தைத் திறந்து மூளையின் இழைகளை
வெளி முழுதும் வியாபிக்க வைத்து
அதன் சிக்கல்களில் தனது நிழல்கள்
உறைந்து திணறுவதைக் கண்டு மகிழ்தல்
அவன் பால்யத்தின் பழக்கம்
அவன் தன் பால்ய காலக் காதலியை
கடலுக்கடியில் படுக்க வைத்து உறுப்பை
முதன் முதலாய் முத்தமிட்டபோது
சிதறி பின்னங்களாகி மீண்டும் சமைந்த
அந்த கணங்களிலிருந்து எழுத ஆரம்பித்தான்
தன் பால்ய காதலியை கிரணங்களால் கீறி
இழைகளாக்கி இரண்டு ஆண்டு
நினைவின் படிக ஆழங்களில்
புதைத்து வைத்திருந்ததாக
தன் நாட்குறிப்பில் எழுதியிருக்கிறான்
அவனுக்கு ஏழாயிரத்து நான்கு காதல் தோல்விகள்
நேர்ந்தது என யூகிக்க
அவனின் நாட்குறிப்பில் இடமுண்டு
செத்துப்போன தன் தாயின் சமாதி மீது
வாரம் ஒரு நாள் சிறுநீர் கழிப்பது
அவனுக்கு பிடித்தமானதென்றும்
அக்கணங்களில் ஒரு போகத்தின் சிலிர்ப்பை
உணர்ந்தான் எனவும் தன் நண்பனிடம்
அவன் கூறியிருக்கிறான்
முகமூடிகளை அணிந்து தன் வடிவு மாற்றி

தன் தமக்கைக்கு பாம்புகளைப் பரிசளித்து
பல நாட்கள் கலவி செய்தான் எனவும்
ஏதோ ஒரு முறை தன்
சகோதரனை அடையாளம் கண்டுவிட்ட அவள்
நீல நிறத்தில் ஒரு மகுடியைப் பிரசவித்துவிட்டு
பாம்பிலேயே தூக்கிட்டு இறந்தாள் எனவும்
அவளின் காதலன்
அரூபனின் ஆணுறுப்பைத் துணித்து
கையில் கொடுத்துவிட்டு தன் காதலியின்
கற்பு மகிமையைக் கொண்டாட படிகங்களால் ஆன
மண்டபம் ஒன்று கட்டினான் எனவும்
ஆராய்ச்சி கூறுகிறது
இவற்றை மறுப்பவரும் உண்டு.
அவன் தனது முதல் படைப்பை
எட்டு வயதில் எழுதி முடித்தான்
அதன் பின் மூன்று ஆண்டுகள்
தன் ஆணுறுப்பை ஒரு
கழிப்பறைக்குள் பதுக்கி வைத்துவிட்டு
நாடோடியாய் அலைந்து திரிந்தான்
அந்த இடைப்பட்ட காலத்தில்
வேதங்களைப் பயின்று அதில் பெண்ணுறுப்புகளின்
பச்சை வாடை வீசுவதால் வசீகரிக்கப்பட்டு
புதிய வேதாந்தியாகத் தன்னைப்
பரிணமித்துக் கொண்டான்
மீண்டும் தன் உறுப்பை மீட்க எண்ணி
வந்தபோது அது அவனின் வினோத
பிரதிமையாய் வளர்ந்து வெளியேறி
அவன் பெயரை அசிங்கமாய்
உச்சரித்து அலைந்ததைக் கண்டு விசனித்து
புதிய உறுப்பு ஒன்றைப் பெற
யோக மார்க்கம் மேற்கொண்டான்
அவனின் ஆன்மகுரு
அவனைத் தினம் ஆண்புணர்ச்சி செய்ததால்
மீண்டும் தன் ஆணுறுப்பைப் பெற்றுக் கொண்டு
நாத்திகனானான்
தனது பன்னிரண்டாவது வயதில்
தன்னையே உள்வெளியாய்த் திருப்பி
சமைத்துக் கொண்டு போதை மருந்துகளின்
துணையோடு சோதனை முயற்சிகளில் ஈடுபட்டான்

முகமூடிகளைப் பற்றியும் கபாலங்களைப் பற்றியும்
அவன் அளவுக்கு தீர்க்க தரிசனத்தோடு
எழுதியவர்கள் யாருமில்லை என
விமர்சகர்கள் கூறுகிறார்கள்
அவனுடைய படைப்புகள்
அதீத பாலுணர்வுக் குறிப்புகளுக்காக
தடைசெய்யப்பட்டு ரகசியமாய் படிக்கப்பட்டன
ஆனால் அவை பிரபஞ்சம் பற்றிய
சங்கேதக் குறியீடுகள் என பின்னால் வந்த
ஆராய்ச்சியாளர்கள் கருதுகிறார்கள்
நிழல்களை நார்களாய்க் கிழித்து
வலைபின்னி அவன் சன்னலில் தொங்கவிட்டிருந்ததை
கண்ட ஒரு பெண் அவனை ஒரு அறிவு ஜீவியென
அடையாளம் கண்டு தன்
முப்பதாவது வயதில் காதலியானாள்
போதை மருந்துகளால் உருமாறி தன்
விழிகளை வேறு ஒரு நண்பனுக்கு
தானம் செய்துவிட்ட அவனை
புகை பிடித்தபடி தான்
ஆத்மார்த்தத்தைத் தேடி யாத்திரை செல்வதாகக் கூறி
விட்டுவிட்டு வெளிநாடு சென்றுவிட்டாள்
தன் அறைக்குள்ளேயே அடைந்து கிடந்த அவன்
அந்த இடைப்பட்ட நாட்களில்
தன் சிகரப்படைப்புகளை எழுதி முடித்தான்
அதன் பின் பலவருடங்கள்
தன் கபாலத்தை அறைக்குள் வைத்துவிட்டு
வினோதமாகத் திரிந்தான்
மனிதர்கள் அத்தனைபேரும் உருவமற்றவர்கள்
என்ற எதிர்க் கோட்பாட்டை
அந்தப் பருவத்தில்தான் உருவாக்கி இருக்கவேண்டும்
என்பதற்கான படைப்பாதாரங்கள் உண்டு
தனது முப்பத்தொன்பதாவது வயதில்
ஒரு கடற்கரையோர நகரத்தின்
எட்டாவது தெருவில் உருவ மாற்றத்தோடு
கண்டெடுக்கப்பட்டு சிகிச்சை அளிக்கப்பட்டும்
உருகி வழிந்து வெறும் ஆவியாகி மறைந்ததாக
மருத்துவக் குறிப்புகள் கூறுகின்றன
அவனுடைய பாத்திரங்கள் இயல்பானவை
கபாலங்களில் தம்மைத்தாம்

திணித்து வாழ்பவை
தமது இன உறுப்புகளைப் பற்றி
தீர்க்கமான முடிவுடையவை
எல்லையற்ற காம விகாரங்களில்
உன்னதமான முறையில் ஈடுபடும் தன்மையுடையவை
இருளின் உட்புறங்களில்
தமது நிழலை அடையாளம் கண்டெடுத்து
முத்தமிட்டு அழும் பழக்கமுடையவை
தான் மிகவும் நேசித்த ஒரு பெண் சிறுமி
இறந்துபோக அவள் மாம்சத்தை
சுவைக்கும் ஒரு பாத்திரம்
ஒற்றைச் சவப்பெட்டிக்குள்
இரண்டரை பிணங்கள் என்ற புகழ் பெற்ற
நவீனத்தில் அமைந்துள்ளது
வாழ்வே கீறிக் கிழிப்பதும் அழுகி வழிவதும்தான்
வேறில்லை இதுவரைக்கும் என்னும் தன்மையே
அவன் படைப்புகளின் விதவித உணர்த்தல்
நிர்மாணங்கள் என் சிறுநீரைக் குடிக்கட்டும்
என்ற புகழ்பெற்ற வாசகம்
அவனால் உருவாக்கப்பட்டது
என்னை வெட்டித்தின்ன வாருங்கள்
விலைபேசாமல் என்பதே அவன் வாழ்வின் செய்தி
உருவிலிகளின் மயானத்தில் என்ற இந்த
ஆயிரம் பக்க படைப்பு உலகில்
அறிமுகமில்லாத ஒரு மொழியமைப்பில்
உருவாகியுள்ளதால் இதுவரை
யாரும் புரிந்துகொள்ளவில்லை.
(அவனை மிகவும் நேசித்த ஒரு மலைக்கிராமத்துச்
சிறுமிக்கு மட்டும் இது புரிந்திருக்கலாம்
என்று அவனுடைய நண்பர்கள் கூறியிருக்கிறார்கள்)
மனதின் உள் அறைகளில் புகைந்து கிடக்கும்
சங்கேதங்களை அடையாளம்
காட்டக்கூடியவை இவையென்றும்
அடுத்த தலைமுறையின் பெண் குழந்தைகளுக்கு
இவை முதலில் புரியத் தொடங்கும்
என்றும் உன்னதமான கலைஞர்கள்
நிச்சயித்திருக்கிறார்கள்.

ஆத்மார்த்தி நான் கண்ட எலும்புக்கூடுகள்
என்ற தன் கவிதையின் அனுபவத்தை விளக்குகிறாள்

ஆவிகளை உடுத்தி நிர்வாணம் மறைத்து
வினோதமாய் சூழலின் சுவாசச் சலனங்கள்
எனது வடிவத்தை மாற்றி மாற்றிச்
சமைத்துத் தந்தன
கருப்புநிற குப்பைத் தொட்டிகள் வீதியோரம்
குனிந்து பார்த்ததில் ஆழம் தெரியாமல்
ஆழ மூலத்தில் என் பிம்பம் விலகி நடந்தேன்
தாகத்தில் எனது தொண்டைக்குள்ளிருந்து
சப்த முட்கள் வெளியே உதிர்ந்தன
தெருவோர குழாயைத் திருகிக்
கையேந்த உருகிய தசைக்குழம்பு
என் கையைச் சுட்டது
வினோதமாய்க் கத்திக் கொண்டு
மூடவும் மறந்து ஓடினேன்
பக்கத்துத் தெருவில் தொழுநோய் பீடித்த
ஒரு சிலை என் உயரத்தில்
அதன் அருகில் நின்று ஆசுவாசித்து
உற்று நோக்கினேன் அதன் ஒற்றைக் கண்ணிலிருந்து
இரண்டு நாக்குகள் வழிந்தன
உடலில் விரிசல் கண்ட இடமெங்கும் வெளிச்சம்
நார் துருத்தி நின்றது
அதன் ஆணுறுப்பை நோக்கினேன்
கரிந்துபோய் புகை உறைந்திருந்தது
இனம் காண எண்ணி அதை ஸ்பர்சித்தேன்
என் பாதத்தின் கீழ் பூமியின் அதிர்வு
வெளிச்சச் சுழலில்
அலைக்கழிந்து மீண்டும் சமைந்தேன்
என் எதிரே அச்சிலை
உயிர் ரூபம் கொண்டு அசைந்தது
என் உடலெங்கும் ஒரு கதிர் நுழைந்து குடைந்து
திசை தவறி ஓடியது
பேச்சுமற்று சமைந்தேன்
அறை நோக்கி மெல்ல நடக்க
பின்னால் மௌனமாக அவ்வுருவம்
முதுகின் தசைகள் சுவாலை படிந்து அணுத்துடிப்பு
எனக்குள் புதிய பெண்மையின் இரைச்சல்

என் இருப்பின் சுழல் மேடை
திணறி இடம்மாற மூச்சு முட்டி ஒரு நிமிடம்
மேல் நோக்கி எழுந்து பறந்து மயக்கமானேன்
கண் விழித்த கணத்தில் நான் என்
அறைக்குள் புதிய ஆடையுடன்
ரத்தக் கறை படிந்த என் பழைய ஆடை ஈரமாக
மூலையில்
ஆணுருவம் மௌனமாக சன்னலோரம்
அதன் கண்களிலிருந்து நீல நிற திரவம்
வழிந்து கொண்டிருந்தது
என்னை நானே தீண்டிக் கொண்டேன்
உடல் சிலிர்ப்பு
பருவமடைந்த புதிய பிண்ட வடிவம் கண்டு
என் விழிக்குள்ளிருந்து புகை வெளிப்பட்டு
என் முன் காட்சியை மறைத்தது
இறுக்கம் பேசவும் பார்க்கவும் ஏதுமற்று
இருவரின் இருப்பும் வெறுமையின்
இரட்டை முனைகளாய் உடைந்தோம்
மங்கிய வெளிச்சத்தில் மேசை எதிரே அமர்ந்து
மௌனமாய் உணர்த்தலின் இழைகளை
அவித்து உண்டோம்
நிசப்த மூச்சு என்னைத் தகிக்க
நான் பேச எண்ணியும்
எத்தனிப்பு கர்வத்தின் படிகத்தில்
முட்டிச் சிதைந்து என் முன் உதிர்ந்தது
ஆணுரு தன் புகைக் குழாயில்
உதிர்ந்த என் இமை ரோமங்களை
எனக்குத் தெரியாமல் திரட்டித் திணித்து
புகைக்க எனக்குள் பேரதிர்வு
படுக்கையில் கவிந்து அழுதேன்
காலமின்மையின் கனத்த படிவுகளில்
நாங்கள் உருமாறினோம்
எத்தனை இடப்பெயர்வுகள் எங்களுக்குள்
இன்னும் பாஷையின் இழைகள் சமைந்தாகவில்லை
ஒருவரை ஒருவர் நேசித்ததின் தடையங்கள்
எங்களில் பதிந்தாலும்
இறுகிப்போன எங்களின் சலனம்
கம்பிக் கதிர்களாய் பிணைந்திருந்தது
இருண்மையின் பாரம் எங்களை அழுத்த

நான் வெளியேறி உலாவ நடந்தேன்
எனக்குப் பின் மௌனமாய் ஆணுரு
அதன் விழியில் இப்பொழுது
வெள்ளை நிற திரவம்
என் அங்கங்களுக்குள்
குடைந்து நுழையும் கிரணங்கள்
நான் விரகம் உணர்ந்தேன்
ஊர் வெளியே மயானத்தில்
ஏதோ எரிந்துகொண்டிருந்தது
அதன் நெடி என்னைத் தாக்க
நான் ஒரு கோடாகி வானம் முட்டி நின்றேன்
மிரண்டுபோன ஆணுரு சுற்றும் முற்றும் பார்த்து
தன் தலையில் கை வைத்து அழுதது
எரிதலிலிருந்து ஒரு நெருப்புக்குச்சி எடுத்து
என் கீழ் முனையில் சுட துடித்துத் துவண்டு
நூலாகிக் குவிந்தேன்
என் பிரக்ஞை ஒற்றை முனையில் திரண்டிருந்தது
என் குவியலை என்னுருவில் சமைத்தால்
மீண்டும் நான் வடிவாவேன் என
என் உள்போதம் முனகியது
ஆணுரு இசகு பிசகாய் என்னை வாறியெடுக்க
நான் சிக்கலானேன்
ஆணுரு அழுதபடி வழிநெடுக என்னைச்
சிக்கலெடுத்து மேலும் மேலும் சிக்கலாக்கித் தவித்து
அறை நுழைந்து புதிது புதிதாய்
சிக்கலெடுத்துச் சிக்கலாக்கி
வடிவு சமைத்துத் திணறியது
அதன் உடலெங்கும் கிறுக்கல்கள்
அறைக்குள் அங்கும் இங்கும்
மெல்ல மிதந்தபடி அலைந்தபடி
எனக்குள் அவிழ்ந்தது ஒரு முடிச்சு
திரண்டது பல முடிச்சு
விரக்தியின் கூர் நுனியில் வடிந்து
தன்னைத்தான் சுவர்களில் மோதி
கபாலத்திலிருந்து நுரைகள் வழிந்தது ஆணுரு
என் இழைகளை அள்ளி எடுத்து
நிதானமிழந்து மயானம் நோக்கிச் செல்ல
இன்னும் எரிந்துகொண்டிருந்த தளத்தைப் பார்த்து
தன்னில்தான் சுழன்றது

என்னை அங்கேயே போட்டுவிட்டு
தானே தனக்குச் சிதை மூட்டிக்கொள்ள
மெல்லப் படர்ந்தது தீ
சின்னச் சின்ன வெடிப்புகளாய்ச் சிதற
திசை உருகும் ஓசையில்
எனக்குள் உயிர்ச் சலனம்
ஒவ்வொரு ஓசைத் தெறிப்பிலும்
என் ஒரு முடிச்சு அவிழ
என் பிரக்ஞைக்கு முன்னே
ஆணுரு உருவமிழந்து கொண்டிருந்தது
எனக்குள் அவலத்தின் கேவல்
நான் அவசர அவசரமாய் முடிச்சுகள் அவிழ்ந்து
நேராகி கதறலுடன் ஆணுருவை
மீட்க நீண்டேன்
முற்றிலும் எரிந்து முடிந்து மீந்தது எலும்புக்கூடு
என் இழைவடிவம் தன் இருமுனைகளால்
அதைத் தீண்டிப் புலம்ப
மெல்ல மெல்லப் படர்ந்து அதன்
உரு முழுதும் மூடினேன்
மிச்சமின்றிச் சுருண்டு இரு முனைகளை
இணைத்த கணத்தில் பேரதிர்வு
அணுப்பிளவின் சக்தி விகாசம்
நான் திரண்டெழுந்தேன் புதிய பெண்ணுருவாய்
தனிமையின் விஷ ஊசி
உடல் முழுக்கக் குத்திக் குடைய
அந்த மயானத்தில் எலும்புக்கூடும் மீறவில்லை
இருப்பின் முரண் தன்மை எனக்குள் கனக்க
நான் எலும்புக்கூடுகளை நேசத்துடன் தேடுகிறேன்

அதீதன் பிரேதாவானதின் வாக்குமூலம்

தாராய் வழியும் இருட் பிசுபிசுப்பில்
ஒட்டிக்கொண்ட நிழலைப் பிய்த்தெடுக்க முடியாமல்
அதன் அடர்த்தியில் மூச்சு முட்டி
கறுப்பில் நனைந்து சொட்டச் சொட்ட
அறை அடைந்தேன்
தப்பித்தலின் ஆசுவாசம் வெளியில்
ஸ்தூலமாய் பொழியும் பயம்
குளிரில் உறைந்து

மதில்களாய்ச் சூழ்ந்த காற்று
மூலையில் கிடந்த இமையை உதறிப் போர்த்தி
உறங்கி கனவுகளின் திடுக்கிடலில்
தியானம் கலைந்தேன்
சில்லிட்ட உடலின் மின்னதிர்வு அடங்கி
உடல் முறுக்கி இன்னும் முலை திரளாத
இருபக்க முதுகுகளுடன் அவளை
மனம் கொணர்ந்து பிரேதா என உச்சரித்து
குரலின் அந்யத்தில் மீண்டும்
திடுக்கிட்டுக் கொண்டேன்
பயத்துடன் எனக்குள் எட்டிப் பார்த்தேன்
உள் குட்டையில் மிதந்த என் முகத்தை
குவிந்து மொய்த்தன அருவருப்புகள்
முதுகில் ஆணி தறித்த வலியுணர்ந்து
அறையை வெளிச்சமாக்கி கண்ணாடியில் நின்றேன்
முதுகில் கனிந்த பால் முலை
பிதுக்கினேன் ரத்தமும் சீழும் பீறிட்டன
கண்ணாடியின் முகத்தில்
வலிதாளாமல் குப்புறப்படுத்து
இருட்டுக்குள் புதைந்தேன்
அரிப்பில் காயத்தைச் சுற்றிச் சொறியச் சொறிய
முடிகள் முளைத்தன கொசகொசவென்று
வலியே லாகிரியாய்த் தகிக்க
தூங்கிப் போனதில் இருள் திரண்டு
பாரமாய் முதுகில் படுத்து காயத்திற்குள்
எதையோ நுழைத்து உடல் முழுக்க கிளைபரப்பி
ஓடும் ஜலப்பெருக்கு
ஜன்னலின் வழியே உள் நுழைந்த
ஒளிக்குதிரைகள் இருள் பரப்பில் குளம்பி பதித்து
ஓட திடுக்கிட்டெழுந்தேன்
முதுகில் ஒட்டியிருந்த ஏதோவொன்று
படபடத்து ஜன்னல் வழியே வெளியேறியது
பயம் தெளிந்த வெளிச்சத்தில்
உள்குட்டை உடைந்த ரத்தச்சேறு
கண்ணாடியில் உறைந்து துர்வீச்சம் அறைக்குள்
காயத்தைத் தடவி சூழ்ந்த கேசச் சுருள்கோதி
நடுவிரல் நுழைத்து கண்ணாடியில்
அதிசயமாய்ப் பார்த்தேன்
பிறகு சந்தேகத்தோடு

மருத்துவ நண்பனிடம் சென்றேன்
குப்புறப் படுக்கச் சொல்லி புணர்ந்து பார்த்துவிட்டு
யோனிதானென்று உறுதிமொழிந்தான்
ஒரு முறை அவளும் வந்து ஜன்னலின் வழியே
எட்டிப் பார்த்து நமுட்டுச் சிரிப்புடன் போனாள்
ரத்தக்கறை படிந்து இருபக்கமும்
ரசம் பூசப்பட்டதானது அந்தப் பழைய கண்ணாடி

பிரேதா சூன்யபோகம் என்ற தன் கோட்பாட்டை விளக்குகிறாள்

"என்னை இரண்டாய்ப் பிளந்து
விரக வெறி தணிக்க
ஒன்றை ஒன்று தாகித்துப் புணர்ந்து கொள்வேன்"
–தொன்ம வாக்கியம்

நமக்கு முன்னே நிற்பது சூன்யம்
ஏடாகிச் சமைந்து இளகிச் சவ்வாகி
ஒட்டும் சூன்யம்
எதிர்ப்படும் பொழுதும் நாம் அந்யமாகிச் சலிக்கிறோம்
தீண்டிக் கொள்ளும் போதமற்று
விலகி மிரண்டு வழிகிறோம்
உறுப்புகளை ஆழக்குழி தோண்டிப் புதைத்து
புழுத்து நெளியும் அவற்றின் அழுகல் பின்னங்களை
ஒவ்வொன்றாய்த் தவணை முறையில்
விழுங்கிக் குமைகின்றோம்
உறுப்புகளைத் தவிர பாதுகாக்க
வேறெதுவுமற்று தனித்ததால்
எங்கும் அதன் கனவுருவங்கள்
நம் உறுப்பும் நமக்கு அந்யமாகி
என்றோ குத்தப்பட்ட முத்திரைகளோடு
நம்முன் விழிக்கின்றன
நம் உறுப்புகளின் விஷக் கூண்டு பூட்டப்பட்டு
சாவி எங்கோ பாதுகாக்கப்படுகிறதென்ற
போதம் நம்மை வக்ரம் கொள்ளச் செய்யும்
என்றாலும் நாம் சூன்யத்துடன் போகம் கொள்கிறோம்
நான் பால்யத்தில் நெருப்புப் பகலில்
அறைவிட்டு நீங்கினேன்

ஊருக்கு வெளியே வழிந்தோடும் வீதிவழி நடந்து
சூர்யக் குச்சிகள் என்னுள் குடைய
நான் வெக்கையின் கோப்பையானேன்
தலைமுடிகள் தணலின் சலனம் கொண்டு அலைந்தன
திசைகள் எங்கும் சுட்டி நிற்கும் என் உட் கூறுகள்
என்னை புள்ளியிலிருந்து விளிம்பு நோக்கி
அழைக்கும் விகாசங்களாயின
என் நாசி புதிய வாடை தேடி அலைந்தது
என் உடலின் நெடி எனக்குச் சலித்துப் போக
முரண் பிண்டத்தின் வாசம்
என் வேட்கையின் அலகில் கேள்வியாய் வழிந்தது
பிரம்மாண்டமான மரங்கள்
ரோமங்களின் கற்றைகளால் வழிந்தன
கனவுகள் சிதிலங்களாகி பட்டை வெடிப்புகளில்
விடைத்து நின்றன
மூச்சலைவின் பேரோசை கானக மெங்கும்
வெம்மை கொண்டு என்னைத் தீண்ட
தாளா விரகம்
என் தேகத்தின் துளைகள் தோறும்
பெருவெளியின் சாரம் வழிந்தது
ஏதேனும் ஒரு ஆண் பிம்பம்
என்னைப் பிழிந்து அருந்திக் கொள்ள வேண்டும் என
உக்கிரம் மூண்டது
இருளின் தடங்களில் அலைந்தேன்
படிகங்களின் உறைவுகளால் ஆன
பெரும் குகையொன்றின் முன்னே
என் நிழல் பிரம்மித்து உறைய
விழியிலிருந்து சப்தம் நார்களாய்
சிக்கிப் பிதுங்கியது
அங்கே ஒரு ஆணுரு
தலைமட்டும் இரும்பால் உடலெங்கும் சதை உருவாய்
அழைத்தேன் அசைவில்லை
நெருங்கித் தீண்டினேன் பார்வையில்லை
உடலில் ஸ்பர்சம் அதிர்வென மூண்டாலும்
ஏதுமற்ற எதிர் கொள்ளல்
என்ன சொல்வதென புரியாமல்
அணைத்து நெருக்கினேன்
எதிர்விளைவுகள் ஏதுமற்று உறைந்துபோன உயிர்ப்பு
அதன் உறுப்பைத் தேடித் தீண்டினேன்

உருமாற்றமற்ற நிச்சலனம் சுவைத்தேன்
வெறுமையின் உப்புச் சுவை
காமத்தின் பதில் கதிர்கள் செத்துப் போயின
எனக்குள் கேவல் உக்கிரம் தகிக்க
அதன் உடலெங்கும் நகங்களால் கீறி
மாம்சம் வடித்தேன்
அழவும் மறந்து புரண்டது பிண்டம்
எனக்குள் மேலும் விகாரம் உள்ளே நுழைந்தேன்
ஓசைகள் உறைந்து போன நாக்கால் நக்கின
ஏடாகி முட்டும் வெளிச்சம்
என் பார்வைப் படலத்தில் உரசிப் பொறிச் சிதறல்
உறைந்துபோன இசைக்கருவிகள்
அந்த அறையின் கதவை மெல்லத் தட்ட
உள்ளிருந்து ஒரு உருவம்
பாதி திறந்த கதவுவழி எட்டிப் பார்த்தது
சரிபாதியாய் வெட்டப்பட்ட ஆணுருவம்
அனைத்தும் பாதிப்பாதி
உள் உறுப்புகள் விகாரமாய் வெளித்தெரிய
பாதிப் புன்னகை
மிரண்டு கதவை மூடினேன்
ஓரமாய் உட்கார்ந்து கொஞ்சம் அழுதேன்
அடுத்த மண்டபம் நோக்கி தவழ்ந்தேன்
விக்ரகங்கள் சிதைந்து போனவை
பெரிய பெரிய அங்கங்கள்
கலவியின் வினோத அபிநயங்கள்
காமத்தின் உறைந்த நிரூபணங்கள்
எனக்குள்ளிருந்து மெல்ல வெளியேறி
என்னையே விழுங்கும் என்வெறி
பாதி திறந்த கதவைத் தள்ளினேன்
உள்ளே வெளிச்சமில்லை நோய் முணகல்
அழைத்தேன் பழக்கமற்ற பாஷை
அதில் சாவின் நெடி
ஒரு துண்டு உருவம் எரிய வெளிச்சம்
அறைக்குள் கட்டிலில் ஒரு ஆணுரு
உடலெல்லாம் பாறையாகி இறுகி
சிரசு மட்டும் தசைச் சமைவு
எனக்குள் மீண்டும் கேவல்
எழுந்து வந்து என்னை வினோதமாக நோக்கி
உதடுகளால் தீண்டியது வெறுமையின் முட்கள்

என் விரக வெம்மை அதனைச் சுட
திடுக்கிட்டு அதிர்ந்தது
அதனை மேலும் உற்று நோக்க
என் ஆடைகள் கழன்று விழுந்தன
முதிராத பெண்ணுருவம்
என் உடலெங்கும் வெளிச்சத்தின் தூசுத்தடங்கள்
பாறை உடல் என்னை அணைக்க
என் உடலெங்கும் சூன்ய நொருங்கல் சுகமின்மை
தசை வேண்டும் தசை வேண்டும் எனக் கதற
மண்டியிட்டு தன் முகத்தை
என் காலிடுக்கில் புதைக்க சிறு சிலிர்ப்பு
என்றாலும் அதற்குமேல் ஏதுமற்ற வெறுமை
நான் கதறி அழுதேன் அதன் விழியிலிருந்து
துண்டு துண்டாய்ப் பாறைச் சிதறல்
மௌனமாய் சென்ற அது மீண்டும் படுக்க
நான் ஆடை மீட்டு வெளியேறினேன்
எல்லையற்ற சூன்யம் என்மேல் கவிழ்ந்து திணறியது
இன்னும் சிறிது தூரம் நடந்து
வேறொரு அறை அடைந்தேன்
உள்ளிருந்து வினோத ஓசை
கதவு திறந்து உள் நுழைய ஏதுமற்று ஒரு நிமிடம்
உடைந்து சிதறி மீண்டும் சமைந்தேன்
என் எதிரே மனித முகம்
பாம்பு உடல் கொண்ட ஒரு ஆணுருவம்
ஏதும் உணரும்முன் என்னைப் பிணைத்துச் சுற்றி
கசக்கித் தகித்தது
எனக்குள் சாவின் உக்ரம் கதறினேன் விட்டுவிடச் சொல்லி
என்னைப் புணரும் வெறியில்
என் உடலெங்கும் அதன் விஷநாக்கு
சூடாய் தீண்டிக் குடைந்தது கதறினேன்
என் உள்ளிருந்த முரண்கள் புதிதாய் வெளியேற
என் மார்பில் திரண்டன புதிய தசைக் கோளங்கள்
என் உறுப்பிலிருந்து சிதறியது ரத்தம்
மாம்ச உருகல் அவ்வுருவின் முகத்தில் வடிய
வலிகொண்டு கதறியபடி என்னிலிருந்து விலகி
மூலையில் சுருண்டது
வெளியேறினேன் நான் புதிதாய்
வசீகரத்தின் சலனம் தீரா விரகம்
புது முகங்களாய் முளைத்தது

எனக்குள் நான் மோகித்து நடந்தேன்
இனிவரும் உருவங்களின் குரூரம்
யூகமாய்க் குடைய
தயங்கி ஒரு படிகத்தின் மீது அமர்ந்தேன்
பல இரவுகள் இன்னும் இன்னும்
தாகிக்கும் என் விரகம்
என்னை என் நிழலே தின்னத் தொடங்க
மீண்டும் புதிய அறைதேடி
நிறங்கள் குழம்பி எங்கும் சிதறிய
பொம்மை உருவங்களுடன் புதிய அறை
திறந்து நுழைய புதிய உரு
உடலெங்கும் முடிவளர்ந்து
அதன் உதடுகளில் சப்த முணகல்
விழியில் கண்ணீர்
என்னைப் பார்த்த கணத்தில்
எழுந்து என் பாதங்களில் விழுந்து வணங்கி
ஒரு படிகத்தின் மீது அமர்த்தி வேதகோஷம்
தன் கபாலத்திற்குள்ளிருந்து
துண்டு துண்டுக் கனவுகளை எடுத்து
என்மீது அர்ச்சித்து ஆராதனம்
சூழலில் மந்தர இசை
காலமின்மை உறைந்து என் பிரக்ஞை சலித்தது
விழிமூடி முணகும் இருள் வேளையில்
என் முலை பிழிந்து வடித்த விஷச் சொட்டை
அதன் சிரசில் தெளிக்க
உருமாறி உயிர்ப்பற்று
சுருங்கி மூலையில் படிந்து போனது
புனிதத்துவத்தின் வலைகளைக்
கிழித்துக் கொண்டு வெளியேறினேன்
என்னுள் தணல் கோளம் கதிர்களாய் விகசிக்க
தாளாத உயிர்வாதை
புதிய ஒரு அறை திறந்து உள் நோக்க
ஓவியங்களுக்கிடையே இளம் ஆணுரு
என்னை நோக்கவே இல்லை
கோடுகளில் தன்னை வழித்தான்
மெல்ல தீ மூட்டிவிட்டு வெளியேற்றம்
புதிய புதிய அறைகள் அனைத்தும் முரண் இறுகல்
எளிதின் நிரூபணம் ஏதுமில்லை
கடைசி அறைக்குள் இழையும் முனகல்கள்

என்னைத் தீண்ட உள் நுழைந்தேன்
இருள் வெளியில் நிர்வாணமாய்
ஒரு ஆண் கூட்டம் வெறிவழியச் சிரித்து
என்னை நோக்கின
வெளித் திரும்ப எத்தனித்தேன் கதவு இறுகியது
ஒவ்வொன்றும் என்னை நெருக்கிப் பிணைக்க
விகார முத்தங்கள்
என் தடைகள் இழையாகி தூசாகி
வெளி அலைய என் நிர்வாணத்தின் மீது
நெருப்பின் ஊசிகள்
அனைத்தும் ஒரே சமயத்தில் என்னைப் புணரத் துடிக்க
ஏதும் எனதுள் நுழையும் சாத்தியமற்று
ஒன்றை ஒன்றுக் கடித்துக் குதறி
என்னையும் கீறிக் கிழித்தன
இரைச்சலுடன் கதறலுடன்
செத்தன கணங்கள்
ஏதும் என்னைப் புணர்தல் இன்றி
ஒன்றுள் ஒன்று நசுங்கி வழிந்து
உருவிழக்க உள்ளே சிக்கி
மூச்சுத் திணறிய நான்
அவற்றின் சதைக் குவியலிலிருந்து
வெளியேறித் தவித்து உடைதேடி ஏமாந்து
அம்மணமாக வெளிவந்தேன்
சிறிய ஒரு வாசல் வழி வெளி வழிய
என்னில் மோதும் பிரகாச வெளி
சூன்யம் காட்சியின்மை
என் நிழல் பிரம்மாண்டமாய்
ரூபம் கொண்டு என் முன் சலனிக்க
எனக்குள் பெண்மையின் பேரதிர்வு
சூன்யத்தின் ஒவ்வொரு அணுவிலும் தசைத்துடிப்பு
பிரகாசத்தின் ஒவ்வொரு கதிர்களும்
வசீகரிக்கும் லிங்கமாய் என்னுள் நுழைய
வெளி வெளியெங்கும் அதிரும் சிலிர்ப்பு
உயிர் முனகல்
பிரபஞ்சமே என் விரகத்தின் ஜலப்பரப்பாய்
சலனம் கொள்ள விடுபட்டேன்
சூன்யத்தின்முன் என்போகம்
எல்லையின்மையில் என் விரகம்.

அதீதனின் நான் தொலைந்துபோன பருவங்கள் என்ற நினைவுக் குறிப்பை வாசிக்கும் அரூபதர்சினி

தனியனாய் நின்றேன் காற்றைத் தவிர
வேறெதையும் தீண்டாமல்
பார்வையில் எப்பொழுதும் இழைகளின் அதிர்வு
ஒற்றை முனைகளுடன் பின்னங்கள் ஒவ்வொன்றும்
விலகலின் எத்தனிப்பு
முத்தங்கள் பற்றிக் கனவு கண்டேன்
குற்றங்களின் பட்டியலில் அது இருக்கக் கண்டேன்
ஏக்கத்தின் குடுவைக்குள் கொளுத்தி நின்றேன்
நேராய் எவரையும் தீண்டுதல்
ஆதியின் பாவம் என உறுத்த
மறைந்து துவாரங்கள் வழி பார்த்து நின்றேன்
மறைவுகளில் முத்தங்களும் சொற்களும்
விற்கப்படுகின்றன என அறிந்து
முத்திரைகளைத் தேடிக் கவர்ந்து வந்தேன்
புகைபோக்கி வழியே நுழைந்து பதுக்கி வைக்கப்பட்ட
முத்திரைகளில் சிலவற்றை எனது ஆடைக்குள்
பொத்தி வைத்துக் கொண்டேன்
என் உறுப்புக்கும் உதட்டுக்கும்
முத்திரைகளே அங்கீகாரம் ஆகும் என
நிரூபணம் கொண்டு குறுக்குச் சந்துகளில்
முத்திரைகளுடன் சென்றேன்
முத்திரைகள் தொலைத்தன
முத்தங்கள் என் கிழிச்சலின் வழி சிந்தின
நாசி நுனியில் என் எதிர்ப் பிரதியின்
மறைக்கப்பட்ட உறுப்புகள் உரசி உரசிக் காயமாக
குளியலறையின் பிளவுகளில் வழிந்தேன்
நிர்மாணங்களின் குரூர விழிகள்
என் எலும்பைக் குடைய
எனக்கான சவப்பெட்டி என்னைப் பிளக்க
தப்பி ஓடினேன்
ஒரு பாழ்மண்டபத்தில் சப்தங்கள்
லாகிரியின் அதிர்வுகள் நிர்வாணிகளின் சலனம்
விடுபடலின் நிரூபணம் ரகசியத் திரளின் முரண் இருப்பு
மறைந்து நோக்கிய என்னைச் சோதித்தனர்
என் ஆண்குறியின் நீளத்தை அளந்து பார்த்து
குறித்துக் கொண்டனர்

நிர்வாணிகளின் தேசத்தில் நானும் சூன்யம் உடுத்து
இடம் பெற்றேன் ஆண் குறியின்
முத்திரை பதித்த அட்டைகள் அடையாளங்களாயின
கரிப்புச் சுவை போகத்தின்
அடையாளமென ஏற்கப்பட்டது
ஒற்றை உருவை புணர எத்தனை உருக்கள்
உடல் முழுக்க புணர்ச்சி எல்லையற்ற விரக வெறி
மறைக்கப்பட்ட பகுதிகளை நோக்கி எங்கள் நிழல்கள்
போர்வைக்குள்ளிருந்து உடல்களைக் கடத்திவந்து
துண்டுபோட்டு உண்டோம்
பெண்மை ஆண்மை என
என் பழைய சூழலின் பிரதிமைகள்
எங்களின் விருந்தில் உணவாயினர்
எங்கள் ரகசிய அறைகளில் எலும்புகளின் குவியல்
கபாலங்கள் மதுக் கோப்பைகளாகி
சாரம் தளும்பும்
மாளிகைகளில் உறங்கும் மனிதர்களின்
ஆண் குறிகளை முலைகளை
அறுத்தெடுத்து வருதல் எங்கள் குழுவின்
பால்ய பிம்பங்களின் பயிற்சிக் காலம்
இயல்பின் வெளி முழுக எங்களின் ஏக விகாசம்
தளமின்மையில் பரிமாண சூன்யத்தின்
மகோன்னத லாகிரியின் தாளங்கள்
சொற்கள் செத்த மயானம்
அர்த்தங்களின் அரூப கலவி
எங்கும் நான்களின் எரிச்சுடர்
நானும் தொலைந்து போனேன்
ஒரு நாள் தனியாய் ஒரு பெண்ணுருவின்
குறியைத் தீண்டி நான் உனக்கு மட்டும் எனக்கூற
வினோதமாய் என்னைப் பார்வை தாக்கி
புன்னகைத்தாள் மறைவில் எங்களின்
கலவி கணங்கள் இயக்கம் நினைவிலியின் பேதமாக
மிரண்டு போனேன்
முடிவின் முனை அறியா வெறிச் சலனம்
நானே மெல்ல மெல்ல உள்ளீடு அற்று
அவளுக்குள் ஸ்கலிதமாக நிறுத்தல் நிகழா பேரியக்கம்
அவளோ மௌனமாக சுகவலியில் முனகல் கொண்டு
புதிதாக உருமாறி நிறம் கொண்டாள்
நானிலிருந்து அழியும் எனதுருவம்

என்னில் நான் கதறினேன் என்றாலும் இயக்கம்
எனதழிவு பேரியக்கம்
வெளி என் வழியே உருகி அவளுக்குள்
வலி வலி குரூர வலி
என் கபாலம் உள் சுருங்கி மறைய
அங்கங்கள் காற்றற்ற சவ்வுப் பைகளாக
விரூபித்து அவளுக்குள் ஒடுங்க
தொலைந்து போனேன்
அவளுக்குள்ளும் என் இயக்கம்
கருவாகி பிண்டமாகி ஓயா அதிர்வு
புதிதாய் ஒரு பிறப்பு ஊடுருவல்களில்
நான் பிதுங்கித் தனியனாக வேண்டும்
அவளுக்குள் இன்னும் கலவியின் போதை
காலமின்மையில் எங்கும் சப்த விகாசம்
நான் புதிதாகி உள்திரும்பி வெளிவழிந்து
ஒரு நாள் அவள் வீறிடல்
தொடையிடுக்கின் வழியெழுந்து வெளி விழுந்தேன்
உருவமின்மை அவள் வெறுப்புடன் எனை நோக்கி
இடம்பெயர்ந்தாள் தரையில் என் உருமீளல்
மெல்லத் திரண்டு உருவாகி வடிவமைய
சுற்றிலும் பார்த்துக் கொண்டேன் சூன்ய நெடி
காற்றில் கசப்பு இடம் பெயர்ந்தேன்
குறுக்குச் சந்துகளின் வழி நடந்து
இன்னொரு முறை தொலைந்து போனேன்
என் மூளைப்பரப்புப் பள்ளங்களின்
இடைவழிகளில் சிக்கித் திணறி
இடம் பெயரும் மனோரூபங்கள்
எனதில் எல்லையில்லா பிம்ப பின்னங்களில்
இன்னொருமுறை தொலைந்து போனேன்.

பிரேதா தான் கண்டெடுத்த ஆராய்ச்சிக் குறிப்பு பற்றிக் கூறுகிறாள்

என் முதல் காதல் தோல்வி நாட்கள்
எண்பத்து மூன்று காதல் கடிதங்கள்
என்னால் எரிக்கப்பட்டன
விரக்தியின் சிம்புகளில் நான் தொத்திக் கிடந்தேன்
என் அறைவிட்டு வேறு ஒரு வினோதமான
பாழ் நகருக்குச் சென்று அடைந்து கிடந்தேன்

படிகங்களால் ஆன கட்டிடங்களில்
உயிர்ப்பின் சலனமில்லை அனாதை ஆவியாக
அலைவதில் ஒரு சுகம் கொண்டு
எண்ணமறந்த இடங்களில் அமர்ந்தும்
படுத்தும் அலைந்தேன்
பழைய ரொட்டித் துண்டுகள் இதமாக இருந்தன
ஓர்மையின் எல்லையின்மை தன் விளிம்பு தேடி
விகசித்து எங்கும் இடமற்று அலையும்
என் நிழல் வேறிடங்களில் தன் புள்ளிகள் தொலைத்து
என்னையே மீண்டும் அடைந்தேன்
ஒரு செத்துப்போன விடியலில்
என் தனிமையின் திரி பற்றியெரியவென
புதிய ஒரு ஆணுரு குறுக்குச் சந்தின்
முனையில் வினோதமாக உற்று நோக்கியது
பின் மறைந்து நான் எனக்குள் இருந்தேன்
மீண்டும் வேறிடம்
ஒரு கழிப்பறைக்குள் தியானத்தில் அமர்ந்தேன்
புதிய ஆணுரு வினோதமாக நோக்கி மறைந்தது
நாற்சந்தியில் ஆடைகள் அகற்றி காயவைத்து விட்டு
மாலை நேரம் படுத்துக் கிடந்தேன்
வேறொரு ஆணுரு வினோதமாக
நோக்கி மறைந்தது எனக்குள்
வெறுப்பின் பருந்து நிழல் இங்கும்
உருவுகளின் சலனம்
இரவு ஒரு குப்பைத் தொட்டிக்குள்
சுருண்டு கிடந்தேன் புதிய ஆணுரு
என்னைத் தொட்டு எழுப்பி வினோதமாக
நோக்கிவிட்டு மறைந்தது
இப்படியாக இப்படியாக இடைவெளியின்
சலனத்தில் வெவ்வேறு புதிய ஆணுருக்கள்
வினோதமாக நோக்கி மறைய
எரிச்சலுடன் ஒரு கல்லறைக் காட்டில்
படுத்துக் கிடந்தேன் ஒரு புதிய சப்தம்
இசை இழை என் செவிக்குள் நுழைந்து
மூளைக்குள் வலையானது மெல்ல மெல்ல
நான் சப்த இழையின் வலைக்குள்
சிக்கித்திணற திடுக்கிட்டேன்
இது யாரோ செய்யும் சதியென
கை கால் உதறித் தவித்தேன் மேலும் மேலும்

சப்தவலை சுருண்டு பிணைக்க
என்னைச் சுற்றி ஆணுருக்கள்
பயத்தில் அழுதேன் ஆணுருக்கள் கூறின
நாம் பார்த்த அத்தனை பெண்ணுருவும்
ஒன்றாகிச் சமைந்தது விபரீதம்தானென
என்னைச் சுமந்து தம் இருட் கூடம் சென்றன
என் ஆடைகள் நீக்கி சோதனை மேசை மீது
கை கால் பிணைத்து சுற்றி அமர்ந்தன
ஒரு ஆணுரு எழுந்து நின்று கூறியது
எலும்புக் கூடுகள் பற்றிய ஆராய்ச்சி
இன்று நிறைவேறும்
விபரீதங்களின் சமைவாகிய
இந்தப் பெண்ணுரு மூலத்தின் உள் சிக்கலை
நமக்கு விளக்கும்
பாழ் நகரின் புதிய சலனிகளின்
உள் கட்டுமானம் பற்றி நாம் அறிந்து கொள்வோம்
சிதறிய வெளிச்சக் கத்திகளை
எனை நோக்கி நுழைக்க
ஒதுங்கி நின்ற ஒற்றை ஆணுரு முனகியது
கண்ணில் நீருடன்
அனைத்து ஆணுருவும் திடுக்கிட்டு
வெட்கையுடன் அதை நோக்கி
என்னை விட்டு விட்டு அதைப் பிடித்து
பக்கத்து மேசையில் பிணைத்து
தீக்கம்பிகளை அதன் உடலின் தளமெங்கும் செருக
சித்ரவதை நான் மனோசிதைவில் தவித்தேன்
என் மார்புக் காம்புகளில் ரத்தம் கசிந்து
படர்ந்தது பக்கத்து ஆணுரு
மெல்ல ஆவியாகி விதானத்தில் படிந்துபோக
நான் துடிப்பில் சுருங்கி நட்சத்திர மீனானேன்
சுற்றி நின்ற ஆணுருக்கள் சலித்துக் கொண்டன
என்னை மீண்டும் பெண்ணாக்கும் மார்க்கம் தேடி
பெரிய ஏடுகள் புரட்டி ஆராய்ந்தன
ஏதோ வழி கண்டு நட்சத்திர வடிவான என்னை
மையமாக வைத்து அனைத்தும்
மைதூனஸ்கலிதம் நிகழ்த்த
இந்த்ரத்தால் நிறைந்து திணறி
விடுபட்ட நிமிடத்தில் பெண்ணானேன்
திருப்தியுடன் மீண்டும் பிணைத்து

வெளிச்சக் கத்திகளைக் கொண்டு
கிழித்து குறிப்புகள் எடுத்தன
அங்கங்கள் தனித்தனியாகச் சிதைந்திருக்க
அனைத்தும் ஓய்வின் பாரத்தோடு வீழ்ந்தன
போதையின் ஈரம் அறை முழுக்க
பிரக்ஞை எனக்குள் குவியவில்லை
சின்ன விசும்பல் விதானத்தில் ஏதோ புகையசைவு
அழிந்து போன ஆணுருவின் சலனம்
புகை ரூபம் என்னை நோக்கி
சலனித்து இணைய மீண்டும் வடிவானேன்
உயிர் கொண்டு எழுந்தேன்

மேசைக்குப் பக்கத்தில்
குறிப்புச் சுவடி எலும்புக் கூடுகளைப் பற்றி
சில ஆராய்ச்சிக் குறிப்புகள்
கையில் எடுத்து ஓசையின்றி வெளிவந்து
சாவித் துவாரமற்ற பூட்டொன்றை
மூலையிலிருந்து கண்டெடுத்து அறையைப் பூட்டினேன்
இனி அவை வெளியேற முடியாது
என் கபாலமென இருகிய நினைவுகளுடன்
குறிப்பேட்டுடன் என் மனநோய் விடுதியையும்
அந்தப் பாழ் நகரையும்
ஒன்றாக விட்டு வெளியேறினேன்

மூலக் குறிப்பு

கோடுகளாகவும் பின்னங்களாகவும்
உள்ளே மறைந்திருக்கும் இவை எலும்புகள்
இணைப்புகள் விநோதங்களாகி
இயங்கும் தனம் கொண்டவை
முழுமையின் எச்சங்களாக திடரூபங்கள்
உருவிலிகளின் பகைத் துருவம்

இடை நிகழ்வு

பிரேதா குறிப்பேட்டைப் படிக்கத் தொடங்கும்போது அறைக்கதவு தட்டப்பட்டது அவசரமாக வந்த தோழியொருத்தி அவர்கள் கைது செய்யப்படலாம் என்ற செய்தியைக் கூற ஒருவரையொருவர் பார்த்துக் கைப்புடன் சிரித்தபடி முத்தங்களைப் பரிமாறிக் கொண்டு மீண்டும் தலைமறைவாக ஆயத்தப்பட்டனர்.

பேருருவம்

சூழல் இறுகிக் கபாலமானது
இருண்மை இழைகளாகி நாற்காடாய்
மண்டியது உள் சலனம் மனோவிகாசமாய்
அதிர்ந்து சுழல கபாலம் மெல்லச் சூடு கண்டு
கனவு வெடித்து விழித்தது
○

ஆக்கம் : 24.5.1986

கிரணம் 2 (ஜனவரி– மார்ச் 1988)

கபாலங்களைப்பற்றி சில வதந்திகளும் திறக்கப்படாத அறைகளும்

பகுதி : ஒன்று

ஆதி நிகழ்வு

1. ஆத்மார்த்தியின் முதல் கவிதை

வெளி பிளந்து இருள் சாயலில் எழும் ஒளித் திசுக்கள்
என்னில் நிறைந்ததென்னும் சலனம்
சூழலின் அதிர்வுச் சிக்கல்
என் விழிப்படலத் திரை ஸ்பர்சித்து
நிலைமாறிச் சமையும் ரூபநிழல்
அதீதத்தின் புறத்தளத்தில் பட்டு
உள் திரும்பி ஏகத்தில் குவிந்து
விகசிக்கும் அழைப்பின் ஒளித்திரளாய்
என் இருப்பு உணர்ந்தேன்
திசைகளின் குகைவெளிக்குள்
சூட்சமங்கள் முணுமுணுத்து
சூன்ய ஊடகத்தில் இடம் பெயர்ந்து
உறைந்து வழியும் உணர்த்தல்கள்
அகத்தின் உட்கருவில் பிம்பத்துகள்களாய் விகசித்து
கணங்களின் பேரொளியாய்
சமைந்து சாந்தி கொள்ளும் பிரகாச உயிரணுக்கள்
மாயையின் புயல் சுழலில்
சப்தித்து விகாரமுற்று அலையும்
பிரக்ஞையின் சாயைகள்
நிசப்தத்தின் ஜுவாலைப் பெருக்கில்
உள்ளுணர்வின் நுண்ணிழைகள் தகித்து ஓசையெழ
நான் பிளவுற்று சிதைந்து மீண்டும் சமைகிறேன்
மௌனத்தின் தசை உருவாய் பிரதி கொண்டு
வடிவமுறும் என் கூவல்கள்
என்னில் படிந்து கனக்கின்றன
உயிரின் விசும்பல்கள்
உதிரக் கதிர்வீச்சாய் துளைத்து எழ
வெறுமை வெளியின் தளத்தில் என் சிதறல் விடுத்து

திரும்பி இடம் பெயர்கின்றேன்
என் பின்னங்களில் முற்கணங்களின்
உதடுகள் அதிர
முழுமையுறா என் அழைப்புகள்
கருச்சிதைந்து வழிகின்றன
என் சுவாசத்தின் சூன்ய இழைகள்
பிணைப்புற்று வினோதங்களாய் எழுந்து
திசைகள் நோக்கிச் செல்ல
ஏதுமின்மையின் பாறைத்தடமென என் சலனம்
என் யூகங்களின் கண்ணாடித் திரையெங்கும்
தசையற்ற என் உள் வடிவங்கள் தோன்றி மறைய
உருவிலிகளின் நெரிசலில் தொலைந்து
தம்மைத் தேடி அலையலுற்ற சொற்கள்
உயிர் நழுவ உடல் மீட்டு
மனதின் மயானத் தளத்தில் புலம்பித் துவள்கின்றன
பெயரின்மையின் திடரூபம் என்னில் விழ
போதத்தின் பாதாள நீர்ச் சலனம்
பிம்பங்கள் சிதைத்து உள்குவிந்து
ஆழங்களில் பின்னலுற்றுத் திரள்கின்றது
என் ஸ்தூலங்களின் படலமெங்கும்
முளைக்கும் நாவுகள்
கணங்களின் உள் செவி தீண்டித்
துளிர்க்கும் அர்த்தங்களைப் புலம்பி மறைகின்றன
எங்கும் இருள் தனது கனம் அழுந்தக் குழைந்து
தன்மேல் வழிந்து ஆவியுற்றுப் படிகின்றது
மரணமெனத் தகிக்கும் என் ஏகத்தின்
உறைந்த விழிக்குள்ளிருந்து விடுபடத் தவித்து
உள்நோக்கிப் புதைந்து கொண்டிருக்கும்
ஒற்றை பிம்பத்தின் சலனம்
என் அணுக்கள் தோறும் பதிந்து
முரண் பிம்பங்களாய் உயிர்த்தெழுகின்றன
உயிர்ப்பின் அகால வெளியெங்கும்
என் பிரக்ஞையின் சுடர் அசைவில்
உருவிழந்து சூன்யத்தில் படிந்து
இருள்கின்றது என் இருப்பு
நிசப்தத்தின் பெரு வெளிக்குள்ளிருந்து
என் கண்ணீரின் துளிர்த்தல் ஓசை பிறந்து
வெளியேறி அதீதத்தின் உணர்த்தலென
வியாபித்து உயிர்க்கிறது
எங்கும் என் உயிரின் சாயல்கள்

2. அதீதனின் கடைசி கவிதை

ஓசையின் சிறு நுனியில் என் மௌனம்
கதிராகிக் கசிந்து
மின் தடத்தின் இமைப்பதிவில்
காட்சியாகிப் படிந்தது உள் வெம்மை
சூழலின் வெறுமைக்குள் குடைந்து
உயிர் நுழைத்துத் திணறியது வெளிப்பாடு
ஏகத்தின் உள்சுருளில் புகைந்து முனகியது
உயிரின் அந்தக ரகஸ்யம்
சூன்யம் சமைந்ததென ஒளிர்ந்து
அலைவுற்ற என் இருப்பு
தசைவெளியின் நிசப்தத் தளமெங்கும்
நிழல் படிவின் இருண்மைச் சலனம்
அகாலத்தின் உணர்வுக் குழிக்குள்ளிருந்து
என் அழைப்பு அரூபத்தின் சுவாச இழையாகி
வியாபித்து மறைய
புள்ளிக்குள் ஒடுங்கி ஜடத்துவத்தின்
உறக்கமென இறுகியது
என் உயிர்ப்பின் இமைப்பாறை
திசைகள் உள்சுருங்கி சிறைப்பட்ட
என் சுவாசக் கிணற்றுக்குள்
நீச்சலறியாமல் விழுந்து துடித்தது
என் தாபம் ஜல வளைய பெருவிளிம்பாய்
அதீதத்தின் பிம்பம் தீண்ட விகசித்தது
என் காமத்தின் மாய நாவுகள்
வெற்று ஓலமென வெளிப்பட்டுத்
தெறித்துச் சிதறிய என் விரக முத்தங்கள்
தசையின் புதை குழிக்குள்
பின்னமுற்றுச் சிதைந்தன என் தேடல்கள்
என்னில் நசுங்கி வெளியின் விளிம்பில்
வலியாய் வழிந்து சிதறினேன்
உள் சுழலில் இழை பிரிந்த
சுய பிம்பக் கதறல்கள்
கண்ணாடிப் புகையாகி கிளைத்துச் சப்தித்தன
ஊடக மண்டலமெங்கும் எனது வெளிப்பாடுகள்
சூன்யத்தின் முகத்தில் வழிய
என் பிரதிகள் உருகி நிழல் துளிகளாய்ப் படிந்தன
எனது எதிர்ப் பிரதிகளின் மறுப்பு விளிம்புகளில்

கிழிந்து துடித்த என் பார்வை
உதடுகளிலிருந்து பிரம்மாண்ட நிழல் உருக்கள்
வெளிப்பட்டு எனது கூடமெங்கும் பதுங்கின
பிளவுத் தசைகளின் தூரத்துப் பொறிதீண்டி
பஷ்பித்துக் கரிந்தது என் நுண்மையின் பரப்பு
அணுப் பிளவுகளில் தேடித் தவித்து
உறைந்து குவிந்தன ஜீவ கதிர்த்துகள்கள்
எனது கேவல்களின் ஒளி ஒழுக்கில்
விழித்திரைகள் நீர்த்து வெளிர்ந்தன
இருளின் காட்சிக் கூடங்கள்
எனது உறைந்த அறைக்குள்
கதறி வழிந்த சுயஸ்கலித ஒளித்திரள்கள்
வெளியெல்லாம் ரத்தம் ஆவியாக்கிப் புதைகின்றன
சர்ப்பச் சுருணைகளாய் துளைதோறும் பிதுங்கும்
காமத்தின் உயிரிழைகள்
இருள் புரமெங்கும் மூச்சொலிக்க
மேய்ந்து தவிக்கின்றன
என்னை உரித்து உடுத்திக் கொண்ட உள் நிழல்கள்
நிலவறைகளுக்குள் ஒன்றின் உறுப்பை
ஒன்று சுவைத்து உள்ளீடழிந்து மறைகின்றன
பிளவுகளூற்ற என் குறியின் பரப்பிலிருந்து
வெளியேறிய ஆவி ரூபங்கள்
முகமற்ற கபாலங்களுக்குள் புகுந்து
மெல்லிய சலனத்தில் தம் உறுப்புகளைச்
சிதைத்துப் படிகின்றன
எனது கண்ணாடி வெளிக்குள்ளிருந்து
விடுபட்ட பிம்பங்கள் என்னைச் சூழ்ந்து
உடல் கிழித்து உள்ளீட்டைச் சோதனையிடுகின்றன
எனது அறையின் தளத்திலிருந்து
பிணங்களாய் வழியும் சொற்கள் கண்டு
மிரண்டு வெளியோடி ஒடுங்க
திறக்கப்படாத கதவுகள் தட்டி
பின்னமுறுகின்றன அர்த்தங்கள்

3. ஆத்மார்த்தி அதீதனிடம் சொன்னது

எனது மயக்கம் சிதைந்ததென
வாயுவின் படலத் திரைகள் கலங்கின
தெளிவுற்ற போதத்தின் பார்வைத் தடங்களில்

முரண்டு இடறின எனது இரட்டை உருவுகள்
நானின் பிளவுற்ற சமைவுகள்
எது எனது மூல நான் என்பதென
பித்துற்றுத் தகித்தது பிரக்ஞை
ஒன்றுள் ஒன்று கீறலுற்று
நிணவாடை தீண்ட சுயம்தேடி முயங்கின
பார்வையின் ஆழங்களுக்குள்
பிம்பங்கள் தொலைத்து
தம்மைத் தாம் மீட்க அதிர்ந்தன
ஒன்றின் நுழைவில் ஒன்று சிக்கி
வெளியேறத் துடித்தன
புறத்தள மெங்கும் ரணம்பட்டு ஓய்ந்தவை
அறையின் இரு மூலைகளில் சுருண்டு படிந்தன
முற்கண இருண்மைக்குள் ஏகமாய்ப் பிணைந்தவை
விழிப்பில் இரண்டான நினைவின் பாரம் பிளக்க
மௌனமாய் ஒன்றை ஒன்று பார்வை கொண்டன
முகத்தின் வெறி நிழல்
எது நான் எனத் திசைதொறும் மோதி உள் வீழ்ந்தது
கேள்வியின் கோளம் நெற்றிப் பரப்பில்
நகத்தால் கீறி வடிந்தது உள் திரவம்
பற்களின் உராய்வில் பொறியெழுந்து
காற்று கரித்தது
எனது சிரசின் இழைகள் நிமிர்ந்து
தனித்தனி உயிரிகளாய் சலனமுற்றன
விரல்கள் வளர்ந்து
வினோத ஜீவன்களாய் நெளிதலுற்றன
ஒவ்வொரு அங்கமும் இயல்பு பிரிந்து இயங்க
எனது உடல்வெளி முழுக்க
பரிச்சயமற்ற உருவுகளின் குரூர நெளிவு
தசைப் பரப்பின் இளகிய அலைவுகள்
நிழல் உரித்து விரிந்தன
விழிகளின் தனித்தனி பார்வைக் குவிவுகள்
ஒன்றன் தளத்தில் ஒன்று உரச
விதத்து இளகின
அரூபமுற்று ஊடகமிழந்த தரிசனங்கள்
என்னிலிருந்து பாகுப் புகையாகி
நுண்மை தோறும் விழித்தன
எனது பிளவுற்ற உருவுகள்
தமது வினோத சலனத்தில் மிரண்டன

அறை முழுக்கப் புரண்டு தவித்து
நொறுங்கியது கேவல்
விரிசலுற்ற கண்ணாடியிலிருந்து
சூன்யம் வெளியேறி எங்கும் நிறைந்தது
மூலபோதம் சுயமற்ற உருவிலிப் புள்ளியாகி
சலனித்த திட உருவில்
எது நிஜம் எனத் தேடிக் குடைந்து
மாயை உறுத்த மிரண்டு விலகி
பின்னமுற்று அலைந்தது
இருட்டின் ஓட்டுக்கு வெளியே
நிசப்தம் படிந்து கனக்க
யூகத்தின் அதிர்வுகள் மின்னல் வலைகளாய்
வெளி முழுக்கவிரிந்து சிதறின
சுயமிழத்தலின் மூர்க்கக் கூவல்கள்
கதிர்ப் பாறைகளாய் மோதி மறைந்தன
எனது இருமையின் உருவுகள்
தம்முள் ஒடுங்க
உறைந்தன உணர்த்தல்கள்
சவச் சுவடுகளாய் கனத்த
உருவுகளின் சுவாசம் தணல் கசிய இழைந்தது
இனி இயங்க ஏதுமில்லை
எந்தப் புள்ளி என்
பிரக்ஞையின் ஸ்தூலம் என்பதென
கேவி வழிந்தது மௌனம்
இரண்டாய் பிளந்த மரணம்
ஒன்றை ஒன்றுத் தழுவ மறுத்து
முரண்கொண்டு சமைதல் எதன் விளைவு
எனது உச்சரிப்பில் அர்த்தம் தனியாய்
சொல் தனியாய் வழிதல் என்பது
உயிர்த்தலின் அவலம்
சூன்யமும் என் உணரலின்
விரல் நுனி கிழித்து நழுவியது
என் கூடத்தின் இருள்
இரட்டை பாரத்தில் உறைய
என் பழைய ஓவிய ரூபம் ஒன்று
உருகி ஒளியாய் வழிந்து
பிரிகையுற்ற நிறங்கள் கதிர்களாய் எழுந்து
வெளிநோக்கி வியாபித்தது
உனது கவிதையின் பிரதி ஒன்றிலிருந்து

அரூப முணுமுணுப்பு
உடைந்து கிடந்த சொற்கள் விரிய
வெளிப்பட்ட ஆவிரூபங்கள்
உன் கபால வெளியின் விவிதாம்ச பிம்பங்கள்
பிரதி வெறுமையுற்று மிதந்து எழுந்து
பிரம்மாண்ட இமையாகி
தளத்தின் பிளவு வழி வெளியேறி மறைந்தது
உன் உள் உலக பிம்பங்கள்
விநோதமாய் இடம் பெயர்ந்து
என் அறையின் உறைந்த நிழல்களைத்
தீண்டித் தகித்தன
சலனமற்ற என் பதிலீடுகளின்
பாறை உதடுகள் கீற
மேலும் பிளவுற்று விலகின சில பிம்பங்கள்
என் இருள் குழிக்குள் சொற்களின் திசுக்கள்
சிறகு அசைக்க
பிம்பங்களின் உணர்த்தல்கள் பாகாய் வடிந்தன
கருப்பாய் இடறும் என் படுக்கையின் மீது
சிந்திக் கிடந்த என் உறக்கத்தின்
சிதறல்களை எடுத்து நகம் தீண்டி
சூடுறுத்த விரிந்தன
வெறுமையின் விழிப்படலமென
கண்ணீர் உதிர்ந்த கண்ணாடி வெளிக்குமுன்
நின்ற பிம்பக் குவியல்கள்
விநோதம் கண்டு குவிந்தன
ஏதோ ஒரு பிம்பம் அதற்குள்
புகுந்து பார்த்து தொலைந்துபோக
மீந்த பிம்பங்கள் கூவின
மேகத் தூண்களாய் எழுந்தது கதறல்
ஒன்றில் ஒன்று மோதிக் கலைந்து
மீண்டு குவிந்து
சூன்ய வெளிக்குமுன் தயங்கின
ஏதோ ஓர் உணர்த்தலின் நாவு
உள் செவிக்குள் தீண்ட
தொலைந்த பிம்பத்தைத் தேடி
இன்னொன்று நுழைந்தது
அதுவும் தொலைய
முகமற்ற சப்த மொத்தைகள் பிதுங்கின
இன்னும் ஒன்று உள் நுழைய

மீண்டும் வெடித்தது குமுறல்
ஒவ்வொன்றாய் கண்ணாடி வெளிக்குள் புகுந்து
மீந்தது சூன்யம்
என் அறைக்குள் இருப்பின் சவவாடை
எனது இருமை வடிவுகள்
ஒன்றுள் ஒன்று கேவலாய் நுழைந்தன
தளம் பிளந்து ஒழுகின மாம்சத்துளிகள்
அவற்றில் படிந்திருந்தது
எனது ஏக்கத்தின் சாயல் பிம்பம்
பெருவெளியின் பாரம் அழுந்த
இளகிய என் அறை ஓட்டுக்குள்
சொட்டியது என்றோ தப்பி வெளியேறி
பேரிருப்பின் விளிம்புவரை சென்று
முட்டி மீண்டும் வந்து குவிந்து
உருகிய தாபத்தின் பின்னங்கள்
சொட்டிய மாம்சத்திலிருந்து விழித்து
வெளியேறிய தொலைந்த பிம்பங்கள்
அனைத்தும் ஒன்றாகிப் பிணைந்த
ஏக ஸ்தூல உரு
சூன்யம் உறைந்த என் அறைக்குமிழ்
விரிந்து பெருகி புதிதாய்ச் சமைந்தது
உருவின் பார்வை நீட்சிகள் தீண்ட
முனகின என் அறையின் சவ நிழல்கள்
மெல்ல இடம் பெயர்ந்து
தனதின் அடையாளம் தேடி
சுவாசத்தால் திசைகள் தீண்டி
அகாலத்தின் அழைப்பு தன்
தரிசனத்தின் இமையில் உரச
மின்னல் வரைவாய் ஒரு கணம் மாறி
மீண்ட உரு நிழல் செதுக்கல்களால் ஆன
என் இருக்கையில் அமர்ந்து
மௌனத்தில் உறைந்தது
எனது பின்னங்களின் சிதைந்த சுவாசம்
அழுகையாய்த் திரண்டு
அதன் அகத்தின் சுடரில் முட்டி விழ
விழித்த உருவின் செவிக்குள் தைத்தது
என் அவல விசும்பலின் பிளவுபட்ட நீட்சிகள்
இருள் தளமெங்கும் அதிரும் என்
சிதைவின் துகள்கள் அதன் பார்வையில் தைக்க

ஒவ்வொன்றாய்ச் சேமித்து
என் படுக்கைத் தளத்தில் குவித்து
எரிந்து கொண்டிருந்த மாம்சப் படிவின்
குழைவுகளால் ஒட்டி வடிவம் தேட
அங்கே உருவாகி ஒளிர்ந்தது
என் மூலப் பிரக்ஞையால்
உச்சரிக்கப்பட்ட என் பெயர்
பிரமித்து விழுந்த உரு
என் ஸ்தூலம் தேடி அறை முழுக்க
பார்வை தீண்ட
மூலைகளில் சுருண்ட எனது பாதிகள்
நினைவில் கீறி அதன் விழிகளிலிருந்து
தப்பிக் காற்றில் கரைந்தன
சில இருள் உருவங்கள்
எனது இருமைகளை ஒன்றாய்க் குவித்து
தீண்டிய உரு ஒரு கணம்
சுடர் விரியச் சமைந்து பின் அசைந்து
என்னைச் சுற்றி இடம் பெயர்ந்தபடி
அர்த்தம் மிதித்து செத்த சொற்களைத்
தன் உதட்டு வெளியிலிருந்து
தோண்டி உதிர்த்தது
சப்தங்களின் பின்னல்களாய்த்
திரண்ட சொற்கள் என்னைச் சிக்கலுறுத்த
வடிவம் இடம் பெயர்ந்து நீண்டு நிமிர்ந்து
வளைவுகள் மாறி இணைகளாய் முன் பிணைந்து
சமைந்தது என் உரு
எரிவின் சில துண்டுகளை எடுத்து
என் விழிகளில் உரு தீண்ட
துடித்துப் பிணைந்தது போதம்
பிளவுகள் ஊடுறுவிப் பின்ன
மூல பிரக்ஞை விழித்தது
வெளி முழுக்க ஒளிர்ந்து பின் இருள
வினோத சாயலில் நின்றேன்
என் முற்கண ரணங்கள் உள்ளே தகிக்க
நிச்சலனமாய் இருக்கையில் சமைந்த
ஆண் உரு பரிச்சயமற்ற விழித்தலுடன்
என்னுள் கதிர்கள் ஊடுறுவி மீண்டு சுருண்டது
இடை ஊடகம் வெறுமையாய்
நிறைந்து உறைய

அந்ய வடிவுகளாய் விலகி
ஒற்றை அறைக்குள் குமைந்தோம்
எதிர் எதிர் இருப்பின் உறுத்தல் தைக்க
தனிமை வெளியின் விடுபடல் புதைந்து
இடறிக் கனத்தது இறுக்கம்
எனது நிழல்கள் இடம் பெயரத் தயங்கி
என் விளிம்புகளில் உறைந்தன
பெண்மையின் சலன இழைகள்
முனை இருண்டு என்னுள் சுருண்டன
உணர்வின் நீர் வளைய சுவாசம்
பின் இயங்கி மூழ்க
இயல்பின்மையின் திட ஏடுகள் முகத்தில் கீறின
உணர்வின் திசையறியா திசுக்கள்
என் சிரசிழையின் வலைப் பின்னலில்
சிக்கி முனகின
நூதன சமைவாய் எம் இரு முரண் இருப்பும்
முள் தீண்டி வடிந்தன
இயக்க மற்று உறைந்த ஆண் உரு
கணங்களின் படிவில் விழி புதைத்து
காட்சிகளின் பின்னம் உதிர்ந்து நெளிந்தது
இருவரின் மூலவடிவுகளின் அடையாளம் தேடி
பின்னோக்கி நீண்டன தேடலின் இழைகள்
நானில் நானாய் இருந்தது அழிய
எனது இடம் பெயரல் பற்றிய கேள்விகள்
என்னில் தைத்து வலித்தது
எனது விகாசத்தின் கரையாய்
முட்டி நின்ற ஆணுரு
மூர்க்கத்தின் திரவ நிழலாய்
என்னில் படிந்தது
ஒன்றின் நிழல் ஒன்றிற்கு இருளாக
மாயையின் நிகழ்வு கொண்டன எம் இரு வடிவும்
எனது உணர்வின் நீர்த்தல்கள்
போதையின் திரவமாய் வடிய
சேமித்த மார்பகக் கிண்ணிகள்
எம் இருவர் கரங்களில் இடம் மாறின
நிசப்தத்தின் சாரம் உள்ளீடு கொண்டதென
பருகி முடித்த லாகிரியின் சலனம்
எம்முள் சிக்கலாக
அலைவின் அசைவுடன் எழுந்த ஆணுரு

கருப்புப் படுக்கையில் சரிந்து படிந்தது
என்னுள் பேரிரைச்சலின் புயல் வளையம்
ஆணுருவின் போதமின்மையில்
என்னில் எழுந்தது ஆதி விடுபடல்
எனது அறைக்குள் நிகழும்
நிஜச் சலனம் மோக மூட்ட
இடம் பெயர்ந்து மிதந்தேன்
என் ஆடைநிழல்கள் அவிழ்த்தெறிந்து
ஒளிப் படலங்களை அணிந்தேன்
நிழல் இருக்கையில் அமர்ந்து
எனக்குள் பேசி அழுதேன்
என் தசையின் வாடை என்னில் உறுத்த
நெளிந்து முனகினேன்
ஆணுருவின் நிச்சலன உறைவை
மீண்டும் கண்டு புதிர் தீண்ட விலகினேன்
விலகிய அதன் ஆடைவழி புலப்பட்டது
பரிச்சய மற்ற உறுப்பு
உற்றுப் பார்வை தீண்ட இறுகியது முகப்படலம்
என்னை சோதித்துக் கொண்டேன்
அதன் சாயலில் உறுப்பு அற்ற நிலை கீற
இமைகளை உறித்துக் கொண்டேன்
என்னிலிருந்து என்றோ உதிர்ந்த சொல் ஒன்று
தன்னைச் சுற்றி கால்கள் வளர்த்து
சிலந்தியென மாறி என் தாபங்களின்
இழைகளால் பின்னிய வலையில்
மௌனம் உதிர்த்து உறங்கியது
நினைவு வர
தளத்தில் நோக்கினேன் என் உதடு குவித்து
சுவாசக் கம்பிகள் நீள
மரணம் கலைந்து அசைந்தது சொற் சிலந்தி
ஒற்றை இழைவழி கீழிறங்கி என்
உடல் முழுக்க ஊர்ந்து இரைந்தது
என் செவி விளிம்பு தீண்டி
சங்கேத ஒலி உதிர்க்க
உள்ளில் திரண்டது நிகழ்வு
விலக்கப்பட்ட உறுப்பு ஒன்று
உன்னிலிருந்து பிரிந்தது என்றும்
அதன் சுவையறிதல் உனது
முரண் தனத்தின் உட்கூறு

உணர்த்தல் எனவும் தட்டுப்பட
சிலந்தி மீண்டும் இழைவழி ஏறி
மையம் ஒடுங்கியது
என்னுள் தாபத்தின் நிழல் நகங்கள்
அசைந்து இடம் பெயர்ந்து
ஆணுருவின் வினோத அங்கம் தீண்ட
எனது புலன்களின் விழியெங்கும் ஒளிப்புகை
அறிதலின் வெறியொடு உதட்டில் கவ்வ
அகத்தின் குகைவாயில் பிளந்து
பெருகியது ரகஸ்யம்
என்னுள் புதிராய் திரண்டு எழுந்தது
பிரம்மாண்ட காட்சி மண்டலம்
திடுக்கிட்டு விழித்த ஆண் உரு
விலகித் தகித்தது
ஒருவருள் ஒருவர் இழைந்த ரகஸ்யங்களின்
கொக்கிகள் கிழித்து வழிந்தது உள் நிணம்
எமது முரண் தனத்தின் மூலக்கூறுகள்
அகத்துள் சிக்க
எமது கபாலங்களுக்குள் முளைத்தது
அந்தரங்க மூர்க்கம்
ஒருவருள் ஒருவர் பிணைந்து தொலைத்து
தனித்த புள்ளியாய் எஞ்சுவது எதுவென
வெறுமை தணன்றது
புதிய வெளிப்பாட்டில் இருவருள் நிமிர்ந்தது
உணர்த்தலின் நீட்சி
ஆண்வடிவின் விழியில் முளைத்து வழிந்தன
சிவப்பு நகங்கள்
ஈரம்பட்ட அதன் சுவாச வசீகரம்
என்னைத் தீண்டிச் சுழல
சூழல் எங்கும் மின்னல் முடிச்சுகள்
என்னை மூடிய ஒளிர் படலத்திற்குள்
விம்மி எழுந்தன
ஆணுருவைத் தகித்த எனது அங்கங்கள்
அதன் நாக்கு நீண்டு
எனது சிலந்தியைக் கவ்வி விழுங்க
எனது கபாலத்திற்குள் ஜலப் பொறிகள்
இரு வடிவுகளும் ஒன்றுக்கு ஒன்று புதிர்ச்சுழல் ஆக
ரகஸ்யங்களின் சில துகள்கள் மிதந்து அலைந்தன
ஒன்றின் பிம்பம் மற்றொன்றின்

தரிசன நிலவறைக்குள்
தீப்பந்தம் ஏந்தி நுழைந்து
தேடுகையில் அலைந்தன
மௌனமாய் வெளியேறிய ஆண் உரு
இருள் புறங்களில் இடம் பெயர்ந்து மறைந்தது
எனது தசைப் பிளவுக்குள் அதற்கான அழைப்பு
ஒளிர்ந்து தகிக்க
அதன் நிழல் சுவடுகள் தீண்டி நானும் சலனித்தேன்
எங்கேனும் திருப்பங்களில் எதிர்ப்படும் கணங்களில்
உள்நோக்கி உறைந்துவிட
பார்வை தவிர்த்து கடந்து மறைந்து
மீண்டும் குடையும் தாபம்
இருவுருவுகளின் அகக்குகைக்குள்ளும்
சுடர்ந்து எரியும் சக உணர்த்தல்
மூர்க்கத்தின் திரி நுனியில் சலனிக்கும் வசீகரம்
திசையழிந்த போதத்துடன் எதிர்ப்பட்டு
வெளிப்பாடு ஏதுமின்றி
மீண்டும் நிகழும் அலைவு
முரண் சமைவின் ஆகர்ஷண மண்டலத்துள்
எமது அந்தக தாகங்களின் சுழல் சிக்கல்
பெருவெளியின் நெற்றியில் தணல் கக்கி
விழித்தது ஒரு பெருங்கோளம்
எங்கும் நிழல் அழிந்து மீந்தது எமது தேடல்

4. அதீதன் ஆத்மீக்குச் சொன்னது

சூழல் நீர்த்து வடிவதெனும் பேரோசை
நீரிழையின் பின்னலுக்குள்
குமையும் என் இயக்கவெளி
புகை உறைந்து கனக்கும் காட்சி நிழல்
என் குகைக்குழிக்குள் சுருண்டு
மழைப்பருவ யூகங்களின் பனிச்சிம்பில்
அதிரும் நினைவூசல்
வெளிப்பாட்டின்சிறு துவாரம் வழி
என் சுவாசத்தின் உளவு நிழல்
இடம் பெயர்ந்து அலைகிறது
நிச்சலனத்தில் தைத்த காலத்தின் கவிவு
என் உக்ரத்தின் பிளவு தீண்டிப் புகைகிறது
காட்சியின்மையின் இருள் பற்கள்

என் முனைவுகளில் பதிந்து
விழிக்கும் அறிதலின் பாகு
ஒடுக்கத்தின் உள் சுழலில் குமையும்
ஏக்கங்கள் மாயையின் இழைகளாகி
வெளிநோக்கி விகசித்து அலைகிறது
கணங்களின் கூர்மைகளில் நுழைந்து
இறுகிக் கசியும் தேடலின் உள்ளீடு
முன் நிகழ்வின் சாயல் முனகி
என் முன் குவிகிறது
முன் அழிந்த நீர்ப்பருவ இருண்மை நாளில்
தைக்காத உள் இறுக்கம் இக் கணத்தில்
குடைவதன் காரணம்
என் விழித்தளத்தில் சுடர்தீண்டி அசைகிறது
பாறைத் துண்டின் மீது ஒளிரும்
வசீகர பிரதியொன்றின் கதிர் வீச்சில்
அகத்தின் தொடுவானம்
நிறங்களாய் இளகி வடிகிறது
எனது முதல் ஓவியப் படலத்தில்
உறைந்து தகிக்கும் பெண் பிம்பம் ஒன்றின்
நினைவுக் கதிர் தீண்டி
இதயம் இமை முளைத்துப் பறக்கிறது
மெல்ல எழுந்து இருள் சுருள்களில்
ஒன்றைப் புகைத்தபடி
இடம் பெயர்கின்றேன்
பாறைப் பிளவு ஒன்றிலிருந்து
எழுந்து எனை நோக்கி நீந்தும்
குறிப்புச் சுவடியின் பக்கங்கள்
பிரிந்து மூச்சலைகின்றன
என் விரகத்தின் தூரிகை நுனிகளில்
பிம்பங்கள் பூத்து விரிகின்றன
என்னில் கனக்கும் நினைவுகளின்
உள் அதிர்வுகள் ஒளித்திரள்களாகிப் படிகின்றன
குறிப்பேடுகளை என் விழி குடைய
நுழைந்து மூழ்கி மறைகிறது என் போதம்

சூன்யச் சலனம்

இரு திசை சுட்டி சமைந்தது இருப்பு
நிழல் சுவைத்து சுருண்டு உறைந்தது பார்வை

அனாதியின் அழைப்பு தீண்டி
ஒளிர்ந்தது போதத்தின் திரைபீடம்
விழுந்த முடிச்சில் பிம்பம் முளைத்துச்
சொல்லாக நாவின் படவிரிவில்
மோகத்தின் சுழிகள்
மையத்தில் குவிந்து காட்சியின் நிழலாய்
ஊடகம் தேடி முனகியது தாபம்
பிளந்த உணர்த்தலின் சூன்ய வழிவில்
துளிர்த்துச் சப்தித்தது வலி
பரிமாணங்களைக் குவித்துக்கொண்டேன்
இடமின்மையில் ஆவியாகி
மறைந்தன பின்னங்கள்
கோடாகிச் சமைந்த நிலைப்பாடு
காட்சியின் விளிம்புகள் ஸ்பர்சித்து
வெறுமையாய் முறிந்தன நுண்மைகள்
உள் பின்னல்களில் தோல் உறித்த பொறிகள்
உதடு தைத்தன
தணல் நாளங்கள் கிளைத்து உயிர்க்க
அரூபமுற்று எஞ்சினேன்
புகையின் சலனமாய்
வெறுமையின் அதீத வெளியில்

பார்வைத் தடங்கள்

என்றும் போல் என் சுவடுகள் உதிர
சூன்யம் சுமந்து நடந்தேன்
இடைவெளிகளில் இருள் உறுத்தல்கள் பதிந்தன
அர்த்தமின்மையின் ஓடுகளாய்
என் சொற்கள் சிதைய
நிரூபணமற்ற என் காமத்தின் நீட்சிகள்
ரணம் தகித்தன
மூர்க்கத்தின் கூர்விளிம்புகள் சூழல் கிறுக்கி நழுவின
உள்ளீடு இழந்த பார்வைப் படலத்தில்
ஏதோ அடர்த்தியான திசு ஒன்று இடறி
உள்ளுள் பிறந்தது அதிர்வின் லயம்
சுற்றி ஸ்பர்சித்து கேள்வி நழுவ
காற்றில் மிதக்கும் வசீகரத்தின்
பார்வைத் திசுக்கள்
தரிசனத்தின் எஞ்சிய சுவாசங்களாய்

அகத்தின் நாசியில் புகுந்தது
முரண் பிம்பத்தின் சுகந்த இழைகள்
கபாலத்தின் விரல் நுனிகளில் உரச
என் வடிவு எங்கும் மின்னி முனகும்
பெண் பிம்ப வரைவுகள்
எனது இருள் புரத்தில்
எங்கோ சலனிக்கும் ஆகர்ஷண வடிவம்
உணர்ந்த கணத்தில்
என் வெறுமை உறிந்து நழுவ
என் வடிவின் பரப்பெங்கும்
பிரகாசத்தின் ரேகை
முரண் வடிவத்தின் இருப்பிடம்
யூகத்தின் இமையில் இழைய
திசைகள் பிரிந்து விகசித்தது என் தாபம்

மையச் சுழல்

கணங்கள் பெருகி வெறுமையில் மறைய
என் பிரக்ஞையின் கர்ப்பத்தில் திரண்டது
பெண்மையின் சாயல்
தேடி அறிந்த பிம்பத்தின் அறைக்கு வெளியே
நின்று ஒளிர்ந்தேன்
உள்ளிலிருந்து எல்லையின்மையின் சுவாசச் சலனம்
பெருவெளியின் தசைவெம்மை
என் ஆதி தாபத்தைத் தகித்தது
நிழல் தூண் ஒன்றில் மறைந்து
சன்னல் நோக்கி தவித்து உறைந்தேன்
ஏதோ கணத்தில் தோன்றி மறைந்த
பேரொளி வடிவில் உணர்ந்தேன்
அதீதத்தின் சாயல்
அதன் முகவெளியெங்கும் அப்பாலையின்
ரகசிய இழைகள்
திசைகள் எங்கும் சிதறி மறுகணம்
பிணைந்தது என் சுய மையம்
பின்னும் யுகம் பல வழிய அதன் அறையின்
சூழல் எங்கும் தடம் கொண்டு பித்துற்றேன்
ஏதோ கணங்களின் சிறு இடைவெளியில்
உணரலின் விளிம்புக்கும் வெளியே
வழிந்து பெருகும் உருவெளியாய்

புறம் வந்து வேறு இடம் பெயர்ந்து
இயங்கியது பெண் சமைவு
பிரம்மாண்டத்தின் விளிம்பில் ஒட்டித் தவிக்கும்
அணுத்துகளாய் தொடர்ந்து விகசித்தேன்
அகால வெளியுடன் பெண் பிம்பம்
நிகழ்த்திய சம்பாஷணங்களை
தூரத்தில் நின்று கேட்டுத் திரும்பினேன்
அதன் சுவடுகள் தேடி அலையலுற்றன
என் ஜீவ நீட்சிகள் சூழல் பற்றிய நினைவழிந்து
தகிக்கும் கணந்தோறும் மாயையின் நிழலாய்
வசீகர பிம்பத்தின் தரிசனம் தேடி அலைந்தேன்
அடையாளமற்ற பிம்பங்களின் உலவலுக்கு நடுவே
இடைவெளிப் பாதைகளின் தடங்கள் தோறும்
என் யூகங்களின் பதிவு
அகத்தின் சமுத்ர வெளியில் பெருகிய பிம்பதாகம்
வெளிப்பாடு இன்றி சுழன்று வெளி நோக்கி எழுந்தது
தினம் தினம் பெண் பிம்பத்தின் விளிம்பு தகிக்க
இயங்கினேன் இருள்புரத்தில்
என் மைய வெளியாய் வசீகரத்தின் இருப்பே சமைய
என்னிலிருந்து வியாபித்துப் படிந்தன
என் சுயத்தின் பிரதிமைகள்

என் பிரதியின் ஆவிர்பவிப்பில் உருவிழந்து
வெற்று உணர்வாய் என் குகைக்குள் படிந்தேன்
பின் எழுந்து சமைந்து என் கவிதையின்
பிரதி ஏடுகளில் சப்தத் திரளாய் மிதந்து
அவளைப்பற்றி நான் எழுதிய கவிதை ஒன்றின்
ஆதி பாஷையில் வெளிப்பட்டேன்

நுண்மையின் விழி

வெளிப்பாடு மறுத்து உள்ளீட்டை மட்டுமே
சாத்தியமெனும் மரணப் பெருவெளி நீ
கணலும் பாறைகள் பிம்பங்கள் விழித்துச்
சமையும் மனவெளியின் மூலச் சொல்பொறி நீ
பிளந்த வானத்தின் உள் நாளங்கள் ஊடே
ஜீவன் சிதறும் கதிர் அணு நீ
அகால வெளியே ஒரு அழைப்பாகிச் சமைந்து

தன் நிலைப் புள்ளி தேடித் தவித்துப் பின்
தஞ்சமடைந்த ஊடக முனை நீ
ஆதி அர்த்தத்தின் ஸ்கலிதப் பெருக்கு
அழிவின் வெளிவழி பாய்ந்து மறைய
உயிர்மீத்து அதீதத்தின் சுரோனித கோளம் தேடி
நீந்திச் செல்லும் ஒற்றைச் சுக்கிலம் நீ
தணல் கோளத்தின் மைய தாகம் கனவாய் விழிக்க
அதன் மாயவிழியில் இறுகிச் சொட்டிய
கண்ணீர் துளி நீ
இருப்பின் ஊடகம் அழிந்து வெறுமையுற
சிதைந்து மீந்த பேரர்த்தத்தின்
பின்னங்களை இணைத்து வடிவாக்கும்
ஆதி அணுவில் நுண்மையின் விழி நீ
எனது தரிசன மண்டலத்தின் நிழல் அனைத்தும்
இணைந்து சமைந்த உக்ர இரவு நீ
கணங்கள் தோறும் என்னிலிருந்து விலகி விழும்
சவ பிம்பங்களை கொத்தித் தின்னும்
வெளிச்ச அலகு நீ
பூமியின் நிலவறைக்குள் அலைந்து கொண்டிருக்கும்
ஆவியுருவங்களின் இறுகிய இமைக்குக் கீழ்
நீந்திக் கொண்டிருக்கும் ஆழங்களின் பிம்பம் நீ

சொற்களின் ஓசைச் சிம்புகள்
உள் புதைந்து கிளைக்க
நினைவின் அணுத்தளம் பிளந்து
விழித்த ஏக்கத்தில் என் விழி நீண்டு
பெண் பிம்பத்தின் பிரதிகளை உதிர்க்க
மழையின் பாரம் மறந்து வெளியேறி
வசீகர மண்டலம் நோக்கி மிதந்தேன்
இடைவெளிப் பிளவுகளில் அமானுஷ்யத்தின் ரேகைகள்
இருள் நெரிசல்களில் இடம் பெயர்ந்து
முரண் வடிவின் அறை முன் வழிந்தேன்
உள்ளிருந்து கூர்மையான மூச்சொலி
மேலிருந்து தைத்தது ஒரு மின்னல் முனை
சிறிய வலியுடன் நகர்ந்து
சன்னலின் ரணம் ஒன்றில் பார்வைக் கூம்பு பதித்து
உணரலின் அரூப இழையாய்

உள் நுழைந்து திடுக்கிட்டேன்
அறையின் ஓரத்தில் ஓர் படிக பீடத்தின் மீது
பிணைந்த இரண்டு பச்சை உடல்கள்
நிர்மால்யத்தின் ரத்தப் பிசுபிசுப்பு
பெண் வடிவின் விலகிய தொடைகளுக்கு
நடுவே பதிந்து திசையின்மையின்
ஊசலென அசையும் ஆண் வடிவம் ஒன்று
படிகத்தின் மீது சிலதுளி ஒளிரும் நிணத்தேக்கம்
ஆண் வடிவின் தோள் வழியே
வெளிப்பட்டு மோதும் பெண்முகம்
அதன் மூடிய விழிக்குள்ளிருந்து
மிதந்து நழுவும் எனக்கான விஷக் குமிழ்கள்
ஆண் வடிவின் முதுகுத் தளத்தில்
கீறல் வரையும் நக முனைகள்
எங்கோ பரிச்சயமுற்ற சாயல்
ஆண் வடிவின் நிறத்தில் படிந்திருந்தது
இருமையின் எதிர் எதிர் ஊடுகொள்ளல் இயக்கமாய்
நிர்வாண உடல்கள் அதிர்ந்து தகிக்க
அறைவெளி எங்கும் அணுத்தடங்களின்
மூர்க்க அலைவு அவளுடலில்
முளைத்து வழிந்த ஆண் விதை தீண்டி
கரிந்து எனக்குள் சுண்டது பார்வை
ஆழத்தில் வெடித்து வழிந்தது குரூரம்
எனது பின்னங்கள் வழிந்து விலக
நனைந்தபடி என் குகையடைந்து துளையடைத்து
கவிழ்ந்து பாறை மீது விழுந்து சொட்டினேன்
உஷ்ணமடைந்த பாறை தசையாய் இளக
எனக்குள் வெறுப்பின் விஷ நகம்
விலகி ஓவியப் பிரதியை உற்று வழிந்தேன்
என் கவிதை ஏடுகளைக் குவித்துத் தீ மூட்ட
அதன் தணலில் அறையில் கண்ட
பெண் வடிவின் விரிந்த பெண்குறி
தோற்றம் கொண்டு மறைந்தது
என்னிலிருந்து முரண்ட என் லிங்கம்
புகைந்து தகிக்க
நகமுனை அழுந்தக் கீறிக் குமைந்தேன்
ஓவியப் பிரதி முன் இறுகி நின்று
கை கொண்டு கீற
விறைத்த அங்கத்தில் வலியுடன் வழியும் நிணம்

வலியுடன் கூவல் தொடர
என்னில் முயங்க நானின் உள் கரு கிழிந்து
நெருப்பாய் தெறித்தது இந்திரம்
ஓவியப் படலத்தில் பட்டு நிறம் உருகிப் பிணைந்து
புகையுடன் வழிய
என் உடல் எங்கும் முள் முளைத்துக் கதறல் கசிந்தது
என் நகமுனைகளில் மாம்சப் பிசிர்கள்
முற்றும் இளகி வழிந்து படிந்த நிறங்களின் பாகில்
மயங்கி விழுந்து விழிக்க
ஸ்கலிதத்துடன் வெளியேறி மறைந்த என்
பெயரின் ஒளித்திரள் என்னுள் குடைந்தது
பெயரிழந்த வடிவாய் என் இருப்பு வலிசிதற
விழிப் படலத்தின் நுண்மைகள் தோறும்
என் உள் நிழல்கள் பாகாய்ப் பிதுங்கி மறைந்தன
குகைக் குழிக்குள் பிரக்ஞையற்ற
இருளின் பாரம் விலக்கி
வெற்று பிம்பமாய் பிளவின்
நரம்புகள் ஊடே நகர்ந்தேன்
என் பெயர் தேடி

5. ஆத்மார்த்தியின் நிகழ்வுக் குறிப்பு

நமது பிரம்மை உலகின் உள் பதிவுகளைப்
பரிமாறிக் கொண்டோம்
நமது சொற்கள் ஒன்றுள் ஒன்று சிக்கி
புதிய உருவுடன் உலவல் கொண்டன
பார்வைக் குடைவுகளில் நம்மைத் திணித்து
முகம் திருப்பி மௌனித்தோம்
நிசப்தம் விழி கீறி திடமாய்க் கசிந்தது
இடைக் காற்றில் பாரம் உறைந்து
நமது சுவாசங்கள் பின்னிக்கொண்டு தவித்தன
நீ நிச்சலனமாய் சன்னலோரம் நின்றபடி
வெளியின் அரூபப் படலத்தில்
உன் வரைவுகள் பதித்தாய்
பெண்மையின் உள்வெம்மை தீண்டாத
உன் நுண்மையின் முனகல் என் முன்
குமைந்து இளக
விலகலின் வலிகொண்ட விளிம்புகள்

சுழன்று பொறி கக்க இடம் மாறிய எனது
இருப்பு உணர்ந்தேன்
உனது தேடுதலின் நா நுனியில் குமிழும்
சொல் கோளங்களில் என் பெயர்
தோன்றி நழுவக் கண்டேன்
சூன்யம் சுவைத்து நிறம் அழிந்த உன்
உணரலின் நுனிகள் பிளவுற்றுக் கேவ
என்னுள் கவிந்தது அணைப்பின் வெக்கை
உனக்குப் பின்புறமாய் வந்து நின்று
செவி விளிம்பில் சொல் புதைத்தேன்
நான் நிழல்களால் புணரப் பட்டவள்
திசை திரும்பிய உன் முகத்தில்
கேள்வியின் நிழல்வலை
சொற்கள் தேடி அலைந்த பால்யத்தில்
பாறை வெளியின் இடைவெளியில்
மூன்று நிழல்கள் என்னைப் புணர்ந்ததும்
ஒன்று எனது பெயரில் தன் சாயல் புதைத்ததும்
உன்னுள் வேர்கொண்டது
உன்தோள் தீண்டி முகம் புதைத்தேன்
என் சிரசிழைகளில் உன் விழி திரவச் சூடு
நம் பார்வை மண்டலத்தில் சுழல் பிறந்து
மேல் நோக்கி எழுந்தது ஒளிர்வு
உன்னில் பிளவின்றி பிணைந்து இறுகினேன்
ஒருவரை ஒருவர் முரணாய் உச்சரித்து
அர்த்தங்களால் வழிந்தோம்
உன் உதட்டின் கதிர் தகித்து
என் தசை வெளியெங்கும் வெளிச்ச ஊற்று
என் தாபத்தின் ஓடு பிளந்து
விழித்தது புது உயிர்
வினோதங்களின் நிலவறைக்குள் கண்ணாமூச்சி
நிறங்களின் குமிழ்க்கிரகங்கள்
நம் பிம்பங்கள் சுமந்து இடம் பெயர்ந்தன
திசையழிந்த வெளியில் சப்த அலைகள் புரண்டன
என் மார்பு வெம்மையில்
உன் சுவாசம் உருகி ஆவியுற
எங்கும் காட்சியின் மங்கிய உறக்கம்
நம் திரைகள் இழை பிரிந்து இடம் பெயர
இருள் உரிந்து வெளிர்ந்தது உருவம்
பிரக்ஞையின் சுரங்கத்திலிருந்து

உயிர்த்தெழுந்த சக அழைப்பு
திசையழிந்து ஊடுருவியது
நமது தணல் சலனங்கள்
ஒன்றில் ஒன்று பிரவகித்தன
என் நிர்வாணத்தின் அணு நுனிதோறும்
உன் தாபத்தின் ரத்தக் கசிவு
உக்ரத்தின் பாகு இழைகள் உன்னைச்
சிக்கலுறுத்த நெளிந்து தவித்தாய்
யூகங்களின் ஆதி கூறுகள் சிதைந்து குவிய
என் உறுப்பின் ஒளிப் புகை உன்னில் நிறைந்தது
மையவெளியில் நழுவி
நானே எனது அழைப்பெனச் சமைந்தேன்
உதடு பிளந்த என் குறியின் அரூப நாவில்
மௌனச் சொல்லாய் படிவாய் நீ எனக்
கவிந்தது சபலம் கலைந்து நெளிந்த
என் சிரசிழைகளில் மின் பின்னல்
தகித்த மூச்சில் குழைந்த கனவுகள்
என் ரோமக் கண்களில் கசிந்தன
விலகித் தணலும் என் தொடைகளுக்கிடையில்
மீந்த அகாலவெளி உன்னால் நிரம்பவென
குழைந்து தணிந்தது
பாதத்தின் திரைவிளிம்பில் உன் நா தீண்டி
வரைந்தாய் சிதறிய உருவங்களை
இமைப்பிளவின் வழி என் பார்வைச் சிறகுகள்
உன் பிரம்மாண்ட பிம்பத்தின்
கிளைகள் தேடி அமர்ந்தன
என் மார்பின் நுண்துளை வழியே கசிந்து உறைந்தது
உணர்த்த முடியா விரகத்தின் பெருக்கு
திடம் கொண்டு அசையும் உன் உறுப்பின்
பிரகாச ஒளிர்வில் பற்றிப் புகைந்தது
என் மெல் தோல்பரப்பு
சாகத் தவிக்கும் என் நெளிவு
உன்னை விழுங்கி நானும் உருவழிய
பொங்கிப் பெருகும் மாம்ச வானம்
கை நிழல் எழுந்து உன்னைத் தீண்டிப்
பிணைத்து இறுக்க வெளிச்சம் உறைந்து
இருளின் பேரொலி
உன் மூச்சின் கதிர்க் கம்பிகள்
முகத்தில் தைத்துக் குடைய

அதிர்வின் சப்த நடுக்கம்
உன்னில் இருந்து பெருகி
என் தொடையில் தகித்த உள் உருகல்
உள்வெளியெங்கும் பனிப்படலம்
உன் உணர்த்தலின் திடக் கதிர்க் கற்றையை
என் தாகமே உதடாய் தகிக்கும் செவ்விருள்
புதைக்க எண்ணி தேடித் தவித்த விரல்களில்
மறுத்து விலகும் அந்நியம்
இயக்கம் முடங்கி இமையெரிய
உள் ஒடுங்கி நீ விலகினாய்
சன்னலோரம் உன் நிர்மால்யச் சமைவு
திடம் இளகி மங்கிய உன் உறுப்பிலிருந்து
சிந்தியது உன் சுயச் சிதைவு
என் தொடையின் பாகு நெளிந்து
உருப்பெற்று எங்கோ மிதந்து எழ
உன் மீளல் எதிர்பார்த்து பாரமுறும் என் மோகம்
உயிர்த்தெழத் தவிக்கும் என் இருண்மை
என் ஆகர்ஷணம் கசிந்து
வெற்றின் இழையாய் விலக
குளியலறைக்குள் இடம் பெயர்ந்து
புதிய சுடர் பூண்டு தோலுரிந்து
ஒளிரும் தாபம் புதுப்பித்து
வசீகரித்தின் பீடம் நெருங்கி
வெறுமை மோத இறுகினேன்
நீ உன் நிழல் மூடல்கள் மீட்டு வெளியேறி இருந்தாய்
இருகிய சில துளி கண்ணீர் ஒளிர
என் பாதையில் அணையாமல் கிடந்த
புகைத்துண்டு தீண்டிய என் விரல்
நிதம்பத்தில் பதிந்து உணர்த்தியது விலகல்
துண்டிக்கப்பட்ட என் இருப்பு தாக்கி
சூன்யத்தின் பின்னங்களாய் அகம் சிதைய
தெறித்து விழித்தது விழித்திரவம்
முகம் இருள் கவ்வ உறைந்து அழுதேன்
என் கூவல்கள் சவத் தணலாய் நீர்த்து நழுவின
எனது நிர்வாணம் என்னைக் கீற
என் அறைக்குள்ளே அடைப்பட்டுக் கழிந்த
பத்து நாட்களுக்குப் பின்
வெளிறி மங்கிய உரு பூண்டு
என் இரு ஓவியப் பிரதிகளுடன்

சித்ரகூடம் சென்ற கணத்தில் அறிந்து திரும்பினேன் அதீதன் தொலைந்து பத்து நாட்கள் கடந்ததென.
○

பகுதி : இரண்டு

நிழல் நிகழ்வு

1. எதிர்கொள்ளல்

தொலைந்து போகும் எவனும்
ஒரு கபாலத்தைச் சினேகிப்பதென்பது
மாயையின் நிகழ்வு
இருப்பு பற்றிய போதம் உறுத்த
உணர்த்தலின் நீட்சிகள்
சொல் உறைந்து மயங்குதல்
சுயமழிதலின் வெளிப்பாடு
நிழல் நெரிந்து முனகல் பெருகும்
இருள் நகரின் இடைவெளிகளில்
அதீதனின் பதிவுகள் அற்றுப் போனதென
பரிச்சய பிம்பங்கள் கூறலுற்றது
மறதியின் படிவில் உறைந்து புதைய
சித்திரகூடத்தில் அவனின்
வினோத ஓவியப் பிரதிகள் இரண்டு மட்டுமே
அவனின் முன் இயக்கத்தின்
நிரூபணமென நினைவு சமைய
ஒரு குறுக்குச் சந்தில் நடந்து
கவி நண்பன் ஒருவனின்
அறைதேட விலகிய கணங்களில்
சிதைவுகள் சேமிக்கும்
ஒரு பாறை உருளையின் பின்னிருந்து
வெளிப்பட்ட உருவம்
என்னில் பிரமிப்பின் பேருருவாய் விழித்தது
நண்பனொருவனின் குறிப்புகளில்
அறிந்த அதீதனின் சாயல் என்னில் தைத்தது
உருமாறி உறைந்த தோற்றத்துடன் அதீதன்
அவன் கையில் பிரகாசத்தின் குவிவெனத்
தகிக்கும் ஒரு கபாலம்

இரண்டொரு முறை நிலவறைகளில் நிகழ்ந்த
கவிதைப் பகிர்வுகளில் மட்டுமே
விலகி நின்று பரிச்சயமுற்ற அதீதனின் வடிவம்
என்னில் ஆதர்ஸ தோற்றமாய் கிளைத்து எழ
இக் கணத்தின் சிதைந்த பிம்பமாய் அவன் விழிப்பு
என்னில் விளிம்பு தைத்துக் கனத்தது
பேரர்த்தத்தின் விகாச சாயலும்
மனவெளியின் நிலைவறைச் சிதைவும்
அழுத்தமாய் பின்னித் தோற்றமுறும்
தன்மை உடையன அவன் படைப்புகள்
என்ற நண்பனின் கூற்று என்னில் ஒளிர்ந்தது
புகை உருவின் அசைவென கரம் உயர்த்திய
அதீதன் புறவெளி நோக்கியபடி
சப்தமாய் வெளிப்பட்டான்
அவன் கருப்பு அங்கியில் ஒளித்திரள்களின் பதிவுகள்
பின்னி அலையும் சிரசிழைகளும் முக இழைகளும்
இருளின் கோட்டுக் கதிர்களாய்ச் சலனிக்க
என்னில் புகுந்தது அவன் சொற்குவியல்
சூன்யத்தின் பாறைக் கோளங்கள்
பேதலித்து இயக்கமுறும் பேரிரைச்சல்
மரணத்தின் வசீகர அழைப்பெனப் பெருகும்
திசைகளின் நுண் புழைகள் தோறும்
வலியின் குமைவு
சிதைவுகளின் பெருஞ் சுழலில்
என் மூலப்புள்ளியாய் குவிந்து ஒடுங்க
மீந்தது ஒரு கபாலம்
ஆதியும் வெளியும் சுயத்தின் கிரக மண்டலமும்
வெற்றால் நிரம்பி அபத்தமாய்ச் சிதற
என்னில் அர்த்தமாய் மீந்தது இந்தக் கபாலம் மட்டுமே
என் பார்வைகள் திசை மறந்து நிலைக்க
அதீதன் சலனமெழ இடம் பெயர்ந்து மறைந்தான்
அகத்தின் ஒளித்திரையில் வினோத தரிசனத்தின் திரட்சி
உள்ளின் சவச் சொற்கள் மரணம் கலைந்து
எழுவதென ஒரு போதம்
அவசரமாய் நண்பனின் அறை அடைந்து
சொல் வழிந்தேன்
பார்வையின் படலத்தில் ஒளிர்தலுற்ற அதீதனின் காட்சி
விபரீதத்தின் வாசம் தாக்கி
கேள்வியுற்ற நண்பனின் செவிக்குள் பிறந்தது

என் உணர்த்தல்
உருவிழந்த அதீதன் உயிர்த் தெழுந்தான் என்பதென
❍

2. மாயையின் மீட்சி

அதீதனின் பழைய கவிதைவரி ஒன்றின்
தாக்கத்தில் எழுந்த மன அவசத்தோடு
மூன்றாண்டு இடைவெளிக்குப் பின்
மீண்டும் ஓவிய சிருஷ்டியில் ஈடுபட்டிருந்த கணத்தில்
என்னைத் தேடி வந்த தோழி ஒருத்தி கூறினாள்
அதீதன் மீண்டும் உருக்கொண்டான் என
அக் கணத்தில் என் தூரிகையிலிருந்து
பிறந்த ஒரு கோடு வினோதமாய் உருக்கொண்டது
கனமாய் ஏதோ என் மேல் கவிய
மௌனமாய் இருக்கையில் புதைந்தேன்
சன்னலோரம் நின்று புகைத்த அவள்
வெளியே நோக்கியபடி
அவனுடன் ஓர் அபூர்வ கபாலமும் உள்ளது என்றாள்
நான் கேள்வியுடன் அவளை நோக்க
அவனது அறைக்குள் இப்பொழுது அவனும்
அவன் தேடி எடுத்த கபாலமும் மட்டும்
என மொழி பிரிந்தாள்
நண்பர்களைச் சந்திப்பதைத் தவிர்த்து
வந்து பல நாட்கள் கடந்தும் தன் அறைக்குள்ளேயே
ஒட்டடைகளின் பின்னல்கள் மறைக்க
அடைந்து கிடக்கிறான் என்றும்
இரண்டு நாளைக்கு ஒரு முறை நள்ளிரவில்
எங்கோ சிதைவின் பாண்டச் சமைவு ஒன்றில்
ரொட்டித் துண்டுகள் தேடி உண்டு
மீண்டும் தன்னறைக்குள் ஒடுங்கி விடுவதாகவும்
அவனை இதனால் யாரும் சந்திக்க முடியவில்லை
எனவும் விளக்கினாள்
எனக்குள் கூர்த் தகடுகள் முளைக்க
கழிப்பறை நோக்கிச் சென்ற எனது
சிறுநீர் கிண்ணியில் வழிந்து வடிந்தது குருதித் திரவம்
உள் கனம் தகிக்க திரும்பி வந்த
என்னை உற்று நோக்கிய அவள் சொன்னாள்
அதீதனின் சிதைவு படைப்பு மண்டலத்தில்

ஒரு அவல நிகழ்வு என
என் நெற்றியில் நகங்கள் புதைய முனகினேன்
என்னைக் கொஞ்சம் தனிமையில் புகவிடு
வெளியேறி மறைந்த அவள் நிழல்
விட்டுச் சென்ற வெம்மை
என் அறை முழுக்கத் தனன்றது
கண்ணாடி முன் நின்றேன்
ஒரு கணம் என் கழுத்தில் தசை உறிந்த கபாலம்
தோன்றி மறைந்தது
திடுக்கிட்டு பின் திரும்பி படுக்கையில் விழுந்தேன்
அதீதனின் கவிதை ஏட்டில் ஒன்று
என் குவியல்களில் இருந்து பறந்து சென்றதென
பிரம்மை கொண்டு
தேடி எடுத்து விழிவழி இயைந்தேன்
என் முகவெளி வீங்கிப் பிளந்ததென கனக்க
அதீதா எனக் கதறி தரையில் குமைந்து அதிர்ந்தேன்
எனக்குள் ஏதோ யூகம் இடற எழுந்து
அறைக்கு வெளியே திருப்பத்தில் இருண்டு கிடக்கும்
சிதிலக் கிண்ணி நோக்கி நடந்து சோதித்தேன்
நேற்று எறிந்த சிதைவுகளில்
ரொட்டித் துண்டுகளும் நிறக்கோடுகளும்
என் தாபத்தின் சில உதிர்ந்த இதழ்களும்
மட்டும் அற்றுப்போயிருந்தன
பாறைத்தளத்தில் என் நாநுனி தீண்டி அறிய
அதீதனின் தடயம்
விழியில் வழிந்தது என் சாரம்
இந்த இருள் நகரின் வேறு எவரின்
சிதைவும் அதீதனால் நேசிக்கப்படாதது
என்பது உணர்ந்த வலிக் கானகம்
அவன் சிதைவுகள்கூட அற்புதமானவை என்பது
என் ஆதி பிரக்ஞை
திரும்பி அறைக்குள் வந்து
அதீதன் என்றோ விட்டுச் சென்ற
பாதி புகைச் சுருளைத் தேடி எடுத்துப் புகைத்தேன்
இரவு கவிந்தது
நிழல் படலங்களில் சுற்றிய புதிய ஊண் அடைகளை
பாறைத் தொட்டிக்குள் வைத்தேன்
அதீதனின் உணரலை திசை மாற்றுதல்
இயலாததெனும் வலியுடன் சன்னல் கதவில்

சிறு துளையிட்டு என் விழி பொருத்திக் காத்திருந்தேன்
இருளின்... பிளவில்...பேரொளி...முழக்கம்
நிசப்தமாய்...விழித்தது என் சூழல்
கருப்பு அங்கி காற்றில் ஆவியென அசைய
வினோதமான தோற்றத்துடனும்
கையில் ஒளிரும் கபாலத்துடனும்
அதீதனின் உருவெளி நிகழ்வு
பாறைத் தொட்டிக்கு முன் நின்ற அவன் சிரசு
வெளி நோக்கி நிமிர்ந்தது
அவன் உதட்டிலிருந்து மௌனமாய் சில இழைகள்
அவன் விழிக்குள்ளிருந்து நிறங்கள்
வளையங்களாய் விதித்து விகசித்தது
கைதேடி அறிந்த சுவைப்படலம் அவன் முன் எழுந்தது
ஒரு கணம் நிதானித்த அதீதன்
பின் அசைந்து உணவுத் துண்டுகளைப்
பிரித்து எடுக்க என்னுள் ஆவலின் விரல்கள்
மறுகணம் சுருண்டது ஒரு புதிர்
ஊண் படலங்கள் அனைத்தும் கபாலத்தின் கிரகிப்பாக
அவன் முகத்தில் வேறுவகைப் பசி
தனக்கானதைத் தேடும் ஆவல்
தேடிச் சலித்த அவன் முகத்தில் வெறுமை நிழல்
தனது கபாலத்திடம் அவன் சொன்னான்
நான் பருகும் தாபங்கள் இன்று அற்றுப்போக
வெற்றாய் கனக்கிறேன் கபாலமே
நான் போதைக்கு உட்கொள்ளும் நிறக்கோடுகளும்
சொற்களும் கூட இன்மையில் தகிக்க
சூன்யமாய் குமைகிறேன் கபாலமே
அவன் திரும்பிப மறைய என் முகமெங்கும்
கேவலின் அலைகள்
ஸ்தூலங்கள் மட்டுமே என் உணர்த்தலில் தைக்க
அரூபச் சில்லுகளைப் மனம் கொள்ளா என்னில்
சுயவெறுப்பின் நகக்கீறல்கள்
படுக்கையில் புதைந்து உருகிப் பின் சமைகிறேன்
வலியே உடலாய்த் திரள எங்கும் சூன்ய பாரம்
விடிந்ததும் முதல் நிகழ்வாய்
என் சிதையாத தாபங்களையும்
உடையாத நிறக்கோடுகளையும்
பாறைத் தொட்டிக்குள் வைத்துத் திரும்பி
முழுமையுறா ஓவியத்தின் உருவெளிக்குள் நுழைந்தேன்

பெருகி வடிந்த கணங்களின் சதுப்பிலிருந்து
வெளிப்பட்டு மீண்டும் நள்ளிரவின் பாரத்துடன்
சன்னல் புழையில் ஒதுங்கித் தவித்திருந்தேன்
வெற்றின் கூவல் சூழலில் திரிந்தது
அதீதன் வரவில்லை
என்னில் நானே சுருளுற்றுப் படிந்தேன்
அதீதனின் உள் இறுக்கம் நினைவில் புலப்பட்டது
அவன் இனி வரமாட்டான் என்பதன் யூகம்
விஷக் கம்பியாய் என்னுள் நுழைந்தது
குரூர வடிவுகளாய் என் நிழல்கள் கிளைத்துப் பெருகி
என்னைச் சூழ்ந்து கொள்ள நினைவிழந்து
படிந்தேன் என் இருக்கையில்.

3. கபாலமும் பிரக்ஞை வெளியும்

நானும் என் கபாலமும் மட்டும் தனித்து இருந்தோம்
ஒற்றைப் புள்ளியில் அர்த்தமாய்க் குவிந்ததென
அடர்த்தி கொண்டேன்
எனது கபாலத்தைப் போல் அழகானதும்
உன்னதமானதும் வேறில்லை என
என்னால் உணரப்பட்டது
என் நினைவின் வெளியில்
எனது கபால நிழலைத் தவிர ஏதுமற்ற சுகம்
இருள் முனகும் என் அறைக்குள்
நான் என் கபாலத்துடன் மட்டுமே
பேசிக் கொண்டிருந்தேன்
அதன் ஒளிர்வு அற்புதமானது
தன்னுள் மட்டும் உறைந்த அதன் பிரகாசம்
சூழலைக் கறைப்படுத்தாதது
அதன் மேல் புறத்தில் பின்னிக்கிடக்கும்
வளைகோடுகளில்
சூன்யத்தின் ரேகைகள் என்னால்
புரிந்துகொள்ளப்பட்டன
அதன் வசீகரமான புன்னகை என்றும் அழியாதது
அதன் விழிக் குழிகளில் சூன்யம்
கனவாய் இறுகிக் கிடப்பதால்
சில நேரங்களில் என் விழிகளைப் பெயர்த்து
பாதுகாத்து வைக்க அவை சிறந்த இடங்கள்
அதன் நாசித்துளைகள் என் சுவாசத்தைக்

கொள்ளையிடாதவை
அதற்கு நான் புகை பிடிக்கவும் கற்றுக் கொடுத்தேன்
அதன் பற்களுக்கிடையே என் மாயச்சுருள்
ஒன்று ஒளிரும்போது புகைச் சலனம்
என்னில் நிகழ்ந்ததென அறிந்தேன்
அதன் பாஷையை அறிந்துகொள்ள
எனக்கு நீண்ட அவகாசம் தேவைப்பட்டது
கவித்துவம் நிறைந்த அதன் சொற்களைப் போல்
அபூர்வமான அருவங்கள் அதீத வெளியில்
இருக்க முடியும் என்று என்னால் நம்ப முடியவில்லை
அன்று என் கவிதைகளைச் சொல்லச் சொல்ல
எழுதியது என் கபாலம்தான்
கவிதை எழுதும் எவருக்கும் இதைப்போல்
ஒரு கபால சிநேகம் இருப்பது அர்த்தமுடையது
என்றே நினைக்கிறேன்
எப்பொழுதும் விழித்துக் கொண்டிருக்கும்
என் கபாலம் என் கனவுகளைக்கூட
உளவு பார்த்திருப்பது தவிர்க்க முடியாததுதான்
என்னறைக்குள் மெல்ல அங்கும் இங்கும்
மிதந்தபடி சலனிக்கும் என் கபாலத்துடன்
பல நேரங்களில் கண்ணாமூச்சி விளையாடவும் நேரும்
அவிழ்த்துத் தொங்கவிடப்பட்ட
என் ஒற்றை கருப்பு அங்கிக்குள் பதுங்கிக்கொண்டு
அது நிகழ்த்தும் அசைவு
எனது பிரதி உயிர்ப்பெனத் தோன்றி
என்னை வியக்க வைக்கும்
அன்று எனது போதைத் திரவத்தில் பாதியை
அதற்குப் பருகக் கொடுக்க
லாகிரியின் சுழலில் சிக்கிச் சுழன்று மீண்டு
சப்தமிட்டு சிரிக்கத் தொடங்கிய அது
நிறுத்தத் தெரியாமல் தவிக்க
பிரச்சனையாய்ப் போனதே என்று
என் கழிப்பறையின் சிறுநீர்க் கோப்பையில்
அதைப் பதுக்கி வைத்து விட்டு
இரண்டு நாட்களுக்குப் பின் மீட்டு எடுத்து வர
சிரிப்பு உறைந்து அதன் முகத்தில்
சில சிவப்புப் புள்ளிகள்
ஒரு கணம் என்னைப் பார்த்து முறைத்த அது
என் மீது குற்றம் சாட்டிப் பிணங்கியது

முதன் முதலாய் அன்றுதான் எங்களுக்குள்
தர்க்கம் விரிந்து உதிர்ந்தது
மௌனமாய் இருவரும் வேறு வேறு
திசை பார்த்துச் சமைந்தோம்
பின் இருவரும் ஒருவரை ஒருவர்
உற்றுப் பார்த்தபடி உறைந்தோம்
நான் எழுந்து மெல்ல உலவினேன்
சன்னலோரமாய் இருந்த உடைந்துபோன
இசைக் கருவி ஒன்றைக் கையிலெடுத்து
எனது ஆதி சங்கீதத்தின்
சில பகுதிகளை வாசித்தேன்
சுழன்று சுழன்று பெருகிய இசையில்
மயங்கிச் சரிந்து உறக்கத்தில் அமிழ
விழித்து எழுந்த கணத்தில்
இசை படிந்த அமைதியுடன்
கபாலம் என் மார்புமீது மயங்கித் தணிந்திருந்தது
என்னுள் பிரியத்தின் பனி புகைய
மௌனமாய் அதற்கு ஒரு முத்தமிட்டேன்
எனது பழைய நண்பர்களைத் தனக்கு
அறிமுகம் செய்விக்கச் சொல்லி
கபாலம் அன்று புலம்பித் தகித்தது
தவிர்க்க முனைந்தும் முடியாமல்
இருள் நகர் மயக்கத்தில் அமிழும் கணத்தில்
என் பரிச்சயக்காரர்களின் அறைகளுக்கு நடந்து
சன்னல் பிளவுவழி உறங்கும் அவர்களை
கபாலத்தின் பார்வைக்குள் தூவினேன்
அறிந்த பிம்பங்கள் அனைத்தையும் உணர்த்தி
அறைக்கு மீண்ட நான்
ரகஸ்யமாய் பதுக்கிவைத்தேன்
கபாலத்திற்கு அறிமுகப்படுத்தாத
ஆத்மார்த்தியின் பெயரை மட்டும்.
○

4. அந்ய உணர்த்தல்

இழப்பதற்கு ஏதுமில்லை என் கபாலத்தைத் தவிர
அதீதன் அன்று சொன்னது
என்னுள் உறைந்திருக்கிறது
சித்திர கூடத்தில் இரண்டு ஓவியங்களைப் பார்த்தும்

நண்பர்கள் பலர் சிலிர்ப்புடன் விவரித்த
அவன் கவிதைகளைக் கேட்டும்
ஒரு அரூப அந்யோன்யம் அதீதன் மேல் பிறந்திருந்தது
அவனைப் பற்றி அதிகமாக அறிந்திருந்த
ஆத்மார்த்தி அதைப் பற்றி பேசுவதையே தவிர்த்த போது
எனக்குள் அவனை ஒரு முறையாவது
சந்திக்க வேண்டும் என்ற தாபம் பிறந்தது
அவன் திரும்பி வந்தது அறிந்த நிலையில்
சந்திக்க முயற்சித்து பலமுறை நழுவி விழுந்து
அன்று அவனைத் தொடர்ந்து
அவன் அறை வரைச் சென்றேன்
உள் நுழையுமுன் ஒரு முறை திரும்பிப் பார்த்த
அதீதனின் முகத்தில் வெறுப்பின் சிம்புகள்
தயங்கி நகர்ந்து அகத்தின் உள் இழை உறுத்த
உங்கள் அபூர்வ ஓவியப் பிரதிகளைச்
சித்திர கூடத்தில் கண்டேன் என முனைப்புற
முகம் இருண்டு பிதுங்கியது
அவனின் சொல் கூர்மைகள்
பிம்பங்களின் வாடை எனக்குப் பிடிக்கவில்லை
எதிர் கொள்ளல் எதுவும்
என்னைக் கீறிக் கிழிப்பனவே
எனதறைக்குள் உறைந்த அமைதியைச்
சிதைக்கவென யாரும் நுழைய வேண்டாம்
என்றபடி உள் புகுந்து கதவடைத்தான்
வெறுமை என்னில் கனக்க
கதவின் முன் நின்றேன்
நீண்ட இடைவெளிக்குப் பின் ஒரு முறை
கதவு தட்டினேன்
உள்ளிருந்து மூர்க்க இரைச்சல்
பயத்துடன் மீண்டு ஒதுங்கினேன்
இரவுகள் படர்ந்தன ஏதும் உணரலின்றி
பிளவுற்று உருகினேன்
உள்ளுள் ஏதோ உறுத்த அவனால்
உன்னதமாய் மதிக்கப்படும் பிரேதாவின்
ஆதிகாவிய மொன்றின்
புரிந்து கொள்ள முடியாது என
விமர்சகர்களால் கூறப்பட்ட பகுதியை
என் நினைவிலிருந்து சொல்லாக்கி ஒலித்தேன்
இறுதி வரிகள் என் நாவில் ஈரமிட

திறந்த கதவில் அவனும் அவன் கபாலமும்
அவன் உடலெங்கும் வியர்வையின் வழிவு
முகத்தில் ஒளித்துகள்கள் தேங்கின
என்னிடம் உனக்குத் தர என்ன இருக்கிறது
மெல்ல முனகினான் அதீதன்
உள் சிலிர்ப்புடன் நான் கூறினேன்
சில கணங்கள் மௌனமாய் உள்நடந்த அவன்
பின் நுழைந்து அகல கதவு இறுகியது
இருக்கை ஒன்றை சுட்டி நின்றது அவன் விரல்
நான் சுற்றிலும் பார்வை கொண்டேன்
ஒளிர்ந்து நின்ற கபாலம் எனக்குள்
துணுக்குற்றுப் படிந்தது
படுக்கையில் அமர்ந்த அவன் சிரசிழைகள் சலசலத்தன
எழுந்து இடம் மாறி கருப்புக் கிண்ணமொன்றில்
தேங்கிய திரவத்தை என் கையில் அளித்தான்
பருகக் குனிந்த என் நாசியில் புகுந்தது
ஆத்மார்த்தியின் ஓவிய வாடை
என்னுள் நிறைந்து படிந்த துளிகள் உருமாறி
அகவெளியெங்கும் பிம்பங்களாகி எழுந்தன
ஒரு கணம் பேரதிர்வு பின் நிசப்தம்
நான் அவன் கபாலத்தைப் பார்த்தபடி
இடைக் காலத்தில் நீங்கள் எங்கிருந்தீர்கள்
என்று கலைந்தேன்
நிமிர்ந்த அவன் கூறியது
என் கபாலத்துள்
உங்கள் தேடுகையின் புள்ளி எது
என் கபாலம்
உங்கள் சிதைவுகளின் நிகழ்வு எதன் விளைவு
என் கபாலத்தின் கதிர் வீச்சு
இன்றைய உங்கள் இருப்பு கபால ரூபம்
உங்கள் அர்த்தம் என் கபாலம்
நான் மௌனமானேன்
அவன் மேசைமீதிருந்த சில ஏடுகளைப் புரட்டினேன்
புரியாத மொழியில் பதிவுகள்
அவை கவிதைகள் என உணர்ந்தும்
வேற்று மொழி வடிவம் என்னில் இடறியது
இது என்ன மொழியென்றேன்
என் கபால பாஷை என அலையெழுந்தான் நிசப்தம்
வெளியேறும்முன் கதவருகில் தயங்கி நின்றேன்
அவன் அடர்த்தியாய் முனகினான்

என்னிடம் பெறுவதற்கும் இழப்பதற்கும்
வேறேதுமில்லை என் கபாலத்தைத் தவிர.

5. இடம் பெயரல்

என்றேனும் என்னைத் தேடி அதீதன் வருவான்
எனக் குமைந்திருந்தேன்
எனது பின்னங்களில் புகையும் விகாரங்கள்
அவன் பெயர் சொல்லிச் சிதறின
என்னுள் எழுந்து பிரம்மாண்டமாய்ச் சமைந்த
ஒற்றைக் கேள்வியின் பனிப்பாறை
அவன் கதிர் தாகித்துக் கனத்தது
என் இருள் பிராயம் புதிரின் குமைவாய் மட்டுமே
எஞ்சுமோ என எனக்குள் துணுக்குற்றேன்
சூழல் சாம்பலாகி உதிர உள்ளீடு அழிந்து
நான் தவித்தேன்
இனியும் எனது காத்திருப்பு
சவ உறக்கம் என்பதென விலகி
அவன் அறை தேடி இயங்கினேன்
இருள் பிளவுகள் தோறும் நழுவி
வெறுமையாய் மீந்து நின்றேன்
விரக்தி தைக்க என் தோழியின்
அறை நுழைந்து கவிழ்ந்து படுத்துக் கேவினேன்
அவளுடன் பருகிய மதுவின் படிவில்
சிறிது தளர்ந்து நிற்க அவள் சொன்னாள்
அதீதனின் நிலவறை தனக்குத் தெரியுமென
நீ அவனைப் பார்க்க வேண்டுமெனில்
இரவில் செல் என்றாள்
அவளுக்கு முதல் முறையாய் ஒரு முத்தமிட்டு
வெளியெழுந்து இடம் பெயர்ந்தேன்
இருள் செறிந்த ஒரு பகுதியில்
அதீதனின் அறை அடையாளம் கண்டு சுற்றி வந்தேன்
இறுகிய கதவின் உள்ளே நிசப்தம்
சுவரைத் தடவித் தடவி உணர்ந்து
சிறு விரிசல் ஒன்று தட்டுப்பட
என் சிரசின் ஒரு இழையை உள் நுழைத்தேன்
அதன் நுண்ணுணர்த்தலில் அறிந்தேன்
உள்ளே அதீதன் இல்லை கபாலம் மட்டுமே
இடம் பெயர்ந்து கதவு தட்டினேன்

யாரென்று உள்ளிருந்து வெளிப்பாடு
அதீதனின் குரலில் மாறி அதிர்ந்தேன்
உள் நுழைய வேண்டுமென
கதவு நழுவ உள் நோக்கி ஆவிர்பவித்தேன்
ஒரு கணம் திடுக்கிட்ட கபாலம்
பின் நீ யாரென்றது மௌனம்
உற்றுப் பார்த்தபடி அதீதன் எங்கே என்றேன்
தன் அங்கியை சூன்யத்தின் பிரகாசத்தில்
துவைத்து கூர்பாறைகள் நிறைந்த
ஒரு வெளியில் உலர்த்திவிட்டு தொடுவானத்துடன்
ரகஸ்யங்கள் பேசிக்கொண்டிருப்பான்
இது எப்பொழுதாவது நேரும் நிகழ்வு என
கபாலம் ஒலிக்க
சூழல் தடவி இருப்பு உணர்ந்தேன்
கபாலம் தன்னுள் குறுகி பாறை மீது
தனித்து நிலைக்க
என்னுள் வெளிர்ந்தது ஒரு யூகம்
மெல்ல எழுந்து கபாலம் நெருங்கி
விரலால் தீண்டி புன்னகைத்தேன்
அதன் படலத்திலிருந்து ஒளித்திரள்
சிலிர்த்து வெளியேற அழுத்தமாய் முத்தமிட்டேன்
தானே தனக்கு பிரம்மாண்டமாய்
சமைந்து தகித்தது கபாலம்
எனக்குள் புதைந்து கிடந்த ஆதி வசீகரத்தை
வெளியெலாம் தூவ வசப்பட்டுச் சலனித்தது
என் உடல் வெளியெங்கும் லயத்தின் வாடை
கபாலத்தின் உள்ளிலிருந்து சொல் நீட்சி
நுண்மையின் விழி நீ
ஒரு கணம் திடுக்கிட்டேன்
அதீதனின் பிரம்மைகள் இதற்குள்ளும்
நுழைந்ததென அறிந்தேன்
என் மார்பின் மென்மையில்
அணைத்துக் கொஞ்சியபடி பேசலுற்றேன்
அதீதனின் ரகஸ்யங்கள்
அதன் விழியின் குழியில் கசிய பருகிக் கனத்தேன்
சில கணங்களுக்குள் கபாலம்
என்னில் சிநேகமுற
என்னுடன் உனது இருப்பு இடம் பெயருமா என
வினவினேன் தயங்கிய கபாலம் முனகியது

அதீதன் மீது சூன்யம் கவிழும் என
உன் மீது படிந்த அதீதனின் மோகம்
அடர்த்தியானதெனில் அவன் உன்னைத்
தேடி வரட்டும் என்றேன்
மௌனமாய் என்னைப் பார்த்தது கபாலம்
சுவரில் எனது எச்சில் தொட்டு
கபாலத்தின் மீட்சி வேண்டுமெனில்
என் அறைதேடி வருக என எழுதிக் கீழே என்
ஒற்றை விழியை வரைந்து
கபாலத்துடன் வெளியேறி
கதவடைத்து என் அறை நுழைந்து
கனமாய்ப் படிந்தேன்
கபாலத்தின் உடனிருப்பு என்னில் லாகிரியாய்ச் சுழல
ரகஸ்யங்களின் சம்பாஷணங்களாய் ஊடுருவினோம்
எனது அறை முழுக்க மிதந்து
என்னை உள் உருக்கும் பாடல்களை முனகிய
கபாலம் கூறியது அதீதனுக்குப் பாடல்கள் என்றால்
மூர்க்க முரண்பாடு
என்னுள் முன் நினைவாய் மூண்டது
அதீதன் இசையை மட்டுமே பருகி
தன் அறைக்குள் பல மாதங்கள் உயிர் வாழ்ந்தது
கபாலத்தின் ஒளிர்வில்
என் உடலெங்கும் நிறக்கோடுகள்
மூடல்கள் அகன்ற தசைவெளியெங்கும்
கபாலத்தின் சிசுமை முத்தங்கள்
வசீகரத்தின் குமைவுகளாய் தகித்த
என் மார்புப் பகுதியில் உறைந்த இசையாய்
ஓய்ந்து மயங்கியது கபாலம்
அதீதனின் படிக பிம்பம்
என் உறைந்த விழிக்குமுன்
வியாபித்து நிறைந்தது
பெருகி கனத்த கணங்கள்
என்னைச் சுற்றிக் குவிய
கபாலத்திடம் கூறினேன் இத்தனை நாட்கள்
கடந்த பின்னும் உன்னைத் தேடி
அதீதன் வரவில்லை
கபாலம் நிச்சலனத்தில் படிந்தது பின்
நேற்று அறைக்கு வெளியே யாரோ உலவும்
சப்தம் உணர்ந்தேன்

அது அதீதனாகவே இருத்தல் வேண்டும் என்றது
மீண்டும் எங்கள் காத்திருப்பு சுருள
எதிர்பாரா ஒரு இரவில் என் அறைவெளி விரிந்தது
அதீதனின் அபூர்வ தோற்றம்
என்னுள் பேரகண்டத்தின் ஒற்றைக்குமிழ்
ஒளிச் சலனங்கள் தன் விளிம்பில் தகிக்க
தன் சிரசிழைகள் அலைவிரிக்க
அங்கியின் அசைவில் உள் முனகல் பனிக்க
வினோதமாய் சமைந்த அதீதன் கண்டு
வியப்பில் உறைந்தேன் கதவு இறுகியது
அவன் முகத்தில் புதிரின் கிரக நிழல்
நேராய் என் விழிகள் ஸ்பர்சிக்கக் கூசி
விலகி நெளிந்தது அவன் பார்வைத் தம்பம்
ஒரு கணம் ஏதும் உணரலின்றி
இடம் பெயர்ந்து இருக்கை நகர்த்தித் தவித்தேன்
அமர மறுத்து நிலைத்த அதீதன்
கபாலத்தைத் தேடி விழி அலைந்தான்
என் அவிழ்த்துவைக்கப்பட்ட உள்ளாடை போர்த்தி
மயங்கிய கபாலம் அவன் பார்வையில் தடம் பிறழ
எங்கே என் கபாலம் என்றான்
அசைதலின்றி ஆடைக் குவிவை நோக்கினேன்
திரும்பிய அவன் முகம் அந்நியம் உணர்ந்து தவித்தது
கபாலம் படலம் மீறி ஒளிர
அதிலிருந்து கசிந்தது என் மாம்ச வாடை
பேதலித்த என் உள்ளுணர்வின்
ஒற்றைப் புள்ளியையும் உன் விஷ நுனிகள்
சிதைத்தது ஏன்
எங்கோ பார்த்தபடி சொல் புகைந்தான்
உனது சுயத்தின் உட்கரு நிழலில்
எனது பிரக்ஞை ஒளிர்ந்து ஒடுங்கியது
நீயறியாததா தவித்து இமைத்தது என் உணர்த்தல்
சிதைந்துபோன எனது மையத்தின் பின்னங்கள்
விளிம்பெலாம் இறைய
கொத்தி விழுங்க பறந்து திரிகின்றன
உன் கூர் பிளவுகள்
சுயமழிதலின் பிற்கண உருமயக்கம்
பதிவுகொள்ள எத்தனித்தல்
சூன்யத்தின் இமைச் சவங்கள்
நான் உள்பெருகி சிக்கலுற்றேன்

என் நிழல் திரைகள் இழை பிரிந்து விலக
தாபத்தின் தணல் பாளமாய் நிலைத்தது என் நிர்வாணம்
வெற்றின் அழைப்பல்ல நான்
உன் தரிசன மண்டலத்தின் மைய ஒளிக் கோளம் என்று
உணர்த்தல் கதிர் நீட்டி
பூரணமுறா என் விரகத்தின் ரணப் பாளம்
தசையாய் இருள
உன் தேகத்தின் கிரகணிப்பு வெளிப்படுத்து
என விளித்தேன்
அவன் முன் மண்டியிட்டுக் கையேந்தி
பிளக்கப்பட்ட என் பிரபஞ்சத்தின்
மறு அர்த்தமாய் ஆவிர்பவிக்கவா எனத் தழுதழுத்தேன்
அவன் முகவெளியெங்கும் முள் விழிக்க
குரல் வளையில் பாறை திரண்டு சுழல
தன்னை மறைத்த கருப்பு அங்கியின்
முடிச்சவிழ்த்து விலகி நின்ற
அதீதனின் உருவு கண்டு கேலாய் வெடித்தேன்
ஆண் உறுப்புகள் வெட்டப்பட்டு மீந்த ரணத் தழும்பு
சூன்யத்தின் உலோகக் குழம்பாய் விழிகளில் தெறிக்க
தரையில் முகம் கீற கதறலாய் அதிர்ந்தேன்
மௌனமாய் அங்கியின் முடிச்சு திருத்தி
என்னைக் கபாலத்துடன் மீளவிடு என்றபடி
சன்னலோரம் போய் நின்றான்
கணங்கள் பெருகிக் கீறி மறைந்தன
அவலத்தின் நகம் தைத்து
வக்ரத்தின் நிணம் என் புழையெங்கும் உறைந்தது
இருக்கையின் கால்களில் சாய்ந்தபடி ஆசுவாசித்து
முனகினேன் உன் கபாலம்
இசைந்ததெனில் மீட்டுக் கொள்
திடுக்கிட்டுத் திரும்பிய அதீதன்
மூர்க்கமாய் இமை தகித்து கபாலத்தை நோக்கி
விளிப்பாய் நீண்டான்
லாகிரியின் நீர்ப்படலத்திலிருந்து வெளிப்பட்ட கபாலம்
மறுத்து அசைந்தது
நரம்புத்திரள் அறுபட குன்றிக் கெஞ்சினான்
மீண்டும் மறுத்த கபாலம் முனகியது
நீ அதீதனாக இருக்கவே திணறும்போது
ஆத்மியாகவும் அதீதனாகவும் கூட இவளால்
இருக்க முடிகிறது என

சூன்யத்தின் ஆழத்தில் மூச்சுத்திணறும் வலியுடன்
என் முன் வந்து ஒரு கணம் இறுகி நின்று
அவசத்தின் நுரையாய் வெளிவழிந்து
மறைந்தான் அதீதன்
என் வெளியெங்கும்
கீறும் விளிம்புகளுடன் இருள் கதிர்கள்.

6. மூர்க்க பிரம்மை

ஏதுமின்மையின் நுண் புழையில்
மரண மூச்சின் ஒரு இழையாய்
வழிந்து தவித்தது என் பிரக்ஞை
அறைக்குள் செத்து அழுகிய திசைகளின் இடறல்
சுவர்களில் முட்டி நிணம் வடித்துக்
கதறியது என் உரு
வெற்றின் நினைவு என்னைத் திடப்பாகாய்
பிய்த்துப் பிய்த்துத் திரட்ட
கொதித்துச் சுழன்றேன்
உள் குழிக்குள் கணங்கள் ரணக் கருவிகளாய்
என் முன் விதானிக்க
வெறியின் புரியாய் நீண்டு
ஆத்மார்த்தியின் அறை அடைந்தேன்
பக்கத்தில் கபாலம் தியானமுற்றுக் கனக்க
படுக்கையில் மல்லாந்து இமைத்தபடி அவள்
அவள் லாகிரியின் அருவங்களால்
மறைக்கப்பட்டது உணர்ந்து பெருகி விரிகிறேன்
ரௌத்திரத்தின் பூத கணமாய்
நெருங்கி அவளை அணைத்து
என்னுள் புதைத்துக் கொள்ள இழைகிறேன்
அவள் உள்ளிலிருந்து அதீதா எனும் மாய சப்தம்
படுக்கை வெளியெங்கும் இளகிக் குமைந்து
மூர்க்கமாய் இயங்க
வெளிப்பாடு நிகழா காமத்தின் கூர்மைகள்
உடைந்து நொறுங்கின
என் நகங்களால் ஒளிரும் அவள் உடல் எங்கும் கீறி
உருவழிக்க விகாரமாய் இளகிக் குழையலுற்றாள்
என் அதீத பாரம் நசுக்கி
அவள் சுவாசம் முற்றாய் இறுக
ஒரு கணம் என்னில் பொறிந்த வெறிச் சிரிப்பு

கேவலாய்ச் சிதறி மின்னியது
அவள் நிதம்பப் பிளவில் பிதுங்கி வழிந்தது
என் பிம்பப் பிரதியொன்று
எனது ஆதி உருவப் பதிவுடன்
என்னுள் மிரட்சியின் கம்பிச் சுருள் நுழைய
கபாலத்தை எடுக்கக் குனிகிறேன்
என் இழந்து போன ஆணுறுப்புகளின்
தழும்பு கிழிந்து பிளக்க உள்ளிருந்து புதிதாய்
ரத்தப் பிசு பிசுப்புடன் ஆணுறுப்புகள்
அதிர்ந்து விலகி கபாலத்தை அழைக்கிறேன்
கலைந்த நினைவுடன் கபாலம்
அவள் உறைந்த உடல் நோக்கித் தழைந்து
இவள் உடலுடன் நான் இருப்பேன்
உன்னுடனான எனது இருப்பு
இனி சூன்ய மூழ்கல் என மறுதலித்து அசைகிறது
என் சுய கபாலத்திற்குள் பேரிடி கொண்டு
ஓசை பிறக்க வெளியேறி கூவலாய் எழுந்தபடி
இடைவெளிகளில் ஓடி
இருள் புரம் விட்டே அகன்று விலகி
எண்ணற்ற பாறை முகங்கள்
தகிக்கும் ஒரு வெளிமுன் சமைந்து
ஓர் கூம்புப் பாறையின் சிகரத்தில் நின்று
பெருவெளி நோக்கி ஓசையாய் வியாபித்தேன்
எனக்கு முன் எல்லா உருவுகளும்
அணுத்துகள் வடிவாக
என் உடல் வானம் சுழல் கொண்டு பெருகி
மீண்டும் எழுந்தேன் பேரோசையாய்
எதிரொலித்து என்முன் வழிந்தது
ஆத்மார்த்தி எனும் பிரகாச கோளமாய்
என் திசுக்கள் இணைப்பழிந்து அழைப்பாய் வியாபித்து
மிதந்து ஊருருவி மறைந்தன
ஒளிக்கிரகத்துள் மீந்தது அனைத்தையும் தகிக்கும்
அகால கிரக மண்டலம்.

பகுதி : மூன்று

ஸ்தூல நிகழ்வு

சிதைந்துபோன நிலையில் ரத்தக் காயங்களோடு ஆத்மார்த்தியின் உடல் அவள் அறையில் கண்டெடுக்கப்பட்டபோது, நண்பர்கள் வட்டம் அதிர்ச்சியில் உறைந்தது. சில நாட்களாகவே அனைவரையும் தவிர்த்த ஆத்மார்த்தி தன் அறைக்குள்ளாகவே அடைந்து கிடந்தாள். ஒரு கவிதைக் கருத்தரங்கிற்காக 'கிரணம்' சார்பில் அவளை அழைக்க நான் அவள் அறைக்குச் சென்றபோது, இனி தான் எழுதப்பபோவதே இல்லை எனவும் இதுவரை எழுதிய எதுவும் தனக்கானது இல்லை எனவும் வெறுமையாகக் கூறினாள்.

அவளுடன் மது அருந்திக் கொண்டிருந்தபோது தான் வரைந்நது கொண்டிருந்த ஒரு ஓவியத்தைக் காட்டி தன் கடைசி படைப்பு எனக் கூறி கசப்புடன் சிரித்தது இன்னும் எனக்குள் பாரமாய் படிந்திருக்கிறது.

போதை மருந்துகளின் தாக்கத்தில் அவள் உடல் வெகுவாய் சிதைந்திருந்ததை நான் உணர முடிந்தது. அவள் குரலில் ஒரு ஆண் தன்மை இழைவதையும் என்னால் அறிய முடிந்தது. அவள் முகத்தில் ஒரு சவக்களைத் தட்டி நின்றதைக் கவனித்த எனக்குள் துக்கம் பிளந்தது. பிரேதாவிற்கு அடுத்தபடியாய் வசீகரி இவள்தான் என கலைஞர்கள் வட்டத்தில் பேசப்பட்டது இறந்தகாலமாகி விட்டதோ என நான் விசனிக்கவும் நேர்ந்தது.

நான் பிரேதாவை நேரில் கண்டதில்லை. ஆனால் ஆத்மார்த்தியை முதன் முதலில் 'கிரணம்' ஏற்பாடு செய்த ஒரு ஓவியக் கண்காட்சியில் அதீதனுடன் புகை பிடித்துக்

கொண்டிருந்த நிலையில் பார்த்தபோது அவளின் அபூர்வமான அழகில் உறைந்துபோய் பேசமுடியாமல் திணற, குறும்பாய்ச் சிரித்தபடி இவனுடைய கவிதைகளைப் போலவே இவனும் உறைந்துபோய் தான் இருக்கிறான் என்று அதீதனிடம் பிரஞ்சு மொழியில் கூறிவிட்டு, என் மார்பகங்கள் உன் பார்வைக் குவடுகளை அழுத்திவிட்டதா எனக் கேட்டபடி தோளில் தட்டிக் கலகலத்த—இலக்கியங்களில் மட்டுமே அறியப்படும் சூழல் அந்த நேரத்தில் நினைவுக்கு வந்தது.

என்னைவிட சில வயதுகள் மூத்தவளான ஆத்மார்த்தியை உயிருடன் கடைசியாய்ப் பார்த்தவன் நான்தான் என்று நினைக்கிறேன். அன்று விடைபெறப் போகும் நிலையில் சமீபத்திய எனது நாவல் வெளிவந்து விட்டதா எனக் கேட்டு; இல்லை என நான் கூற, இனி நான் படிக்கவும் போவதில்லை என்பது சிறிது அவலமானதுதான் என்று முனகியபடி சிறிது சிரமத்துடன் சிரித்துக் கொண்டே நீ எப்பொழுதும் ஒருத்தியின் பின் அலைந்து கொண்டிருப்பாயே அவள் எப்படி இருக்கிறாள் என்று கேட்க. நான் தயக்கத்துடன் அன்று ஒரு நாடகத்தைப் பற்றி விவாதித்துக் கொண்டிருந்தபோது ஒரு முத்தம் தருவாயா எனக் கேட்க அன்றிலிருந்து பேசுவதை அவள் விட்டுவிட்டதைப் பற்றியும், ஆனாலும் அறை நண்பர்களாகத்தான் இன்னும் இருக்கிறோம் என்று கூறினேன்.

வெடித்துச் சிரித்த ஆத்மார்த்தி, அவளுக்கு பிரசவ வலி பற்றிய பயம் அதிகம் என்று மீண்டும் சிரித்தாள். திரும்ப எத்தனித்த நிமிடத்தில் இதுவரை ஒரு பெண்ணைக்கூட நீ முத்தமிட்டதில்லையா எனக் கேட்க, நான் இல்லை எனத் தலையசைத்தேன். அவள் முகத்தில் ஒரு அழுத்தமான புன்னகை படர—நான் உன்னை முத்தமிடலாமா என்றபடி அணைத்து என்னை முத்தமிட்டபோது புதிதாய்ப் பிறந்ததாய் உணர்ந்த என் விழியிலிருந்து சில துளி கண்ணீர் வழிந்தது. நான் எனது அனாதைத் தனம் அழிந்து அடர்த்தியானேன். விலகிய ஆத்மார்த்தி கூறியது இன்னும் என் செவியின் ஆழத்தில் வலியாய் ஒளிர்ந்திருக்கிறது 'உயிர்ப்புக்காகத் தவிக்கும் சவமுத்தம்'.

ஆத்மார்த்தியின் சடலத்திற்குப் பக்கத்தில் ஒரு மண்டையோடு இருந்தது மிகப்பெரிய புதிராய் அனைவராலும் உணரப்பட்டது. அவள் பெண்ணுறுப்பில் குருதி படிந்த நிலையில் அதீதனின் புகைப்படமொன்று பிணைந்திருந்ததைப் பற்றி சில யூகிக்க முடிந்தாலும்; எனது கவி நண்பன் கூட முகம் இறுகத் தவித்ததை நான் கவனத்தில் வைத்திருக்கிறேன். ஆத்மார்த்தியின் மரணம் கவித்துவ சூழலில் பெரும் மர்மமாய் சமைந்து நிற்க அவளின் அறையில் கண்டெடுக்கப்பட்ட சில கையெழுத்துப் பிரதிகளும் சில குறிப்புகளும் என்னால் தொகுக்கப்பட்டன. இது அவளின் கடைசி படைப்பாய் கணிக்கப்பட்டாலும், அவளது மரணத்திற்கும் இதற்கும் பெரும் தொடர்பு இருப்பதை உணரமுடிகிறது.

ஆத்மார்த்தி இறப்பதற்கு மூன்று வருடங்களுக்கு முன்னிருந்தே அதீதன் மனநோய்க் கைதியாக ஒரு விடுதியில் இருந்துகொண்டிருக்கிறான் என்பது இங்கு குறிப்பிடவேண்டிய ஒன்று. அவனைச் சமீபத்தில் சந்தித்தபோது கிறுக்கப்பட்ட எழுத்துக்களால் பதிவு செய்யப்பட்ட ஒரு குறிப்பை அவன் அளித்தான். அவன் முற்றிலுமாக பேசுவதையே மறந்துவிட்ட நிலையில் வேறு எதையும் என்னால் பதிவு செய்ய முடியவில்லை. ஆத்மார்த்தி இறந்துபோனதை நான் அவனிடம் சொன்னபோதுகூட அவன் எந்த உணர்ச்சியுமற்று சன்னலோரம் நின்றபடி வெளியே பார்த்துக் கொண்டிருந்தான். அதீதன் சில முறைகள் தொலைந்து போனது நிஜமே என்றும் கடைசிமுறை தொலைந்தபோதுதான், அவன் ஒரு மன நோயாளியாகவும் ஒரு குற்றவாளியாகவும் அறியப்பட்டான் எனவும் என் ஓவிய நண்பன் கூறியது நினைவில் உறுத்த அவனைக் கவனித்துக் கொண்டிருந்தேன்.

ஆத்மியின் கவிதை ஒன்றை அவனிடம் கொடுத்தபோது என்னையே படிக்கும்படி சைகை புரிந்தான். நான் வாசிக்க வாசிக்க தரையில் மண்டியிட்டு கைகள் மேல் நோக்கி உயர்த்தியபடி—அவன் ஏதோ முணுமுணுத்துக் கொண்டிருந்துவிட்டு அதே நிலையில் மௌனமாய் சமைந்தும்விட, அதற்குமேல் எதுவும்

அறிதலின்றி அவனிடமிருந்து விலகி வந்தேன். அவனது தெளிவில்லா குறிப்பை இந்த படைப்பின் இடையில் இணைத்தபோது இதற்கு ஒரு புதிய பரிமாணம் ஏற்பட்டு என்னை வியக்க வைத்தது.

என்னால் சேகரிக்கப்பட்ட குறிப்புகளைத் தொகுத்து வாசித்த போது எனக்குள் மிஞ்சியது மிகப்பெரிய மனவயச் சிக்கல் தான். என் நெற்றிப் பொட்டுகள் தெறிக்க அந்த கபாலம் எதன் சங்கேதம் என்று குடைந்து தவித்து ஆத்மார்த்தியின் நாட் பதிவுகளைப் புரட்டியபோது, 'பிரேதாவின் சடலம் ஒரு மணல் வெளியில் புதைக்கப்பட்டது' என்ற ஒரு குறிப்பு காணப்பட்டது. ஆனாலும் இதன் ஒவ்வொரு நிகழ்வும் ஆழ்ந்த குறியீட்டுத் தன்மை வாய்ந்ததாகவே அமைந்திருக்கின்றன.

வினோதமான இயல்புகளும், சலனங்களும் கொண்ட ஆத்மார்த்தி ஆரம்பத்திலிருந்தே ஒரு புதிராக அறியப்பட்டிருக்கிறாள். பிரேதாவின் அந்யோன்ய தோழியான அவள், பிரேதாவின் சிநேகனான அதீதனிடமும் பிணைப்பு உடையவளாக இருந்திருக்கிறாள்.

'தரிசன மண்டலம்' என்ற நெடும்படைப்பு மூவரின் கவிதைகளும் ஒரு கிரமத்தில் தொகுக்கப்பட்டதால் உருவானதே என விமர்சகனான என் நண்பன் கூறியிருக்கிறான். பிரேதாவின் சிதைவுக்குப்பின் ஆத்மார்த்தியின் இயல்பான வடிவம் மாறியதென்றும்; அதீதனின் மாயை நிறைந்த போக்கு மனநோயாளும் சில பாலுணர்வு குற்றத்திலும் வெளிப்பட்டது போல, ஆத்மார்த்தியின் வினோத கிரியை மரணமாய் வெளிப்பட்டது என்றும் சிலர் கருகின்றனர்.

அதீதனின் படைப்புகளும், பிரேதாவின் படைப்புகளும் பிரம்மைகளின் உலகம் என்று விமர்சிக்கப்படுவதும், அவர்களின் இலக்கிய வட்டமே மனோ உலக மாயையில் உலவுவது என்று ஒதுக்கப்படுவதும் இன்னும் இலக்கிய உலகில் காணப்படும் ஒரு நிகழ்வு (எனது 'செத்து பிறந்த கணங்கள்' ஒரு கவிதை படைப்பே இல்லை என இலக்கியச் சூழலே ஒதுக்கிய பொழுது, என் நண்பனின் மூலமாக அதன் பிரதியை வாசித்த அதீதன் ஆத்மியின்

விவாதத்திற்குட்பட்ட முன்னுரையுடன் 'கிரணம்' இதழில் வெளியிடவில்லையெனில் எனது சிருஷ்டி இயக்கம் அன்றே தடைபட்டிருக்கும் என்பதை இங்கு நினைவுகூற நேர்கிறது). அதீதன் ஒரு முறை கூறினான்: நாங்கள் சிருஷ்டியில் சிதைந்தவர்கள்—என. பிரேதாவும் கூட ஒரு படைப்பில் ஈடுபட்டிருந்த போதுதான் உருவழிய நேர்ந்திருக்கிறது.

அதீதனும் ஆத்மார்த்தியும் விலகி இருந்தாலும் இருவரின் மனோ மண்டலத்திற்கும் ஒரு ஸ்தூலமான பிணைப்பு இருந்திருக்கிறது என்றும், சிதைந்துபோன அதீதனின் உள் உலக பிம்பங்கள் ஆத்மார்த்திக்குள் இடம் பெயர்ந்து நிகழ்ந்த ஒரு பின்னமுறுதலே ஆத்மியின் மரணம் என்றும், மனோவாதையின் பதுங்குகுழிகளாக அமைந்த போதை மருந்துகளுக்கும் இதில் உறவு உண்டு என்றும் என் மனோதத்துவ நண்பன் கூறியது என்னால் முழுமையாகப் புரிந்து கொள்ளப் படாமல் இருக்கிறது.

இந்த படைப்பின் கடைசி பக்கம் எழுதப்பட்ட அன்றுதான் ஆத்மி இறந்திருக்கிறாள் என்பதும், அதீதனின் பழைய அறைக்குள் காணப்பட்ட புகைத்துண்டுகளின் மூலம்—அதற்கு சில தினங்கள் முன்பு அவள் அங்கு சென்று வந்திருக்கிறாள் என்பதும் அறியப்பட வேண்டியவை.

இந்தக் கணத்தில் அதீதனின் பழைய குறிப்பொன்று நினைவில் வருகிறது. எனது சிருஷ்டியே ஒரு வினோத ஆவியாய் எழுந்து என்னைக் கொல்லுமெனினும் எனது சிருஷ்டிக்குள் இருக்கிறது என்றும் சிதைக்க முடியாத எனது உள் உயிர்ப்பு.

படைப்பு : 14.12.1986

(கிரணம்: 3 ஏப்ரல்–ஜுன், 1988)

நிழல் நெரிசல்

பாகம் : ஒன்று

அதிர்வுகள்: மூலப்பிரதி

மீண்டும் சிக்கிக் கொண்டேன் உன்னிடம்
தப்பித்தலில் எனது தடயங்கள்
உன் விழிக்குள் தங்கிவிட
ஒன்று விடாமல் மீட்டுச் செல்லத் திரும்பி வந்து
மீண்டும் சிக்கிக் கொண்டேன் உன்னிடம்
என் தரிசனங்களின் பின்னங்கள்
என்னிலிருந்து தோலுறிந்து
சூன்யம் உறைந்த உனது சவ்வுப் படலத்திற்குள்
பிம்பங்களாகி மறைந்து கொள்ள
என் நிழலின் பிசிர்களால்
கண் கட்டிக் கொண்டு
ஏதாவதொன்றை அடையாளம் காண
நுழைந்து அலைகின்றேன்
எனது பிரதிகளிலிருந்து என்னை மட்டும்
அகற்றி விட்டு
ஒவ்வொன்றின் நிழலையும்
புரட்டித் திருப்பி சூன்யம் காட்டுவாய் நீ
உன் வாசல் தோறும்
சப்தம் வழியும் வெளிப்பாடுகள்
என்னைக் கீறி உள்ளீட்டைச்
சோதனை இடுகின்றன
என் சுவாசத்தின் படிகங்களைத்
திருப்பித் திருப்பி
பரிமாணங்களில் புகுந்து குடைகின்றன
நாசிக்குள் உன் நீட்சியின் கதிர் கூம்புகள்
இடையிட்டுத் தாவி
சூன்யத்தின் விரல் ரேகைகளைப்
பதிவு செய்கின்றன
அதிர்வின் கம்பிகளை என்னில் சுற்றிக்கட்டி

அணிதல்களின் மூலக் கூறுகளை
ஆய்வுக் கூடத்திற்கு அனுப்பி வைக்கின்றன
இமைகளை வெளித்திருப்பி
தன் காட்சிகளைத் தூவி சாயம் தோய்க்கின்றன
உன்னை முன்பே அறிவேன்
என்ற போதத்தின் தொலைகதிர் புழைகளில்
தன் நிலைப்பாட்டைச் செருகி
அடைத்துக் கசிவின்றி உறைகின்றன
நீண்ட உயிர்ப்புச் சாட்டைகளை
என் ஸ்தூலத்தின் வரிக்கோட்டு வடிவமாக்கி
கன்றிப்போன தடங்களில்
தன் உதட்டால் தூசு புதைக்கின்றன
என்னைக் கீறி உப்புத் தடவி
உன் தளத்தில் வழியும்
சூர்ய கசிவில் காயவைத்து
என் ரோமங்களைத் திரட்டி
மிதக்கும் நிழல்களுக்கு
நிற எச்சரிக்கையாய்
நட்டு வைத்த பருவங்களை
நான் சொல்லவந்தால்
என் சொற்களின் பிளவுகளில் புகுந்து
வெடித்துச் சிதறுவாய் என் பிரக்ஞை முழுதும்
சிக்கிக் கொண்டது
கணங்களின் ஊசித்துளையில்
உன்னிடம் மட்டுமல்ல
என் இடைவெளிகள் குறுகலானவை
விளிம்புகள் சிக்கித் திணறும் தன்மையவை
கோடுகள் பின்னங்களாகி
புராதனத்தின் சுட்டுதல்களாய்
புரளும் பண்புடையவை
விடுபடுதல் பாறைத்தளங்களில் பதிவு விடுத்து
எரிதலில் சாயை தொலைத்து
மீளும் சலனத்தின் நிர்ப்பந்தம்
மீண்டும் மீண்டும் சிக்கிக் கொள்வேன் உன்னிடம்.

○

அவன் அவளாக இருந்தபோது எழுதிய
மூலப்பிரதியும் எனதின் பிற்பகுதியும்

○

கண்ணாடிகளை உடைத்துக் குவியலாக்கி
நீ நின்றிருந்தாய்
உன்னிலிருந்து சப்தங்கள்
புகைச்சலாய் வெளிப்பட்டன
திசைகளின் இழைகள்
உன் நீட்சிகளில் பின்னல்களாகி
இருளைத் தேம்பித் துடித்தன
உன்னைப் பாதியாய்ப் பிளந்து
எதிரே நிறுத்தி தர்க்கம் புரியும் கேள்வி
உன் அவதாரம் அரூபங்களின் சுழல் மேடை
பார்வைகளின் படலமிதவைக்குள்
நிலை கொள்ளாச் சலனம்
பிரக்ஞையின் ககனத் தணலில்
சுடலையாய் வெளிப்படுதல் உன் உக்ரம்
வர்ஷித்து நிறைக்கும் உன் அதிர்வுகளின்
ஜலப் பெருக்கம்
நீ நீயாகவும் வேறொன்றாகவும் இருத்தல்
மூலத்தின் சதைப்பசிக்கு இரட்டை நிரூபணம்
அந்தகாரத்தின் பாறைகளைப்
புற்றுகளாய்க் குடைந்து நுழையும் என்
தேட்டத்தின் மாமிச வடங்களில்
கட்டி இழுத்தாலும் இடம் பெயராது
உன் தடங்கள்
பௌத்ரம் கீறல் விழாமல்
உன் முகம் பார்க்கும்
பளபளப்பை வெற்றிடம் தினமும்
உனக்குக் காப்பாற்றித் தரும்

◯

பாகம் : இரண்டு

அலைவுகள்

உதிர்ந்து விழுந்த இரண்டொரு
ஒளிரும் சிதைவுகளை வாய்க்குள் அடக்கியபடி
படிகங்களால் ஆன
பல அடுக்குச் சமைவுகள் கொண்ட
குறுக்குச் சந்துகளில் சலனித்தேன்
பாதங்களுக்குக் கீழ் நசுங்கும் தரையில்
ஜலத்துடிப்பு மாமிசவாடை என் சுவாசம் முட்டி
உள் சுழன்றது
உள்பாடு நிகழா என் இருப்பு
அணுக்களின் கூர் நுணிகள் குத்திக்கிழிக்க
விழிப்படலம் வழிந்து தடுமாறும்
இன்னும் என் எதிர்ப்பிரதிமையின்
ஸ்பர்சம் கொள்ளாத தோல் வெளியில்
வெறுமை பட்டைகளாகி
உறிந்து கொண்டிருந்தன
அகத்தின் தகடுகளின் மீது
நிலை கொண்டு இயங்கும்
புகைக்கம்பிச் சுருள்களின்
மேல் கீழ் இயக்கமாய்
என் பெயர் உச்சரிப்பு
எண்முகம் கொண்ட படிகங்கள்
பெருங்கோளங்களாய் வெளி முழுக நின்றிருக்க
ஒவ்வொன்றின் பின்னும் தலையற்ற நிழல்கள்
பதுங்கி என்னை எனக்குள்
உளவு பார்த்துக் கொண்டிருந்தன
இரவு முழுக்க இருளுக்குள் என்
இதயத் துடிப்புகள் கம்பிக்கிரணங்களாய்
வெளிப்பட்டு முறுக்கித்
தளங்களில் முட்டிச் சலித்து

அறைகொள்ள நிறைந்தன
பக்கத்தே இருந்த போதைப்பாகு ததும்பும்
அரைக்கோள கண்ணாடிக் கலத்தில் விழுந்த
என் பிம்பம் ஒரு கணம் தசை திரண்டு
குமிழியாய் சூன்யம் வெடித்தது
கழற்றி எறிந்த அணிதலில்
என் இறந்த காலங்களின் உடல்கள் நுழைந்து
நிலவறைகளின் உளவு நிழல்களாய் அசைந்தன
புரண்டு படுத்தேன்
என் முதுகின் மீது இளகிய உருவாய்
வந்து படுத்தது எனக்குள்ளே திரண்டு நின்ற
ஆண் பிண்டம்
சுவாசம் கனத்தது
முகம் காணல் என்றும் சாத்தியமில்லை
தரையில் கைகளால் திணறித் துடித்தேன்
என்னைச் சுற்றிலும் குழி பறித்தேன்
மல்லாந்து படுப்பேன் என்னைப் புணர்ந்து கொள்
ஆண்மையே எனக்கூறி
மெல்லப் பொய் சிந்தி அதை விலக்கிப் புரண்டேன்
என் தகிக்கும் முலைகளில் அதன்
நகம் புதைய பொறு என் உள்ளாடை
நீக்குவேன் எனவும் முனகி
ஓய்ந்த அதைக் குழியில் தள்ளிப் புதைத்து
ஆசுவாசத்தோடு என் தனங்களைத் தடவியபடி
சன்னலோரம் வந்து நின்று
அகாலத்தில் பார்வை பின்னி புகைந்தேன்
அறைக்குள் சுழல் கொண்டு சமையும்
என் நிர்மால்ய புகை ரூபங்கள்
என்னையே சுற்றித் தீண்டி சுகம் தேடும்
மூர்க்கத்தின் நுனி மிதக்கும்
அசைவில் விலகித் தணலும்
இடையில் என் ஸ்தூலமெங்கும்
நா நுனித் தீண்டி தீச்சுவடுகள் பொத்து
நிறங்களாய்த் தம்மை புகைந்து கொள்ளும்
சுற்றிச் சுழன்று அவை அனைத்தும்
என்னிலிருந்து வெளிப்பட்டு வெளி நிறைந்தன
இயக்கத்தின் உள்மூல இயந்திரங்கள்
சப்தமிட்டு வழிந்தன
வெளியில் நீந்தி மறைந்த

என் பல நூறு பிரதிமைகளை
என்னிடம் மீண்டு வரும்படி கூவினேன்
மின்னல் கம்பங்கள் சமைந்து விதானித்து
ஒரு கணம் நான் தொலைந்துபோன
மண்டபத்தை அடையாளம் காட்டி மறைந்தன
இருட்டின் இழைப்பின்னல் என்
விரல் நுனியில் சிக்கித் தவிக்க
என்னைப் பிசைந்து திரட்டி
அறைவெளியின் ஒதுங்கலில் தனிய வைக்க
பெருமூச்சு வியாபிதம்
சுவர் தளத்தில் சதுரச் சவ்வு கிழிந்து
ஒளி வழிந்தது
மறுநாளின் செத்த தடங்களை
வாரி இறைத்தது மூலையிலிருந்து திரண்டெழுந்தேன்
உள் படிக பிம்பங்கள்
தம்மை மாற்றிச் சமைக்கும் பருவமென
வழிந்தது நிணம்
கறை கண்டு முகம் சுழித்தது
அறையின் உள் முகம்
குளியல் அறைக்குள் என்னைத் தோலுறித்துக்
கழுவி புதுப்பித்தேன்
வெளிப்பட்ட நிணக் கசிவில் உள் நின்ற
தரிசனங்களின் சதைப் பிசிர்கள்
இருக்கக் கண்டு திகைத்து நிற்றல்
பருவந்தோறும் நிகழ்வதுதான்
வெயிலின் பிரேத ஏடுகள் காற்றில் சலனித்தன
வெளியே நீந்தும் நிழல்
தன் நீட்சிகளில் விலக்கப்பட்ட
பிறப்பின் வடங்களை சிக்கலுறுத்தித் தவித்தது
அணிதல்கள் எனது நிர்வாணத்தின் படிக ஓடுகளாய்
என்னில் சமைந்திருந்தது
வெளி நடந்தேன்
ஒளிரும் சிதைவுகள் சில
கீழே கிடந்தவைகளை விரல் தீண்டித் திரவமுற்றேன்
படிகங்களின் அடுக்குச் சமைவுகள்
என் குரல்களில் ரூப பேதங்களை
முரண் வடிவாக்கம் செய்து
அந்ய விருத்தி செய்யும் தன்மை வாய்ந்தவை
சலனித்தேன் என் தரிசனங்களுக்குள்

நிழல் துளிர்த்துப் படிந்தது
உள்ளாடைகளில் காற்றுப் படலமாய் உலர்ந்தது
உச்சியில் சூரியன் பன்முகம் விதித்து
தன் உட்புறச் சலனத்தை புறவெளியில் தகித்தது
கண்கள் முள் வெடிக்க கீழே பார்த்தேன்
ஏதோ முணுமுணுப்பு வினோத சலனம்
என் பிரக்ஞைக்குள் குடைந்து பரவியது
என் பால்யத்தின் குரல் சாயல்
செவிக்குள் தைத்து முனை உடைந்தன
என் அகக்காட்டின் விரக நிழல்கள்
மரங்களில் இருந்து வெளிப்பட்டு
சுவடுகளின் உலோகக் கூர்மைகள்
பிணைந்து விலகவென தோற்றம் வெடித்தது
என்னிலிருந்து விடுபட்ட என் நிழல்
என்னிலும் உயரமாய் எழுந்து கை நீண்டு
தீண்ட நெருங்கியது
இத்தனைப் பருவங்களாய் உள் நடந்த
மர்ம மூர்க்கம் இதுவென உறுத்த
மிரண்டு தவித்து விலகினேன்
தீண்டிக் கருக்கி இடம் மாற்ற
நிழல் கொண்ட சங்கற்பம்
என் நிழல் என்னைத் துரத்த ஓடினேன்
இயக்கத் தடங்கள் ஆங்காங்கே முடிந்துவிட
அடுத்த கணத்தின் குரூரம் என்னைச் சிதைக்க
வெற்றுச் சலனமாய் வேறு வழி தேடி
திரும்பத் திரும்ப இடம் இன்றி ஓடினேன்
பின்னே காலடிச் சப்தங்கள் வியாபித்தன
என் யூகக் குமிழுக்குள்
பாறைக் கோளங்களின் குகைவாய்ச் சுழலல்
தடுமாற்றங்களில் முலைக்காம்பில் ரத்தம் கசிந்து
ஆடையில் என் புதைந்த விழிப்புகளாய்
படிந்து தடம் கொண்டது
திசைகள் முட்டி கிழிந்து உதிர
பின்னே இடம் பெயரலின் ஓசைகள்
என் முற்கணங்களின் வடிவைச் சிதைக்க
எதிர் இருப்பு மறந்து ஓடி வந்து மோதினேன்
கைகளில் புதிதாய் கண்டெடுத்து
படலங்கள் போர்த்திய எலும்புக் கூடுகளை
மிதந்தபடி ஏந்திவந்த உன்மேல்

இருவரின் நாசியும் அதிர்வில் உடைந்து
உள் அடிபட்டு ரத்தம் கொப்பளித்தது
கையிலிருந்த எலும்புக் கூடுகள்
உடைந்து ஓரத்தில் சிதறின
கபாலம் மட்டும் உன் விநோதமான பெயரை
கத்தியபடி துள்ளியது
நிமிர்ந்து பார்த்தேன் நீ ஓர் ஆண் உருவம்
உன் மீதும் பிண்டத்தின் பிசுபிசுப்பு
பின்னே திரும்பி பயத்துடன் நோக்கினேன்
என் விழிகளின் சூன்ய நெடி உன்னைத் தாக்க
என் திசை நோக்கினாய்
ஏதோ விபரீதம் என்பதை அறிந்த நீ
என்னை அவசரமாய் இழுத்து
அந்த கபாலத்திற்குள் சுருட்டிப் பதுக்கி வைத்து
உன் அங்கியால் மூடினாய்
துரத்தி வந்த நிழல் கூட்டங்கள்
நிர்வாணமான உன்னைக் கண்டன
மிரண்டு கூவின
ஒன்றுள் ஒன்று பதுங்கி
மறைந்து கொள்ளத் துவங்கின
அனைத்தையும் ஒன்றாய்த் திரட்டி
உன் நிழலுக்குள் திணித்துக் கொண்டு
திருப்தியுடன் ஆடையை எடுத்து உடுத்தியபடி
உன் பிரிதொரு கபாலத்திலிருந்து
என்னை விடுவித்துச் சமைத்தாய்
சுற்றிலும் பார்த்தேன் வெறுமை
எனக்கு நிழல் இன்மை
உன் நிழலில் உள் நிலைச் சலனம்
இனி எனக்குப் பயமில்லை
நிதானமாய் உன் பார்வைகள்
என் பரிமாணங்களைத் தீண்டிக் கவிந்தது
உயிர் நுண்மங்கள் இமை தளர்த்தின
இக் கணத்தின் இருப்பிடம் எனது
ஓர்மையில் இற்று விழுந்தது
உனது எலும்புக் கூடுகளின் சிதறலை
பரிதாபமாய்க் கண்டாய்
உன்னிடம் மன்னிப்புக் கேட்க
எண்ணி நெருங்கினேன்
நீ முரண் உருவா என்றாய்

போதத்தின் அடி ஆழத்தில்
முள் விளிம்பு கவிழ்ந்து திணறியது
அறியத் தவிக்கும் உள் நீட்சிகள்
நம்மைத் திருகித் திருகித் திசை தேடியது
சுவரோரமாய் ஒதுங்கி ஒருவரை ஒருவர்
அவிழ்த்து நிதானமாய் சோதித்தோம்
எதிர் எதிர் ரூபங்கள்
முரண்களின் தாபத் தடங்கள்
அறிந்த உடனிருப்பு நம்மை அழுத்த
மௌனமாய் கொஞ்ச தூரம் சலனித்தோம்
உனது கபாலம் மட்டும் உன் பின் உருண்டு
வடிவம் திணறி வந்தது
அதைக் கையில் எடுத்துக் கொண்டேன்
உன் அறை நோக்கி தடம் கொண்டு நுழைந்தோம்
எனது அறையிலும் வினோதம் கொண்ட
உன் அறை என்னைத் திடுக்கிட வைத்தது
ஓசைகள் அங்கங்கே சிந்தி உறைந்திருந்தன
புகைக்கப்பட்ட உன் ஆணுறுப்புகளின் சாயல்கள்
அடையாளமின்றிச் சிதைந்திருந்தன
ஒளித் திறப்புகளில் கண்களின் படலத்தைச்
சலனிக்க வைத்திருந்தாய்
அமர்வதற்குச் சில படிகங்களைச் சமைத்திருந்தாய்
தளங்களில் இழந்த தரிசனங்களின்
நிழல் படிவுகள்
காட்சியின் புகைக் கூர்மைகள்
என்னுள் நீந்தி மறைந்தன
புழுதிச் சுழலில் என் பிம்பம்
பல நூறாய் விதித்து
மீண்டும் ஒன்றாய் சமைந்தது
எங்கேயும் விட இங்குதான் இதமாய் உணர்ந்தேன்
நிச்சலமாய் நீ உன் சர்ப்பக் கவிழ்ப்பினுள்
சுருண்டு உறைந்தாய்
அடிக்கடி என் மேல் பார்வை புதையவென
கபாலத்தை படிக மேடைமீது வைத்தேன்
உன் அறை அதிர்ந்தது
மர்மக் கோளம் உருகிய பாகு
உள் அதிர்வில் பெருக
என் ஆடை நனைந்ததைக் கண்ட நீ
நீர்க்குழி நோக்கி பார்வை சுட்டினாய்

நான் திரும்பி வந்த பொழுது
உன் நிழலை எடுத்துத் தளத்தில் தொங்கவிட்டிருந்தாய்
அது என்னைப் பார்த்து குரூரமாய்ச் சிரித்தது
படலக் குவியலிலிருந்து
வேறு ஒரு சவ்வுப் போர்வையை எனக்களித்தாய்
அணிந்துகொண்டேன் பொருந்தவில்லை என்றாலும்
என் உறுப்புகளில் அது படிந்தபோது
புதிதாய் ஒரு சிலிர்ப்பை உணர்ந்தேன்
பருகுவதற்காக ஏதோ எடுத்து வந்தாய்
சூன்யம் சூன்ய வெம்மை
உள் புழையில் கயிறாய்ச் சுருண்டது திரவம்
அவை மறந்து போக
உள்ளுக்குள் அதிர்வின் விகாசம்
சுகமாய் இருந்தது
குவளையை வெளியே வீசி விட்டு
நிமிர்ந்து பார்த்தபோது நீர்த்து வடிந்தாய்
எப்போதையும்விட நீ அழகாய் இருப்பதாய்
எனக்குத் தோன்ற நெருங்கி வந்து
உன்னைத் தீண்டினேன்
உள் சமைவு பிளந்து கருப்பு ஆவியுருவங்கள்
வெளியேறி மிதக்க மிரண்டு
உன் சர்ப்பக் குகைக்குள் பதுங்கினேன்
நீ உன் நாவால் உன்னையே வரைந்து கொண்டாய்
ஓரமாய் இருந்த பியானோவில் இருந்து
சப்தப் புரிகள் நீண்டு வந்து
என் விழிக்குள் நுழைந்து உள்ளே சுருண்டன
நான் கதறினேன் நீ மெல்ல எழுந்து
வேற்று நிழல் அணிந்து வெளியேறினாய்
பியானோ ஒரு பெருமூச்சுடன்மயக்கமானது
ஆசுவாசத்துடன் எழுந்து வந்து
படிகத்தின் மீது அமர்ந்தேன்
உள்ளுக்குள் என்னையே தின்று கொண்டிருந்த
ஒரு கேள்வி கொஞ்சம் மூர்ச்சையாகி
இருந்ததாய் யூகித்தேன்
கணங்களின் கூர்நகம் என் தசைவெளி கீற
உதறி எழுந்து ஒரு படிக மேடைமீது
இருந்த ஏடுகளில் ஒன்றை எடுத்துப் புரட்டினேன்
எலும்புக் கூடுகள் பற்றி
சில ஆராய்ச்சிக் குறிப்புகள் எனும் பதிவு

எனக்குள் ஒரு பிரபஞ்ச அடர்த்தியுடன் கூடிய
ஆவி ஒன்று புகுந்து நிறைந்தது
உன்னை அணைத்துக் கொள்ள வேண்டும்போல்
தோன்றியது படித்தேன்.

கபாலம்

நாங்கள் மண்டை ஓடுகளைத் தேடி அலைந்தோம்
வெளுப்பாய் கிறுக்கல்களுடன் இருக்குமே
அந்த மண்டையோடுகள்
பால்யத்திலிருந்து நாங்கள் அலைந்தது
உங்களுக்குத் தெரியாது
ஓய்வெடுத்துக் கொண்டதில்லை
கனவுகளில்கூட நாங்கள் தேடி அலைந்தோம்
பல நேரங்களில் எங்களுடையவைகளையே தடவி
இதுவெனக் கூவி சலித்திருக்கிறோம்
இருட்டில் தீப்பந்தங்களோடு
மயானங்களுக்குச் சென்றோம்
ஆவியுருவங்களை விசாரித்தோம்
அவை மூர்க்கமாய் நகைத்தன
மனிதர்களைப் புணரும் பழக்கமுடையவை
அவையென அறிந்ததும்
திரும்பி ஓடிவந்தோம்
பாழடைந்த மண்டபங்களுக்குள்
திரளாய் மூன்றுபேர் சென்றோம்
ஓட்டடைகளைத் திரட்டி எரித்தபடி காத்திருந்தோம்
மண்டை ஓடுகளைப் பற்றிய அனுபவங்களைப்
பரிமாறிக் கொண்டோம்
புராதன நகரங்களில் தோண்டிக் குடைந்தோம்
தலையற்ற எலும்புக் கூடுகள் எங்களைத் துரத்தி வந்து
எல்லைக்கு வெளியே விட்டுச் சென்றன
வீதியோரங்களில் நிலை கொண்டு
சலனிக்கும் உருவுகளின் சிரசுகளைத் துப்பறிந்தோம்
ஓடற்ற சிரசு உள்ளவர்கள் யாரென்று
கேள்வியுடன் பாலை வெளிகளில்
தலைமறைவாக நேர்ந்தது
எங்கள் பெயர்கள் சிதைவுக்கென விதிக்கப்பட்டன
ஆணை உருவுகளின் நிறம் புகையும்
சயன கூடங்களில்
மண்டையோடுகள் பதுக்கி வைக்கப்பட்டது பற்றிய

கல்வெட்டுச் செய்திகளை
ரகசிய குறிப்புகளில் வெளியிட்டோம்
மண்டை ஓடுகள் பற்றிய அடையாளங்கள்
எங்களுக்கு மறந்துபோன கணங்களில்
எங்களில் சிலரின் மண்டை ஓடுகளைத்
திறந்து ஆராய்ந்தோம்
மிகக்குறுகிய இடைவழிகள் உடைய
பெருநகரங்களில் எங்களின் நிழல்கள் அலைந்தன
பின்னால் எங்களுக்கும்
மண்டை ஓடுகள் இருக்கும் இடம் தெரிய
யார் எடுப்பது என்பதில் குழப்பம் வர
நாங்கள் சிலபேர் மண்டை ஓடுகளைத்
தொலைத்து அலைந்தோம் தேடுதலற்று
○

திரும்பி வந்த நீ
படிகத்தின் பல முகங்களில் எதிரொளித்து
அறை முழுதும் தெரிந்தாய்
வார்த்தைகளின் சில திசுக்களை
எங்கும் சிதறவிட எத்தனித்து மீண்டும்
நீ சுருண்டுவிட்டாய்
நீ ஓர் அவல மர்மமென போதமுற்றேன்
நீ சுய இன்பம் காணும் பழக்கமுடையவனா
என்று உன்னை கேட்டேன்
நீ மௌனமாய் உன் உறுப்பு வெளிற
வெறுமையுற்றாய் வடிவு சிதைந்து ரணம் புலம்ப
சூன்ய நெடி வீசி நான் பரிதாபமாய்
உன்னைப் பார்வையுற்றேன்
நானும் மனமைதூனம் கொண்டு திணறும்
தனித்த பெண் வடிவாம்சம் என
எங்கோ பார்வை தைக்க வெளிப்பட்டேன்
நமது அறை வெளிக்குள்
இதயத் துடிப்பின் பேரதிர்வு
நம்மை நமக்கு மூர்க்கமாய் எதிர் நிறுத்த
படிக மேடை எதிரே அமர்ந்து மௌனமாய்
காட்சி தைத்தோம்
உன் இமைகள் மிதந்துவந்து என் விழியில் படிய
பார்வை மறைத்துத் தடுமாறி
என் இமைகளை உறித்து உன்னிடம் தந்தேன்

ஒருவருள் ஒருவர் ஊடு கொண்டு
தவிக்கும் யூகம்
சுவாசம் மீட்க மேற்பரப்பு
தேடித் தவிக்கும் எத்தனிப்பு
என்னை உனக்குள் தணல் பிணைத்து
வெளி வழியும் புகையில் மயங்கி வீழும் போதம்
என் உதடுகளின் போதம்
என் உதடுகளின் சுருக்கங்களில்
சிக்கித் தவித்த கணங்கள் விடுபட்டு
உன் உதடுதேடி நுழைந்தன
வெளியே இருள் கனக்கும் சூன்ய சுவாசம்
நான் மெல்ல விலகி தளத்தில் பரவினேன்
உன் நிழலுக்குள் அடைபட்ட என் நிழல்கள்
என் யூகம் குழையவென மூர்க்கம் ஒலித்தன
என் ஸ்தூலமெங்கும் விஷக் கூர்மைகளாய்த் தைத்து
வாதையுற சிதைவின் இதம்
என் மூடல்களும் உன் மூடல்களும்
ஒன்றாய் குவித்துத் தீ மூட்டினாய்
நம் புலன்கள் உரசி விலகிய புகை
அறை முழுக்க நிறைய
நீயும் நானும் சலனிகளாய் எழுந்து
வெளி முழுக்க நீந்தினோம்
ஒருவரை ஒருவர் தீண்ட எத்தனித்த
இடைவெளிகள் அணுத்துகள் வடிவ அண்டம்
நுண் ஸ்பர்சங்களில்
பனித்தலின் இழைகள் வியாபித்தன
என்னை ஆய்வு செய்தாய்
எனக்குள் புதைந்த பல நிழல்களை
பிம்பங்களை ரூபங்களை ஒவ்வொன்றாய் உரித்து
அகழ்ந்து பெருவெளி முழுக்க அலைய விட்டாய்
நான் ஏதுமற்று சூன்யமாய் மாறிக்கொண்டே
உன்னால் நிறைந்து வழிந்தேன்
மெல்ல நிரம்பி வழியவும் தொடங்கினேன்
சலசலப்பு பெருக்கம் எனதின் பிரவாகம்
அசையா ரூபங்கள் அலையாட்டம்
கரிந்துபோன சூர்ய ஓட்டுக்குள்
உன்னைத் தொலைத்து மீட்சியுற்றேன்
என் திசுக்களின் வியாபித தளங்களில்
உன் தணல் நின்று நர்த்தனம் புரிந்தது

எல்லையின்மையுள் நீயும் நானும்
மையம் தேடி ஒடுங்கி
அடுத்த கணம் விளம்புதேடி சிதறினோம்
ஒடுக்கம் விகாசம்
ஓயா அதிர்வில் ககனங்கள் முகிழ்த்து
வெளி உதிர்ந்தன
ஒருவருள் ஒருவர் தரிசனமாகி நீர்த்துப்
பிழம்புற்றுத் தனித்தோம்
உன்னில் பல நூறு பிம்பங்கள்
என் சூன்ய ஆடிக்குள் மூர்க்கம் அதிர
உள் பெருக்கியாய்
உருவிரிவை ஆகாயம் முழுக்க கதிர்வீசியது
படிக மேடைமீது இருந்த ஏடுகள்
நம் மூச்சுச் சுழலில் அலைவுற்று இதழ் புரண்டன
அறைமுழுதும் தனது உள்வெளி மாறி
கிரணம் பரப்பிற்று நீ அவிழ்த்து வைத்த
நிழலுக்குள் எனது நிழல் நெரிசல்
புழுங்கித் தவித்தது
குமைந்து கிடந்த நமது சூன்யம்
ஒன்றுள் ஒன்று நிரம்பிப் படலமாய் சமைந்து
நம் வேறுவேறு ரூபங்களை வரைந்து சலனித்தது
எரிவின் எச்சங்களைத் திரட்டி
பிரதிமை வடித்து
மீண்டும் நாமாய் ஆவிர்பவித்தோம்
அலைவின் பின்னங்கள் அறையில் எஞ்சி நிற்க
நீ என்னை மட்டும் தனியாய் விடுத்து
உரு மறைந்திருந்தாய்
அணிவுகள் பற்றி ஓர்மையுற்று
உன் ஏடுகளைப் புரட்டினேன்
ஆய்வுகள் பற்றிய முன் ஆய்வு
உன் மூலக்குறிப்பில்
என் தரிசனங்களின் உள் நுழைவு
○

மண்டபம்

தாமதித்து விட்டேன்
நிகழ்வு பற்றிய மறதியில் மயங்கி
வேறிடத்தில் தங்கி நின்றேன்

திடுக்கிட்டு விழித்துப் புறப்படும் சமயம்
நேரம் கடந்திருந்தது
உடல் முழுக்க நீர் பெருகிச் சொட்ட
நான்கள் தனித்து வழிந்தன
அடைந்தேன் அந்த பிரேத கூடம்
உள்ளீடு தடையுற்றிருந்தது
இறுகிப்போன பாறைத்தளம்
சப்தம் நிசப்தக் குழியில் பதுக்கம்
பிரேத சங்கேதம் உதிர்த்தேன்
நுழைய வேண்டும்
மெல்ல கொஞ்சமாய் விலகிய பிளவின்
இடைவெளியில் பிதுங்கி உள் வழிந்தேன்
பிணவாடை என் உயிர்ப்பைக் கழற்றி
வெளியே எறிந்து விட்டு
எனக்கான குறிப்பிடம் தேடி அமர்ந்தேன்
என் சவத்தின் குறிப்பேடு எனக்கு அளிக்கப்பட்டது
மெல்லக் கண்மூடி வழிந்தேன்
சுற்றிலும் பிணவாடை
உள்ளின் சூன்ய குமைச்சல்
வெள்ளைப் படலத்தில் என் நிர்மால்ய விகாரம்
என் விரல்களின் நுனி கழன்று வழிந்த
ரத்தம் கலந்த சீழ் கொண்டு தீட்டினேன்
உடல் மெல்ல உருகி எலும்பு காற்று தீண்டியது
கால் விரல்கள் பூமி புதைந்து புழு வெளியேறியது
என்னிலிருந்து விடுபட்ட சில மாம்சப் பிசிர்கள்
இடம் மாறி மண்டபம் முழுக்க அலைந்தது
தீ நனைந்து முடிந்த படலமாய் உருமாறி மெல்ல
காற்றில் எழுந்து பறந்தேன்
என் சவப் பரிசோதனையில் மிச்சமின்றி அறிந்தேன்
நான் செத்துப்போன ஆவி
நீண்ட வரிசைகளில் குரூரவடிவங்கள்
விழி உருட்டி இடம்மாறின சிரித்தேன்
பேரண்ட அதிர்வென
அழுகையில் வெடித்து வழிந்தேன்
எதிரே இருந்த ஒரு வடிவத்தின் கபாலம்
இரண்டாய்ப் பிளந்து எட்டிப் பார்த்தது
பூதவடிவுகளின் விரிந்த பெண்குறி
என்னிலிருந்து விலக்கப்பட்ட
என் உறுப்பின் யூகம்

தோலுரிந்து விதானம் முட்டி நிற்க
மேசை மீது தலை கவிழ்ந்தேன்
தட்டித் தட்டி நசுக்கி வேறு வடிவமாய்
என்னைச் சமைத்துக் கொண்டு
என் பின்னங்களை அங்கே விட்டுவிட்டு
கிழிசல்களில் கொஞ்சம் நான் சிந்தியபடி
வெளியேறினேன்
மறுபடியும் ஏதாவது இருள் மண்ட வேண்டும்
பிணமாகக் கொஞ்சம்
இருந்து பார்க்க வேண்டும் சுய நினைவோடு
❍

ஒளியொடுங்கும் வரை நீ வரவில்லை
காத்திருத்தலின் இரைச்சல்
என் அலைவின் வேதிமை
முதன் முதலாய் நான் என்னை
முழுதும் பிரித்துச்
சோதனை செய்துகொள்ளத் தோன்றியது
அங்கே இருந்த சங்கேத நுண்படிகங்களில்
உனக்கான எனது குறியீட்டுச் சமன்பாடுகளை
பதிவு செய்து வைத்தேன்
❍

ம்ருத்யு சம்போகம்
நான் பிணமாய் ஒருநாள்
வசீகரித்து உறைந்திருப்பேன்
நீ நுழைவாய் என் அறைக்குள்
சுவாசமின்மையின் சுகம்
உனக்குள் லாகிரி மூட்டும்
என் மார்புக் காம்புகளில்
போதைப் புகையுறிஞ்சி மயங்குவாய்
உனக்குள் சிதைந்து சலனிக்கும்
வினோத தரிசனங்கள்
என்னை மெல்ல நிர்மால்ய முறுத்தி
தூரிகை கொண்டு துடைப்பாய்
வெறும் நிறக் குழம்புகளைத் தடவி அலங்கரிப்பாய்
மூடிய என் விழிக்குள்
உன் முத்தங்களைப் பதுக்கி வைப்பாய்
என் சதைப்படலத் திரையெங்கும்

உன் சுடர் தீட்டி இயங்கி நிற்பாய்
ஏதும் பதில் சலனம் இன்மையால்
உன் கதிர் உடைந்து
முனை தேடித் தவிக்கும் எனக்குள்
மெல்ல என்மேல் வெறுமையுடன் படர்வாய்
உன் நுழைதல் பற்றிய சிறுவலி எனக்கில்லை
ஓயா உனது சலனம்
நிறுத்தும் இடம் மறந்து எனக்குள் உறிஞ்சிய
சாவின் போதையோடு யுகம் யுகமாய் முயங்குவாய்
நான் பிணமாய் நீ உடலாய்
இருமையின் இணைவில்
பிணைப்பறுக்கும் போதமற்று
அணுஅணுவாய் இருவரும் வளர்வோம்
இடமின்மையின் எல்லைவரை.
○

திரும்பி உன் அறைக்குள் முகம் தேடி
விலகா இணைவு
நாம் இருவரும் இன்று புதியவர்களில்லை
உன் ரகசியங்களின் வெளி நுனிகள்
என் கை படிந்து வெளி நோக்கி
சலனிக்கச் சொன்னால்
நான் அதன் வழியே உன் ஆழம் நோக்கி
இடம் பெயர்ந்து உள் படிந்து விடுவேன்
நீ புன்னகைத்தாய்
எனக்குள் புதிய பிணத்தன்மை அசைந்தது
வெள்ளை நீட்சிகளை ஏற்றி வைத்தேன்
நானும் இடம் மாறி அமைந்தேன்
வெளிச்சம் தீண்டி உள்ளே ஏதோ பெருகி
என் உடல் பல திசைச் சுழன்று நின்றது பேரதிர்வு
என் மார்பகத்தின் இரு முனைகளிலிருந்தும்
பாகு இழைகள் இரு கைகளாய்
உன்னை நோக்கி நீண்டு
மெல்லத் தலையிலிருந்து உடல் முழுக்கச்
சுற்றிக் கட்டியது
புரியாமல் நானே திகைத்தேன்
சுவாசம் உறைந்து நீ படிக முறுவாயோ
என விதிர்த்தேன்
என் ஸ்தூலத்துள் இருந்து

வெளிப்பட்டு என்னையே சூழ்ந்து மறைக்கும்
இந்த செய்கை எதன் பாற்பட்டது
இருவரும் பாகிழைகளில் பிணைப்புற்று
உறைவுகளாய் தனித்தோம்
இருவரும் மாறியதில் அதீத இதம்
ஏடுகளாய் மாறி ஒருவரோடு ஒருவர் பதிவுகளானோம்
படிக மேடை மேல் இருந்த கபாலம்
தாவித் தவித்தது
அதன் மேற்புற ஓட்டையின் வழியே
விரல் ஒன்று நின்று நம்மைச் சுட்டியது
வெள்ளை நீட்சிகள் தீச்சுடருடன்
ஒன்று பலவாகி நம்மை நெருங்கிச் சலனிக்க
பாகிழைகள் உருகிப்பெருகிய தேக்கத்தின் மேற்பரப்பில்
ஒருவரை ஒருவர் மிதவையாக்கிப் படர்ந்தோம்
விழித்தெழுந்த போது
தாகம் தாகம் என்று அலறல் பிறந்தேன்
உன் நெற்றியில் ஒரு துளையிட்டு
ஒரு சிறு குழலை செருகி என் உதட்டில் தந்தாய்
தாகம் உன்னால் உள் அடர
மெல்ல மெல்ல உள்ளீடு அழிந்து
வெறும் கூடாய் நீ விழுந்தாய்
உன்னைப் பின்னமுறுத்தி
குடுவையில் இட்டு இழைத்த
என் மாம்சக் கசிவை அதில் வார்த்துத்
தகிக்க வைத்தேன்
எத்தனை யுகங்களாய் இந்தக் கிரியையின் தாபம்
என்னில் குகை செய்து வசித்தது
புதிதாய் ஒன்றைச் சமைக்கும் போது
எனக்கும் சுகம்
சிருஷ்டியின் திரிமீது நான் தியானம் செய்தேன்
அணுப்பிளவின் பேரதிர்வு அறை முழுக்க
ரூபங்களின் தியான நிருத்யம்
படிகங்களின் கோளங்கள் உருண்டு இடம் மாறின
நீயும் நானும் பல நூறு திசைகளின் சிக்கல் என்று
எனக்குத் தோன்றியது
உனது உருகலை எடுத்து எனது
பிரதிமை ஒன்றில் வார்க்க
ஒரு கணம் எனக்குள் மின் புயல்
அமைதி பேரமைதி இசையின் குகைக்குள்

தாபத்தின் புள்ளிகள் நாம் நம்மை மாற்றிச்
சிருஷ்டித்துக் கொண்டோம்
நீ பெண்ணுருவாய் நான் ஆணுருவாய்
இனி இந்த அறை புதிதாய்ச் சலனம் கொள்ளும்
நீ எவ்வளவு அற்புதமானவன்
என் மூடல்களை நீ தரித்துக் கொண்டதும்
மோகத்தின் கதிர் நாவுகள்
உன் ஆழம் நோக்கி இளகலுறும்
உன் அணிதல்களால் நான் சமைவுற்றதும்
என்னைப் பிளக்கும் உன் தாபமுரண்
இருவரும் இழந்துபோன வடிவங்களின்
நிரூபணங்கள் ஆனோம்
புதைவது புதைப்பது இரண்டும் ஒன்றாய்
நமக்குள் நிகழாது
நாம் நமது நிழல்களாக
பல பருவங்கள் இருந்திருக்கிறோம்
உனது அவிழ்க்கப்பட்டநிழலுக்குள்
குமையும் என் பெண் நிழல்கள்
என்னைத் தைக்கவென குரல் நீளும்
உன் நிழலை விடுவிப்பதாய்
எப்போதும் என்னில் அதிர்வு புதைப்பாய்
பிரபஞ்சம் என் சாவித்துவாரத்தை
உனக்குள் மறைத்திருப்பதாகவும்
ஓயாமல் ஓசை சிதறுவாய்
நீ தேடி எடுத்து வந்த
கபாலம் உன்னையே மோகம் கொண்டு
நித்திய புன்னகை கக்கும்
பால் மாற்றம் பிரபஞ்சத்தின் எதிர் நிகழ்வு
உனக்கும் எனக்கும் இடையில் முரண் உளைச்சல்
இழந்து போனவைகளின் சாட்சிகளாய்
நம் சலனம் இனி என்னை
என் நிழல்கள் முழுதாய் அடையாளம்
காணாது எனும் திட யூகத்தில்
உன்னை உன் அறைக்குள் தனிக்க விட்டு
வெளியேறினேன்
ஒளி திறப்பின் சதுரத்துள் உறைந்து போய்
உற்று நோக்கினாய்
நமக்குள் இடைவெளி நம்மால் நிரம்புவதன்றி
வேறொன்றால் இல்லை

நகரம் புதிதாய் திசை விலகித் தோன்றும்
என் பழைய அறையின் சாவி
உன் அணிதலுக்குள் இருப்பது நினைவுவர
குழம்பினேன்
பூட்டை உடைக்க எண்ணி
என் விரல்களால் திருகினேன்
உள்ளே வெறும் சுழலின் முனகல்
இயலாது என எண்ணி
உள் சிதைந்து வழிந்தேன்
உள்ளிருந்து கதவு திறப்பதும் சாத்தியமில்லை
சுவர்த் தளத்தின் மூடல் சதுரங்களை
விலக்கி நின்றேன்
ஒரு நீண்ட ஓய்வு தேவை
இனி என் பெண் நிகழல்கள் என்னைத் தேடி வருமா
பெண்ணுருவே நாம் நம்
பெயர்களை மாற்றிக் கொள்ளத் தவறி விட்டோம்
திடுக்கிட்டு எழுந்தேன்
இருண்மையின் கூர்ச் சுழலில் பிழிவுற்று படிந்தேன்
இருந்தும் இன்மையின் சாயலாய் அலைவது
எதன் முரண் உருவம்
எதற்கும் அப்பால் என் மூலக்கூறு
என்னைப் பற்றி சாட்சி சொல்ல
எது என் அடையாளம்
அழைப்புகளை அடையாளம் காணுதல்
இருப்பின் நிரூபணம்

○

பாகம் : மூன்று

நிகழ்வுகள்

பெயர் மாறும் வரை நான் அவள்தானோ
அவள் அவன் தானோ
அவலத்தின் பாரம் கரைய
போதைக் குமிழ்களை உட்கொண்டு
எனக்குள் குழைந்து உள் நோக்கிப் படிவானேன்
O

நான்காம் கிரகத்தின் ஒலிச் சமிக்ஞைகள்
நீலம் படிந்த என் கதிர்புகா அறைக்குள்
சங்கேத ஒளிரல்களாய் நிலைமாற்றம் அடைந்தன
இருபது ஒளிவருடங்களுக்கு அப்பாலான
கனவின் கசிவுகள் படிகச் சதுரங்களுக்குள்
பாதுகாக்கப் பட்டதை
கண்ணாடித் திரையின்
புள்ளிக் கூறுகள் நினைவுறுத்தி மறைந்தன
அணு வரைவுகளின்
வினோத சிக்கல் விளைவுகளே
உன் உள் மன உளைச்சல்கள்
என ஆய்வின் முடிவு பதித்த உலோக ஏடுகள்
உறைக்குள் இருந்தன
என் அந்தரங்க நிகழ்வுகள் பதிவு செய்யப்பட்ட
நுண் இயல் உறைவுகள் சில
தொலைந்து போன பின்
மூளையின் சங்கேத கதிர்கள் தம்
அலை நீளம் மாற்றிக் கொண்டன
பார்வையின் இழைகள் தீண்டித் திறக்கும்
வாயிலின் வழியே வெளிப்பட்ட என்முன்
விண்வெளிக் களங்களின் நிழல்கள்
சூரியனின் கருப்புப்புள்ளியின் ஆழங்கள் பற்றி

என் சிநேகிதியைத் தவிர
யார் நிஜமாக அறியமுடியும்
ஒளிரும் தனிமங்கள் கனவு காண்கின்றன என்பதை
முதலில் நிரூபித்தவள் அவள்தான் என்பதை
எந்த ஆய்வாளனும் மறுக்க முடியாது
கபாலங்களுக்குள் சில அணுத்திரள்களின்
மர்மச் சலனங்கள் பற்றி
தனித்துவிடப்பட்ட என்னால்
ஆய்வு நிகழ்த்த முடியாது
புதிதாய்க் கண்டறியப்பட்ட பால்வீதியொன்றின்
நட்சத்திர எண்ணிக்கையில் நம் தாப வெறிகள்
உயிர் நுண்மைகளின் அலைவீச்சுகளை
படிமமுறுத்தும் எத்தனிப்பாய்
நம் உள்வெளி பிணைப்புகள்
என் நரம்புப் பின்னல்களில் மின் நிலை உறையவென
இடம் பெயர்ந்த என் இயந்திரக் காதலியே
பழுதடைந்த உன் நுண் சேர்க்கை எதுவென
கண்டறியப் படாமல் இன்னும் உன் ஜடத்துவம்
நிலவறையின் ஒளிரும் மேடைமீது
உனது அறையின் அலைவரிசையில்
இயைபு கொண்ட அப்பாலையின் சமிக்ஞைகள்
கண்ணாடித் திரையில்
யாரின் பிரக்ஞைக்கும் இருண்மை பதிக்கும்
சங்கேதங்களாக ஒளிர்ந்து கொண்டிருக்கின்றன
வெற்றாய்.

ஆண் நிழல் எனக்குள் உருவாகி விட்டதோ
என்றும் பழக்கமற்ற கனவு
வந்து குடைந்தது எதற்கு என்றும்
மிரண்டு விழிப்பேன்
பெண் நிழல் இதைவிடவும் கடுமை குறைந்ததோ
என்றும் ஒரு ஆதங்கம்
பெண் நிழல் பற்றிய ஏக்கம் எனக்குள் நெடிவீச
புரண்டு படுப்பேன்
உள்ளே குடைந்தது எனக்கான வெறுமை

உன் குகைவாயில் நிழல்களால் அடைபட்டு விட்டது
அக்ஷரபேதம் கொண்ட மந்திர உச்சாடனங்களில்
உன் ஏவல் தேவதை தன் மண்டலம் விட்டு
இடம் பெயர்ந்தாள்
செயல் கூர்மையற்ற உன் யந்திரங்கள்
எந்த ஆவியையும் ஆகர்ஷிக்கப் போவதில்லை
மோகினிகளால் பருகப்பட்ட உன் இந்திரீய உயிரிகள்
சர்ப்பங்களாகவன்றி
வேறெதுவாகவும் கருக்கொள்ளப் போவதில்லை
மலை வெளிகளுக்கப்பால் இருந்து புகையும்
ஓங்கரிப்புகள் உன் ரத்தச்சுவை காணவென
நீளும் திசையின் நாவுகள் என
நீ யூகிக்க நேரலாம்
உனக்கெதிரே மிதக்கும் கபாலம்
மௌனத்தையன்றி
இனி உன் கேள்விகளுக்கு வேறு பதிலைத்
தரப்போவதில்லை
புராதன நகரத்தின் பதன பிரேதங்கள்
உன் அழைப்பு கேட்டு
தவழ்ந்து இடம் பெயர்கின்றன
மலைச் சிகரங்கள் மீது உன் குரூர தேவதையின்
சிலைகள் உருகத் தொடங்கி விட்டன
பிரசன்னங்கள் பற்றிய கணிப்புகளை
உன் குங்கிலியத்தில் புகையவிட்டு
தணிந்து கிடக்கும்
உன் லிங்கத்திற்கு விமோசனம் கூறு
உன் பலி பீடத்தின் மீது
யோனி ஒளிர கனலும் எனது தாபத்தின்
கரிய ஆவிகள் என்னை மொய்த்துத் தேய்ந்து
மூர்ச்சையுறுகின்றன
பைசாசங்களால் மட்டும் பருகப்பட்ட
என் பெண் சுரப்பின் வாடையில் மோகித்து
திரண்டு வந்த துஷ்ட நிழல்களால்
உன் குகைவாயில் அடைபட்டு விட்டது
மூர்க்கத்தின் அசரீரியே
முனை சிவந்து துடிக்கும் உன் குறியைத் தாகித்து
என் மையம் அமானுஷயம் புலம்பும்
இக்கணத்தில் உனது முயக்கம்
ஸ்தூலமான ஆவிர்பவிப்பாகட்டும்

வெறியின் மந்திரச் சலனம்
இனி தணியாத நம் கலவியின் உச்சாடனம்
நான் உன் தவங்களின் பலிபீடம்.
○

பெண் நிழல் எனக்குள்
மீண்டும் சலனம் கொண்டு உறைந்தது
என் சிதைவுகளின் பனிப்பாறை
எங்கும் மிதந்து கரைந்தன
என் பால்ய பிரக்ஞை சர்ப்ப நாவென
இருமை கொண்டு நெளிய
என் தடயங்களைச் சேகரித்தன
உள் உலக தரிசனங்கள்
அறையின் கொக்கிகளில் பெண் அணிவுகள்
குளியலறையில் பெண் சாயல்
எங்கும் எனது முரண் தனத்தின்
முரட்டுக் கோளங்கள் நசுக்கத் தளர்ந்து
ஊர்ந்து தவித்தேன்
நினைவின்மையின் நிலைகொண்டு உறையவும்
எனக்கான படிகக் குறிப்பு பாறைப் பிளவின் வழி
உள்ளீடு கொண்டது
நுண்கதிர் கருவியில் பிணைக்க
கண்ணாடித் திரையில் எனக்கான உணர்த்தல்
உன் கண்ணாடிக்கு முன் நான் நிற்கையில்
எலும்புக்கூடாகத் தெரிவேன்
மிரண்டுபோய் நான் புலம்ப
ஒரு கிண்ணத்தில் தசைக் குழம்புடனும்
ஒரு சின்ன தூரிகையுடனும் நீ வருவாய்
என் முகத்திலிருந்து மெல்ல பூசிப்பூசி
என்னை அலங்கரிப்பாய்
உன் கண்ணாடியில் மீண்டும்
உருவுடன் உயிர் கொள்வேன்
கண்களை மட்டும் வெறுமையாய் விடுத்து
நாளை வருவேன் எனச் சொல்லி
கண்ணாடிக்குள் புகுந்து மறைவாய் எக்கணமும்.
○

இதைப் பதிவுறுத்தியது நானா அவளா
வாசகங்கள் பிளந்து ஆவிதெறிக்க
என் முகத்தை மூடிக் கொண்டேன்
பழைய நினைவில் மார்பகம் தேடி
வெறும் ரோமத் தடங்களில்
சலித்து அலைந்தன விரல்கள்
தொலைகதிர்ப் புழைவழியே
வெளி வந்து நின்று திசைதேடித் தயங்கினேன்
கையிலிருந்த படிக ஏட்டைச் சிதைத்து
அவள் இருக்கும் திசை நோக்கி
(ஒரு யூகத்துடன்) தூவினேன்
அவை சிறிது தூரம் பறந்து
மீண்டும் என் முகத்தில் வந்து மோதித் திரண்டு
ஒரு ஏடாகிச் சமைய
மீட்டு என் அங்கிக்குள் பதுக்கினேன்
ஏதோ ஒரு திசையில் சலனித்தேன்
யாரோ ஒரு பெண் உருவம்
அதீதா எனக் குரல் கொடுக்க
மிரண்டு நோக்கினேன் நீதானா என்றாள்
யாரில்லை ஓசை பின்னினேன்
என் படிக நுண் திரையில்
அடிக்கடி தோன்றி மறையும் உன் நிழலைப் பற்றிய
ஆய்வுக் குறிப்புகளின் சங்கேத உணர்த்தல் கசிவில்
கர்ப்பமுற்றவள் நான் என அடையாளமுற்றாள்
எனக்குள் மர்மத்தின் ஒளி முட்கள்
உன் உள் உலகின் தரிசனங்களை
என் நுண்மங்களின் ஒலிச் சங்கேதங்களாய்
பதிவுறுத்தியிருக்கிறேன் வா
நம் அறையில் போதைகளின் சாஸ்வதத் தீத்துளிகள்
நம்மில் நுழையும் எனக்கூற
நான் பிரேதா எனத் தயங்கியபடிக் கூறினேன்
அவள் குழம்பினாள் எனக்கு நிழல் இல்லை
நிழல்கள் பற்றிய ஆய்வும் இல்லை என்றேன்
அதிசயித்தாள் என்றாலும்
உன் நுண்மையின் சித்திரக் கூடம்
வரும் எண்ணம் எனக்குண்டு எனக்கூற
முன் நடந்தாள்
அவளின் சித்திரக் கூடம்
அக வெளியின் காட்சி உறைவுகளால் ஆனது

படிகங்களுள் அணுத்திரள்களை சிக்கலாக்கி
தோற்றம் சமைப்பது அவளின் சிருஷ்டி ரகசியம்
உன்னை முத்தமிடலாமா என்றேன்
தலையசைத்தாள்
முத்த மிடுகையில் என் கண்ணீர் அவளின்
கண்ணில் தெறிக்க இரண்டும் கலந்து
நிறம்மாறி ஆவியாயின
ஒரு கண்ணாடித் தொட்டியில்
நிறக் குழம்பை ஊற்றி நிறைத்து
அதற்குள் தன் கர்ப்பத்தை வளர்ப்பதாகக் காட்டினாள்
உள்ளிருந்து சிறுகுமிழ்கள் சுவாசத்தின் இழைவுகள்
வேற்றுக் கிரகத்தின் கனவுத்துகள்கள்
ரகசியமாய் மூழ்கிப் படிவதாய்க் கூறினான்
நான் அவளை மோகித்தேன்
என்றாலும் என் பெயரை
மீட்பது அவசியம் எனத் தோன்றியது
அவள் சொன்னாள்
ரூபம் ஒன்றாகித் தோன்றவும்
அரூபம் பிரிதாகித் தகிக்கவும்
உனக்குள் நேர்ந்தது
தாபங்களின் இடைவெளிச் சிக்கல்
நாங்கள் கேள்விகளின் பொறியில் சிக்கித் தவித்தோம்
நான் என் பெயரை மீட்க வேண்டுமென
சோகத்தோடு சொன்னேன்
அவள் தன் ஓவியப் படிகங்களில் ஒன்றை உயிர்ப்பித்து
திரை வழியே சலனம் கொள்ளச் செய்தாள்
சில நிமிடத் தப்பித்தல் இது எனும்
செய்தியை செவியில் நுழைத்துப் பதுக்கினாள்
போதையில் நாங்கள் எங்களைத் தொலைத்து
ஒருவருள் ஒருவர் பதுங்கி அலைவுற்றோம்
புணர்ச்சிக்குச் சாத்தியமில்லை
பெயர் மீட்கும் கணம் வரைக்கும்
நிழல் உள்ள உடல்தான் கலவிக்கு இடமளிக்கும்
என்னும் துணிச்சலில் இருவரும் பொய்த்தழுவலில்
மாயபோகம் நிகழ்த்தித் தவித்தோம்
வெளிப்பாடு இல்லா விரகம் எனக்குள்
முட்களாய் குவிய
நகங்களால் அவளைக் கிழித்து அலைக்கழித்தேன்
ரணங்களில் சுகம் தேடும் இரவுகள்

என்னைப் பிழிந்து அருந்தும் தாகத்துடன்
நசுக்கித் தகித்தது
நான் வெளியேறும்போது
அணுநுண் வரைவுகளில்
தனக்கான குறியீடுகளைப் பதித்துத் தந்தாள்
◯

வலி

பின்னிக் கொண்ட இருப்பின் இழைகள்
வியாபிதம் தேடி அலையும் போது
விழுந்து விட்ட முடிச்சுகளை
அடையாளம் காணுதல் சிரமமானது
உள் உலகில் சலனிக்கும் தரிசனங்கள் நம்
சதை மூடித் திறந்து வெளியேறும் காலம்
நமக்குத் தெரிந்ததில்லை
பட்டும் படாமலும் வெடிக்கும் நம் சூழல்
முட்டிக் கொண்டு முனை உடைந்தால்
நம் சவ்வுச் சுவர்களைச் சுருட்டிக் கொண்டு
இடம் மாறி விடுவோம்
விடுபடல் எதுவென உன் சுவர்ப்புறம் வந்து நின்று
நான் அழுதபோது
உன் அறைக் கதவை அழுத்தி மூடிக் கொண்டாய்
என் கேவல்களைத் திரட்டி
உன் செவிக்குள் திணித்துப்
பெயர் சொல்லாமல் நான் திரும்பி விடுவேன்
வலி வலி என நீ கதறினால்
அன்றும் நான் வெளிக்கு அப்பால்
ஒரு இடத்தில் ரூபமற்று உனக்காக அழுவேன்
உன்னைப் போல.
◯

பல திசைகளில் முட்டி நின்று திரும்பி
ஒருவழியாய் அவள் அறை தேடினேன்
அடையாளம் கண்ட பின்னும்
வெளியே அமர்ந்திருந்தேன்
சுற்றிலும் அவளின் வசீகர வாடை
எனக்குள் சிலிர்த்தது எதுவெனத் தெரியவில்லை
என் உள் நுழைதலுக்கான அதிர்வு எழுப்ப

விலகலில் தோன்றினாள்
முகவெளியில் செம்மையின் கீற்று
உன் வருகை முன்பே அறிந்த ஒன்று
என அணைத்துக் கொண்டாள்
அருவருப்பு என்னைக் குமட்டியது
என் பெயருடன் என்னை அணைத்தது
அவளின் வசீகரமும் என்னைக் கீறியது
பெயரை மீட்க வேண்டும்
என் நிழலில் ஒன்றும் வேண்டும்
நான் சொன்னேன்
மௌனமாய் தனது படலங்கள் விலக்கி
சர்ப்பக் கவிழ்ப்பினுள் மாம்சம் தகித்தாள்
அனைத்தும் எனக்குள்
தேடிக்கொள் மீட்டுக்கொள்
விரகத்தை என் விழிக்குள் நுழைத்துத் தூவினாள்
என் நரம்பின் வலை அறுந்து விடுபட்டு
உயிர்ப்பின் நுண்மைகளாய் வெளிதேடி மிதந்தேன்
பிரபஞ்ச போகம் உச்ச மூர்ச்சம் விலகிப் படுத்தேன்
விழித்த கணங்களில் பெண்மையில் புதைந்திருந்தேன்
மாறிய பிரக்ஞை என்னில் கனத்தது
அவள் இல்லை அவன்
என்னைத் திரட்டிப் படிக மேடை மீதிருந்த
கபாலத்திற்குள் திணித்து விட்டு
என் நிழலின் கூட்டங்களில்
நெரிசலுறும் தன் நிழலை
எனக்கு பிணைப்பின் மாய வளையமாக்கி
அவள் தந்த குறியீட்டு வரைவுகளை
எடுத்துக் கொண்டு வெளிச் சென்றான்
அறை வெளி இறுகியது
நான் கபாலத்திற்குள் என் நிழல்களுக்குப்
பயந்து அடைந்து கிடந்தேன்.
❍

ஆக்கம் : 12.4.1986
(கிரணம் 3 ஏப்ரல்-ஜூன் 1988)

கண்ணாடியின் முகங்கள்

முகங்களிலிருந்து முகமின்மை வரை

பிரேதாவின் மூலப்பிரதி

முகங்களுடன் பேசிக் கொண்டிருந்த நான்
இனி கண்ணாடிகளுடன் பேசப் போகலாமென
போதம் சிதைந்தது
சூன்ய முகங்களில் ஜாடை தேடி முத்தமிட்டு அலுத்து
என்னில் மூழ்கி மறையும் பிரதிகளின் உதட்டில்
குருதிக்கறை துடைக்கவென
அகத்தின் துகில் கிழித்து சலனம் கொள்வது
அடிக்கடி நேர்வதெனும் நிழல் நிகழ்வு
சுற்றிவா வெறுமையின் சுவர்களில்
முட்டிக் கொள்ளாமல்
என் மூலத்தின் கட்டளை
என் விழிப்படலத்தில் இளகி வழிதலும்
இயல்பானதுதான்
மூலைகளிலிருந்து சப்தத் தணல் வெக்கை
என்னுள் ஏடாகி மேற்தோல் கனத்தல்
இனங்காணப்படாத கிரியையின் வகைப்பாடு
நடக்கும் கணங்களில் என்னிலிருந்து பிரிந்த நிழல்கள்
குறுகிய வீதிகளின் இடைவெளிகளில்
பதுங்கித் தொலைதல் அடிக்கடி நேர்வது
முகவரி தொலைத்து பரிச்சய அறைதேடி
இருள் சமைந்த கூடங்களின்
குறுக்குச் சந்துகளில் மாய இயக்கம் கொண்ட
கணங்கள் பற்றி நான் யாருக்கும் இன்னும் லிகிதம்
பதித்ததில்லை
சொற்களின் மயானத்தில் தோண்டித் தோண்டி
இனங்காணும் பிண்டங்கள்
உக்ர விரகத்தின் துணைத் தேகம் ஆவதில்லை
வெற்று நெடி தாக்கி மூர்ச்சித்து விட்டன
எனது யுகம் விழுங்கி வீங்கிய கணங்கள்
வலைப்பின்னல்களில் சிக்கித் தவிக்கின்றன

சுவாசத்தின் திசுக்கள்
எட்டி நின்று குரல் கொடுக்கும் பிரக்ஞையின் ஆவிகள்
சுற்றிலும் சலனிக்கும் வெளிச்சத்தின் புகை இருள்
இமைக்குள் குடைந்து தரிசனம் உறிஞ்ச
குழல் புகுத்தும் அரூப அதிர்வுகள்
கபாலத்திற்குள் பின்னமுற்று ஒளிரும்
சுயத்தின் ஓர்மைச் சிதைவுகள்
இரவு என் பிணத்துவத்தின் நாசித்துளையில்
நுழையவென சிறகதிர்க்கும் உயிரியென ஓசையிட
என்னுள் நான் பதுங்கிய நிழல் குழிக்குள்
எரிந்தவிந்த தாபத்தின் திரிமீது என்
உயிரின் புகைச் சலனம்

மூலப் பிரதியிலிருந்து என் சிதைவு

காலமழிந்துபோன சவகணங்களின் மூலவாடை
நாசி குடைந்து உள்குகைக்குள்
புரிகளாய் சுருண்டு உறைகின்றது
வெளிச்சங்களின் சதைப் பிளவில்
என் விழிகளின் நுனிச்சிம்புகள்
இழையாகித் தீண்டி ஒட்டிச் சலிக்கின்றன
மௌனத்தின் பாறைக் கிண்ணிக்குள்
சுவாச ஜந்துகள் மல்லாந்து விழுந்து
புரளத் தவிக்கும் பேரதிர்வு
அறையின் சுவர்ப் படலத்துடன்
என் அரூப சம்பாஷணங்கள்
மெல்லப் படர்ந்து எனதுருவின்
பிம்பக் குழைவுகளாய் வடிகின்றன
சன்னலின் தளவிரிசலில் பிதுங்கும் கிரணங்களின்
கேவல் என் உள் செவிக்குள்
கூர்மைகள் தைத்துத் திரள்கின்றது
அழிவுகள் சாம்பல் கிண்ணத்திற்குள்
நுரைத்து உறைய
எனதின் முற்கணப் பிரதிகள்
அதில் சாஸ்வதப் படிவுகொள்ளும்
அற்றுப்போன என் கதறல்கள்
வலிகளின் சதைத்துண்டுகளாய்
தளமெங்கும் சிதறிக்கிடக்கும்
அறைக்குள் என் பிரக்ஞை

தசைப் பாறையாய் கனக்க
என்னில் நான் மையமாகி
வெளியைச் சுட்டிச் சுழலும்
கூர்மைகளாய்ப் பிளவுபட்டு
கணங்களின் பின்னங்கள் நக்கி
இடம் பெயர்ந்தேன்
விரல்களில் என் முகங்களின்
ஒரு போலிச் சுருள் புகைய
என்னிலிருந்து புழுதியாகி
என்னையே மூடிப் புதைத்துக் குதறும்
பாத சப்தத் துகள்கள்
அறைக்குப் புறத்தே நிசப்தப் பெருவெளி
பனிப் பாறையாய் பாரமுற்றுச் சமைய
என்னுள்ளில் நான் நடந்து நடந்து
சுயத் தேய்வுகளில் சுகச் சலனம்
சன்னலின் ஒற்றைப் படலத்தை
விலக்கி நோக்குகிறேன்
உள்ளே விருட்டெனப் புகுந்து
என்னை குதறிப் பார்க்கும் சூன்யம்
அதிரலுடன் அடைத்து
மீண்டும் இருட்டை நக்கிக் கதறும் பார்வை
புகைச் சுருளால் மெல்ல என்
இமை ரோமங்களைச் சுட்டுக் கொள்கிறேன்
சாம்பல் ஒளிப்புள்ளிகள் பறந்து மறைகின்றன
என்னிலிருந்து புறப்படும் புகைச் சுருள்கள்
விதானத்தில் வலைபின்னி உறைகின்றன
என் உதட்டிலிருந்து ஜீவனுள்ள அரூபங்கள்
வெளிப்பட்டு புறவெளி முழுக்க
தம்மைத்தாம் வேவுபார்த்து அலைகின்றன
நினைவு முப்பரிமாணமும் அழிந்து சிக்கலுற்று
சாவாய்ப் பிறக்கத் தவிக்கிறது
என் முகத்தை ஒற்றை நகத்தால்
ஆழமாய்க் கீறிக் கொள்கிறேன்
கொழகொழப்பாய் என் அவலம் வழிந்து படிகிறது
விரல் நுனி தீண்டிச் சுவைக்கச் சுவைக்கச்
சூன்ய ஓர்மை
மிச்சமிருந்த புகைச்சுருளை
உதட்டில் பொருத்தி உள்ளிழுக்க
வெளிப்பட்ட ஆவிரூபங்கள் அனைத்தும்

ஒரு கணத்தின் நெருப்புப் புள்ளி வழி
பின்னியங்கி என்னுள் புக ஓலம்
வலியின் பேரலை நனைவு
தகித்துத் தகித்து என் பெயர்
உதட்டில் வடிகிறது
கபாலத்திற் குள்ளிருந்து முற்கள் முளைத்தெழுந்து
நுனி வெடித்து சுடர்கின்றன
விரல்களால் ரோமங்கள் பிய்த்தெறிந்து
என்னில் நான் புகைகின்றேன்
என் திடச் சட்டகங்கள் பாகாகி உருமாற
மெத்தெனச் சுவரில் சாய்ந்து தளத்தில் படிந்து

அவலமெனப் புரள்கின்றேன்
பாம்பென ஊர்ந்து
இரண்டு கால்கள் உடைந்து போன
கட்டிலை நோக்கி இயங்க
திருப்பிவைக்கப்பட்ட பழைய
நிலைக் கண்ணாடிக்குள்ளிருந்து பெரும் முனகல்
மகுடியின் சதைவடங்களென
அறை முழுதும் ஊடுகொள்ள
பயத்தில் ரத்தம் துளிர்க்கிறது
என்னைக் கடித்துத் தின்றுவிடுமெனவே
எப்பொழுதும் திருப்பி வைக்கப்பட்ட சூன்யப்பிரதி
மெல்ல அசைகிறது என்னுள் நடுக்கம்
இன்னும் இயங்கி கட்டிலில் விழுகின்றேன்
என் சுவாசம் பாரமாய்த் திரண்டு
என் கபாலத்தை அமுக்குகிறது
உஷ்ணச் சிவப்புடன்
ஒரு ஆணியை என் உச்சிக்கபாலத்தில் அறைய
என் கனவின் முதுகில் தைத்தது
செவி வழியே சில துளி ஏக்கங்கள்
என் கைகளில் ஒன்று என்னிலிருந்து விலகி
மூலையில் இருக்கும் பேருருவினுள் நுழைந்து
திரவம் தேடிக் கொணரும் தாகம்
மின்னலின் கம்பிச் சுருளை
குரல் வளைக்குள் பொருத்தித் துவளும் தாகம்
புதைநகரின் ஆழ கபாலத்துள்
குமிழ்க்கத் தவிக்கும் உறை முத்தம்
உதட்டிலிருந்து இரு கிரண இழைகள்

சப்தத்துடன் வெளிப்படுகின்றன
பிரிந்து சென்ற கையில் திரவக் களன்
என் தாகத்தைக் குடித்து
மூர்ச்சையுறும் உருவிலிகளின் சாரம்
உதடுகள் சப்தச் சுடர்த் தகித்துக் குமைகின்றன
நெருங்கிவரும் திரவ உரு தன்னில் உறைந்துவிட
விலகிய கரம் பாரம் அழுத்தத் தவித்து
மீண்டும் என்னில் ஒட்டிக் கொள்கிறது
பருகமுடியாத தாகமுரண்
என் உள்ளிருந்து பெருங்குமிழ்கள்
தாகத்தின் சூன்ய கோளங்கள்
உருவாகி மேல் நோக்கிச் சென்று மறைகின்றன
நாவின் பாறையில் வெறுமையின் தேய்வு
கபாலத்தின் பின்புறம் குடைந்து நுழையும்
என் பிம்பத்துண்டு
இமை மூடி உறங்க எத்தனிப்பு
இமைக்குள் வெற்றுவெளி
தரிசனங்களின் மயான ஊடகம் கூக்குரல்
வெற்று முகங்கள் குவித்து எரித்த
காகிதக் கரிப் படலங்களாய் என்னுள் எழுந்த
பெருங் காற்றுக் கேவலின்
வெளிமுழுகப் பறந்து திரிய
யாரோ ஒரு குழந்தையின் குரல் அழுகை
வெறும் ஒற்றை முலையைக் கைகளில் தாங்கி
பால் உறிஞ்சித் தவிக்கும் சிசுமை
முலைக்காம்பிலிருந்து கதிர்வீச்சு
சிசு மூலக் கூறுகளின் வரைபடலமாய் மாற
முலை சிதறி சூர்யனாகிறது
சின்ன வெளிச்சப் பிரதி
சிசுவின் கதறல் அகால வெளியின்
மின்னலசைவாய்ப் படிகிறது
பிரக்ஞைக்குள் பிளந்த பூமியின்
வெடிப்புப் பதறல்
இமைகள் வீறலுற்று விழிக்கின்றேன்
நாசியிலிருந்து சப்தப் பாவுகள்
ஜ்வாலையென சலனம் கொள்ள
என் அறை முழுக்க
இரண்டு பெருவெளிகள்
உரசப் பிறக்கும் பேரிரைச்சல்

என் கட்டில் அசைகிறது
திசைமாறி அமைந்து அதிர்கிறது
என்னில் பொத்து வீரிடும் நீர்த்தடங்கள்
திடீரென தானே எரியலுற்ற மெழுகுவத்தியின்
சுடர் நகக் கூர்
என்மென் தோலை முகத்திலிருந்து
உறிக்க ஆரம்பிக்கிறது எரிச்சல்
காற்றின் கடிப்பில் நினைவை உடைக்கும் உராய்வு
என் உடல் இளகிய பிண்டமென கட்டிலில் கிடக்க
என் உயிர்ப்பின் ஆடையாக
கதிர்களின் சவ்வென உறிக்கப்பட்ட என் புறப்படலம்
சுவரில் படிகிறது
என் நிழல்கள் பேசிக் கொள்கின்றன
நான் நிழல்களை நம்புவதில்லை
எனது நிழல்களைப் போல்
குரூரமானவைகள் வேறில்லை
என்னை எப்போதும் கொல்லத் துடித்தும்
அமைதி காத்து
சதிச் சலனம் நிகழ்த்தித்
தொடர்கின்றன என் நிழல்கள்
என் அறை முழுக்க நிழல்கள்
பதுங்கிக் கொண்டிருக்கின்றன
குரூரமான ஆயுதங்களைக் கைகளில் தாங்கி
சில நிழல்கள் ஆயுதமின்றி
என் முன்னும் பின்னும் வக்ர நகைப்பினூடே
தமக்குள் பேசியபடி உலவுகின்றன
வேற்று மொழியில் அவற்றின் உதட்டசைவுகள்
எனது உறிப்புகளை யார் அணிவதென உட்குடைச்சல்
ஆடைக் கொக்கியில்
என் பின்னத்தைக் காணவில்லை
ஏதோ ஒன்று அணிந்து கொண்டதென
போதம் உறுத்தியது
இனி எதுவும் நடக்கலாம் இவை குரூரமானவை
எங்கும் திடீர்ச் சிரிப்பு
என் கபாலத்தைப் பிளக்கும் மூர்க்க அதிர்வு
படுக்கையின் தளம் சூடு கண்டது திடுக்கிட்டேன்
உஷ்ணத்தின் உச்சம்
என் திசை இளகி உருகி நானின் பேரழிவு
அறை முழுக்க வெறுமையின் நெடி

அற்றுப் போதலின் இடைநிலைக் கிரியை
என் உருகல் உருவழிவு போதத்தின் ரூப மாற்றம்
என் விரல்களால் என்னைக் கிறுக்கிக் கொள்ளும்
முரண் சைத்ரீகம்
உடைந்த கோட்டுத் துண்டுகளில்
என் குரூரப் பிரதிகளின் குறுகிய வடிவாக்கம்
அறை முழுக்க ஆவி அடர்த்தி
படுக்கையில் நானற்ற நானாகிப் படிந்தேன்
வெற்றுப்படலமென
❍

பிரேதாவின் மாதிரிப்பிரதி

கதவு திறப்பதும் கதவடைப்பதும்
ஏறக்குறைய ஒன்றெனவே தோன்ற
உனது விடியல்கள் வெளிச்சம் பூணும்
மனோவாதையின் ரணங்களில்
உப்பு நீர் படியவென நீ வெளி வருவாய்
கலைந்த தலையும் கசங்கிய உடையும்
உனது புரளல்களின் தடயங்களாக
மாடிச் சிறு சுவரின் ஓரம் நின்று
நிர்மல வெளி நோக்கி
பறத்தலின் எத்தனிப்பென கரம் உயர்த்தி
இருதுளி கண்ணீர் சிந்துவாய்
மங்கிய இருள் ஈரம்
இன்னும் உன் குறுக்குச் சந்தில்
பழைய மாடியறையின்
சூழல் விட்டகலாது போர்வையாகும்
உள் நுழைந்து சன்னல் கதவகற்றி
கிரணங்களின் உள்ளீட்டில் உனது
சிதைவுகளில் பட்டு நீயே பிரதிபலிப்பாய்
சிலதுளி ரத்தம் படுக்கையில்
புகைத்த துண்டுகளில் சில
உன் கையெழுத்துப் பிரதிகளைக் கருக்கியிருக்கும்
விரசமெனும் காட்சி கக்கி
உன் உள் விகாரங்களின் இனிய உதடுகளுக்கு
படிகமெனப் புரட்டப்பட்ட காமச் சித்திரங்கள்
இருள் லிபிகள்
உன் கைகளில் சில தழும்புகள்

விரல் நுனியில் நடுக்கம்
கதிர்வீச்சில் ஓடுகளாய் விரிசலுறும்
எதிர்க் கணத்தின் புழைச் சுரப்பு
உன் நாசி நுனியில் படிந்ததென சிலிர்ப்புறுவாய்
எரிந்தணைந்து உருகலின் உறைவாகி
வெளிச்சச் சமாதியாய்
உருப்படிந்த மெழுகுத் தடம்
உன் தோழியின் ஓவியத்திற்கு முன்
அதில் உன் தொலைந்துபோன பெயர்கள்
காம முற்றுப் படிந்திருக்கும்
உடைந்த படிக இருக்கைகளில்
அமர்ந்தெழுந்து அலைந்து
எதிர்கொள்ளல்கள் பற்றிய குடைச்சலுடன்
உன் நெற்றியில் கீறிக் கொள்வாய்
வெறுமையான தீப்பெட்டி உன்னில்
சூன்யத்தைப் பற்றவைக்க புகைச்சுருளை
உக்ரமாய் பார்வையுற்று அழுவாய்
படுக்கையில் சில
சுருள் ரோமங்கள் நெளியவென
உன் பயம் மிகையாகும்
நாற்றம் கக்கும்
உன் குளியலறைக்குள் சென்று
கதவடைத்து அண்ணாந்து நோக்க
சிறு துவாரம் விழிக்கும் சூர்யலிங்கம்
உன் ஆடைகளைக் கிழித்தெறிந்து
உள்ளாடையால் புழை அடைக்க
உள்ளே மெல்லிருள்
உன் நிர்வாணத்தின் மீது ஜல ஸ்பர்சம்
உள்ளிருந்து கேவல்
காயம்பட்ட உன் குறி விரைத்து நிற்க
மண்டியிட்டபடி எத்தனை நேரம் அழுவது
உன் முகத்தின் சிறு எரிச்சல்
தேகத்தளம் எங்கும் பாய
உள்ளிருப்பது நீயெனத் தோன்றாமல்
கதவு தட்டிக் கதறுவாய்
யார் வந்து திறப்பார்கள்
உன் உட்புறத் தாழ்ப்பாளை

○

மாதிரிப் பிரதியின் விரிவு

மூன்று நாட்களாய் என்னைப் பற்றி
யாரும் பேசாத அந்தக் குறுக்குச் சந்து வழியே
மீண்டும் என் அறை அடைந்தேன்
நான் என் முகத்தை வரைந்து கேட்டு
அலைந்த கணங்கள்
கொடுமையாய் என்முன் செத்து அழுகி இடறின
எல்லையின்மையின் மூலரேகையும்
தாத்பர்யத்தின் வெற்று உள்ளும்
படிந்ததென என்முகம் பற்றிய யூகம்
நிரூபணமற்று என்னுள் புதைந்து கிடந்தது
கோடாக மாறி செங்குத்தாய் இடம் பெயர்ந்து
நானும் ஒரு உயிரியெனக் கூறித் திரிந்த காலத்தில்
என் முகத்தைப் பற்றிய
முதல் கேள்வி என்னைச் சிக்கலாக்க
வினோதமான பிரதிமையாய் படிய நேர்ந்தது
அன்று முகமற்ற ஒரு சைத்ரீகனின்
சித்ரகூடத்தின் இருளில்
மூலப் பிரதிகளில் ஒன்றாக
உறைந்து கிடந்ததும் நினைவிருக்கிறது
என் ஸ்நேகத்திற்குரிய அந்த ஓவியன்
தனது இருட் கூடம் விட்டு
எங்கும் வெளிச்செல்வது இல்லையென்ற நிஜம்
என்னைக் கீறியது
அறியப்படாத ஒரு நிர்வாணத்துடன் அவன்
சிருஷ்டியில் புதைந்து கிடந்தான்
பன்னிரண்டு வருடங்கள்
அவன் வெளிச்சத்தைப் பார்த்ததில்லை என்பதும்
என்னைத் தாக்கிய உண்மை
என்றாலும் என் இயல்பின்மையின்
வடிவழித்து முகம் நிகழ்த்த
தன் உள் உலகம் முழுமையும்
வெளிக் கொணர்ந்தும்
சிருஷ்டிக்க முடியாத வலியுடன்
என்னை மீண்டும் ஒரு கோடாக எஞ்சவிட்டு
தனது இருட் கூடத்திற்குள்
வெளிச்சத்தைத் திணிக்கலுற்றான்
அந்த வெளிச்சத்தில்

நான் கோடல்ல ஜீவிதன் என அறிந்து
அதிர்ச்சியில் மரித்துப்போனான்
அவனின் நிர்வாணம்
இரட்டைப் பரிமாணம் மட்டும் கொண்ட
படலமென அறிந்தபோது அதிர்ச்சியுற்றேன்
இந்த நகரத்திற்கு வந்த பிறகு
அவனது நினைவுகளைப்
பிரதிசெய்து பிரசுரிக்க அனுப்ப
நான் கர்ப்பத்திற்குள்
பித்தனானவன் என்றும்
இவை எனது மூலம் பற்றிய
பிரமைக் குறிப்பு என்றும் கூறப்பட்டது
அதன் அக உயிர்ப்பை உணர்ந்து கொண்ட
ஒரே ஒரு ஜீவனையும்
என் நிழல்களில் ஒன்று கொன்றுவிட்டதும்
என் உயிர் வதைவின் பதிவுகளில் இன்னும் இருக்கிறது
இன்றும் கிடைக்காத என் முகப்பிரதி
குரூரங்களின் நிலவறையென
எங்கோ பதுக்கப்பட்டதெனும் ஆவி நிஜங்கள்
என் அறைக்குள் அலைந்து
என்னைக் கீறிக் கிழிக்கின்றன
என்னில் நான் பதுங்கினும்
பிரக்ஞையின் தரை பிளந்து
நுழைந்து குடைகின்றன
எனது சிதைந்துபோன பிரமைகளின்
கபாலங்களில் தீயிட்டு ஏந்தி நர்த்தனமிடுகின்றன
அறைமுழுக்க என் தசையின் உருகல் படிந்து
மூல பிரக்ஞையின் நார் நுனியில்
அவலம் வடிக்கின்றன
முகமின்மையின் உக்ர நிஜம்
பெருவெளியெங்கும் சவ சப்தமாய் எதிரொலிக்க
மீண்டும் நான் அறைக்குள் இருளடைத்து ஒடுங்குவேன்
என் மூல வெறுமைக்குள் வாதையின் இரையாக

பிரேதாவின் மறுபிரதி

உனது நிழல்களும் நீயும்
எனது இருள் புரத்தில்

மர்மப் பிரதிகளாய் உலவுவீர்கள்
முகமின்மையின் கூக்குரல்களை
வீதி விளக்குகளின் மந்த வழிவில்
கசிய விட்டு இடம் பெயர்ந்து
தவிக்கின்றன உனது மறுவடிவுகள்
மூலத்தின் முரண் நிரூபணங்களென
குரூரங்களின் சமைவுகளாய்
சலனம் கொள்ளும் உன் நிழல்கள்
குறுக்குச் சந்துகளில் திசை மறந்து திரிகின்றன
உனது உருச்சிதைவின் போதமற்று
எனது உள் உலகில்
வெறுமையின் பேச்சுத் துணையாய்
நடைகொண்ட கணங்களில்
அருபங்களின் எதிர் கொள்ளலென
பிரக்ஞைக்குள் முட்டி நின்றது
வெளியின் படலமாய் உனது
ஒரு நிழலின் சாயல்
ஏதுமின்மையின் ஸ்பர்சமென நினைவழிந்து
இடைவெளிகளில் மீண்டும் என் உலவல்
வெளிநோக்கி ஒரு தடமும்
மூலத்தின் முனை நோக்கி ஒரு தடமும்
எண்ணிலாக் கிளைத்தடமும் பிரிகின்றன
பாதைச் சிக்கலின் இருண்ட ஓரத்தில்
உடைந்த பாறைமீது அமர்ந்திருந்தேன்
எதிரே நிசப்தரூபமாய் உறைந்திருந்தன
இருத்தல்களின் சமைவுகள்
என் சுவாசத்தின் இழைகள்
பிசிர்களாய்ப் பிரிந்தவிழ்ந்து
பார்வைக்கு நேரே உருவமிழந்தன
விடுபடலின் தூண்டலில்
இருப்பின் ஸ்தூலங்களிலிருந்து
உலாவெனப் புறப்பட்டு
எனக்குள் பேசியபடி நடந்து வந்து
பிரக்ஞை விழித்த கணத்தில்
திரும்பிப் பார்த்து திடுக்கிட்டேன் மாயா தொலைவு
திரும்பிச் செல்லுதல் இரு கூர்க்கம்பியாய் உறுத்த
உடலெங்கும் வலியின் நங்கூரத் தடங்கள்
உள்ளுக்குள் ஊடகங்கள்அற்றுப் போதலின் திகைப்பு
வெறுமையின் புகைச் சலனம்

படிகக் கூடங்களிலிருந்து
வெளிப்பட்டு அகாதத்திற்குள்
மறைவதைப் பார்வை கொண்டு
எனக்குள் இன்மையின் ஓலம்
எனது அறைக்குள் எழுதி முடிக்கப் படாத
பிரதிகளின் படபடப்பு
உள்ளுக்குள் ஓடு புதைத்தது
திரும்பி நடத்தலின் சில அலைவும்
இருளின் விளிம்பில் கீறி வழிந்தது
ஓரமாய் பாறையில் அமர்ந்து
முகம் பிசைந்து தவித்தேன்
திசையின்மையின் விஷமூச்சு
முதுகு சுட்டு இளகியது அக்கணம்
சுற்றிலும் பார்வை கொண்டு
திடுக்கிட்டு உள் சுருண்டு
தம் ரணத்தை நக்கிக் கொண்டு
அழுதன வெளிப்பாடுகள்
கணங்களின் ஒவ்வொரு அழிவும்
மறதியின் கணுக்களாய் விரிய
என் மூல இருப்பின் தடயங்கள்
பரிச்சயமழிந்து பதங்கமுற்றன
என் நிலைப்பாடுகளின் படிவுகள்
என் இயக்கத்தின் திசை இழைகள்
என் ஓர்மையின் இமைக்குள்
கொப்புள வெடிப்பாய்க் கசிந்தன
திசைகளின் சிக்கல்கள் என்முன்
ஜல சுழலாய் மயங்கித் தவித்தன
எனது தளம் மெல்ல
சுவாசத்தின் சலனமென அதிர்வுற
பாறைத் திடத்திலிருந்து விலகி விழுந்தேன்
ஒருகணம் அனைத்தும் சுழலாக
பிழிவுற்றுச் சொட்டியது பேரிரைச்சல்
சுயத்தின் புள்ளிக்குள் வெடிப்புகள்
கண்ணாடிக் கோளத்தின் உள் விரிசல் தீற்றல்கள்
அதிர்வின் சவத்தளத்தில் மீண்டும் விழித்தெழுந்து
என்முன் பரிச்சயமற்றுச் சமைந்த சூழல்கள்
என் போதத்தின் சாம்பல் திசுக்கள்
மூடுபனியெனப் புகைந்தெழுந்து
காட்சிகளின் திரையாக

எனது இருப்பு ஏகத்தின் ஊசிமுனையில்
சொட்டித் தவித்தது
கணங்களின் உறைவு விளிம்பில்
ஏதோ சலனத் தடயம்
வெறுமையிலிருந்தோ இருப்பிலிருந்தோ
இடம் பெயரும் பிரதியின் இயக்க ரூபம்
மூர்ச்சைக்குள் நான் விழித்தேன்
எதிர் இருப்பின் சுவாச வாடை
என்னை நெருங்க நெருங்க
உள்ளதிர்வில் ஒழுங்கழிவு
நெருங்கிய உருவின் சதைத் தணல் என்னைத் தீண்ட
ஏகத்தின் மென்போர்வை பொசுங்கிய உணர்வு
உள்ளீட்டின் முனகல் கசியும்
புதிய வடிவின் விகசிப்புகள்
காமத்தின் உக்ரவீச்சம்
நான் இமைமூடி உள் மடிந்து கிடந்தேன்
அதன் நீட்சிகளில் விரகத் தேடுகை
பெருவெளியின் மீட்டல்களாய்ச் சுழன்றது
மூலத்தின் உட்குமிழில் குடையும்
சூன்யத்தின் தாத்பர்யத் தீண்டல்
அக அதிர்வின் மின்துகளாய் சுடர் கிளைத்து
அங்கங்களில் கதிர்வீசியது அதன் தேடுகை
ஒரு சதை உருவின் ஊடுகொள்ளல்
என்னுள் குமைந்து கிடந்த வலியின் உறைவுகளை
வெளியேற்றும் கணங்கள் இவையென
நினைத்துத் தளர்ந்திருந்தேன்
உயிர்ப்பின்மையின் வடிவமென
ஓர்மையுற்றுத் தீண்டிய உருவின் உள்ளிருந்து
பெரும் கேவல் புரண்டு படுத்தேன் உக்ரம்
தசையின் மின்னலையில் நாத இழை
மேல் படர்ந்த உருவின் விகார உள் நுழைவில்
வெளி முழுக சிதறினேன்
என் உரு வெளிக்குள் அழைப்பின் எதிரொலிப்பு
அகாதத்தின் பாரம் என்மேல் மண்ட வலி
சூக்ஷ்ம இதம் பிளந்த தளத்திலிருந்து கிரண ஒழுகல்
என் உறுப்புகளின் நுனியெங்கும்
நகம் முளைத்துச் சுடர் பிறந்தது அசைவு
பேரசைவு முகமெங்கும் இருளின் குழைவு
என் காட்சிகளின் படலமெங்கும் இளகும் சித்ரங்கள்
பனிப்பாறை போதங்கள்

உள் வெம்மையில் குழைய
கணங்களின் அணுப்பிளவில் ஆகர்ஷண ரூபங்கள்
வெளியின் சலனம் உள் சுழலில் ஒடுங்கியது
இயக்கத்தின் குமிழ்ச் சுவர்கள் வெடித்து மறைந்தது
நிச்சலனத்தில் என் மூலபடிக வடிவம்
என்னிலிருந்து விலகி நடக்கலுற்ற
வடிவின் முகம் காணவென
என் சதைகளின் ரணக் கிழிச்சலும்
சூன்யம் நக்கும் என் நிர்வாணமும்
மறந்து எழுந்து விழிதேட
முகவெளியில் ஒரு சூன்யப் படலம் தாங்கி
அடர்த்தியாய் ஒரு நிழல் ஏடு நடந்தது
மிரண்டு வெடித்தன இமைகள்
என் உடல் முழுக்க நிழல் சுடலை
என் உறுப்பின் ரோமத் தடங்களில்
பொசுங்கல் வாடை
கதறலின் பாறைப் பிளவில் என்
குரல் சிக்கித் திணறத் திணற
நிழல் நடந்தது இருப்பின் ஸ்தூல வெளிநோக்கி
நிழல் சாயல்களின் படிவு எனக்குள் சூன்யம்
புற்று வைத்துச் சுருண்டதென
போதத்தின் குருட்டுத் தடயங்கள்
எனது ரணங்கள் ஊமையாகும் கணம் வரை
மயங்கிக் கிடந்து
உன் நிழலின் சுவடுகளைத் தீண்டித் தீண்டி
புகைந்தபடி மீண்டும் அடைந்தேன்
என் அறையிருளை
நினைவின் ஆவி அலைவுகள் பார்வை நீட்சிகள்
குறுக்குச் சந்துகளில் தீண்டித் திடுக்கிட்டன
அவ்வப்போது உன் வேறு வேறு
நிழல்களைப் பின்தொடர்ந்த கணங்களில்
திருப்பங்களில் தொலைந்து போகும்
உன்னிலிருந்து பிரிந்தலையும் உனது வேறு நிழல்கள்
○

மறுபிரதியின் அழிவு

எனது நிழல்களைப் பற்றியும்
அவற்றின் அலைவுகள் பற்றியும்

எனக்குத் தெரிந்தவரை நான் கூறமுடியும்
என்றாலும் அவற்றின் முழுவடிவும் இயக்கமும்
என் பிரக்ஞையின் எல்லைக்கப்பால்
வழிந்து விட்டதாகவே தோன்றுகிறது
நிழல்களுடன் நான் பேசி
நீண்ட நாட்கள் கடந்து விட்டன
எனது அத்தனை நிழல்களையும்
ஒன்றாக என் அறையில் பார்வை கொண்டதே
மறதியில் மூழ்கி விட்டது
நிழல்களோடு எனது போதைப் பகிர்வுகள்
சிறுசிறு காயங்களுடன் முடிந்து போவதால்
அதையும் நான் தவிர்க்க நேர்ந்தது
நிழல்களுடன் நிகழும் தர்க்கம்
என் அகத்தின் சூளையறையில்
குமையும் சொற்களை
எரியும் தலைகளுடன் வீதியில்
கூவிய படி ஓட விடுவதென நினைக்கிறேன்
ஆடை எரிய எரியக் கட்டிப் புணரும் போதங்களை
போதங்களின் சாயல்களோடு
நிழல்களின் புகைப்படங்களில் பார்க்க நேர்ந்ததுண்டு
என் முகங்களின் ஏடுகளை உறித்து உறித்து
தமது நாட்குறிப்புகளின்
மேலுறையாக பொருத்திக் கொள்ளும் பழக்கம்
என் நிழல்களுக்கு எப்படி வந்தது என
இன்னும் புரியவில்லை
என் கையெழுத்துப் பிரதிகளைத் திருடிச் சென்று
வீதியோரங்களில் எறிந்து விடும்
பழக்கமுடையவைகளாக
என் நிழல்களில் சில இருக்கின்றன
எனது ஒரே ஒரு ஆடையையும்
உறங்கும் போது கழற்றிச் சென்று
இருள்புரத்தின் ஓவியக் கூடத்தில்
தொங்க விட்டுவிட்டு
மாதக் கணக்கில் நிர்வாணமாய்
என தறைக்குள் புழுங்கித்தவிக்க விதித்ததும்
என் நிழல்களில் ஏதோ ஒன்றாகத்தான்
இருக்கவேண்டும்
எனது குறிப்புகளில் புகையாய்ப் படிந்த
நிழல்களின் மாயச் சலனங்களை நினைவுகூற முடியும்

எனது அறைக்கு வெளியிலும்
சில நிழல்கள் உளவு பார்க்கும் என்பது தெரிந்தும்
இந்தக் குறிப்புகளைப்
பகிர்ந்து கொள்ளவே தவிக்கின்றேன்.
○

இரண்டு இரவுகள்

வெளியே சென்ற இரண்டு நிழல்கள் திரும்பி வந்தன
மரப்படிகளில் ஓசை வெளியே பேச்சுக்குரல்
கதவில் பிராண்டல் சப்தம்
எழுத்துதிர்த்துக் கொண்டிருந்த
எனது கபாலத்திற்குள் இடித்துகள்
கதவு திறத்தல் என் தியானத்தின் சிதைவு
திரும்பிச் சென்றுவிடும் அவையென எண்ணி
விளக்கை அணைத்தேன்
உடைந்த இருக்கையில் அமர்ந்து
இமை மூடி வடிந்தேன் வெளியே நிசப்தம்
விடுபட்ட உணர்வுடன் புகைக்கத் தொடங்கினேன்
திடுக்கிடலின் அதிர்வுடன் என் உதடு பறிக்கப்பட்டது
இருட்டில் வாடை
என் நாற்காலி மெல்ல அசையவும்
அச்சத்தின் ஆப்பு என் முதுகெலும்பில் தைத்தது
என் கையெழுத்துப் பிரதிகள் பற்றி எரிந்தன
என் சாம்பல் கிண்ணத்திலிருந்து
மூன்று இமைகள் வெளியே பறந்து மறைந்தன
என் நிர்வாணம் என்னைத் தைத்தது
சன்னல் பிளவில் கண்ணுற்று நடுங்கியது உள் விரல்
அறைக்குள் எப்படியோ வந்துவிட்டன நிழல்கள்
இருக்கை அசைவு மிகையாக
என் கபாலத்திற்குள் கிறுக்கல்
யாரோ என் பின்புறமிருந்து கண் பொத்த
நொறுங்கிய தரிசனங்கள் துகளாய் உள்சிதறின
என் அறை உள்சுழன்று சப்தித்தது
பெயர் சொல்லி அழைத்து
கபாலத்திற்குள் விரல் நுழைத்து
கலக்கிச் சீறியது ஒருநிழல்
நான் இரண்டாகப் பிரிந்து
என்னைச் சுற்றி சலனமுற்றேன்

நிசப்தத்தின் பிளவில்
என் பிரக்ஞை நழுவிப் புதைந்தது
விழித்த கணத்தில்
என் மேசைக்கெதிரே
இரண்டு நிழல்கள் உற்று நோக்கியபடி
மௌனமாய் எழுந்து உலவினேன்
என் கையெழுத்துப் பிரதியின்
கரியேடு முகத்தில் வந்து ஒட்டியது
இமையிலிருந்து சில துளிகள்
நிழலில் ஒன்று கழிப்பறை நோக்கிச் சென்றது
அமர்ந்திருந்த நிழல் என்னை நோக்கி
உனது நிழல்களில் ஒன்று ஆய்வுக் கூடத்தின்
நிலவறைக்குள் சிறைப்பட்டு விட்டது என்றது
வெறுமையாய் நோக்கினேன்
உன் பெயரை முனகியபடி ஒரு பெண் பிம்பம்
நூலகத்தின் விஸ்தார இடைவெளிகளில் குமைகின்றது
நானே கண்டேன் என்றது அதிர்ந்தேன்
என் மார்புக் கூட்டுக்குள் உருகல்
மற்ற நிழலும் திரும்பி
இன்னொன்றைப் பார்த்து ஏதோ சமிக்ஞை
இரண்டும் தலையசைத்துக் கொண்டன
நான் திரும்பி நின்று
சன்னலின் வழி வெறுமை வெறித்தேன்
பின்புறமாய் இரண்டும் தீண்ட தேவையறிந்தும்
வெறுமையாய் உள்ளே வலியென்றேன்
ஏதும் உணரலின்றி நெருங்கி அணைத்தன
இறுக்கம் உள் பிளவு
அகம் எரிந்து புகைய போதமழிந்தேன்
விழித்தபோது உடல் முழுக்க எரிச்சல்
என் குறியில் நகக்கீறல்கள்
பக்கத்தில் மெழுகுவத்தி
உக்ரமாய் சலனித்துக் கொண்டிருந்தது
காலப் பிரக்ஞை அழிந்து
இரண்டு இரவுகள் பொசுங்கியதென
வெறுமையாய்ப் புதைந்து உருகினேன்
மெழுகுத் திரியிலிருந்து
என் இந்திரமும் கண்ணீரும் பாகாய்ச் சொட்டியது.

○

ஒரு கோடைப் பகல்

சூர்ய உருகல் கபாலத்திற்குள் சொட்டி மறைந்தது
தெருவெங்கும் வெறுமை
எனது அழைப்பும் உள்ளே உறைய
அலைச்சலின் பிளவுடன் அறைக்குள் நுழைந்தேன்
உடைந்த கட்டிலில் ஒரு நிழல்
என்னைக் கண்டதும் எழுந்து அமர்ந்து
உற்று ஒளிர்ந்தது
அதன் விழியின்மையின்
குழியிலிருந்து குருதி சலித்தது கேவல்
இருக்கையில் அமர்ந்து நோக்கினேன்
உள்வலியில் அதிரும் அதன் சுயபடலம்
ஏதுமறிதலின்றி என் சமைவு
என் முன்னே ஒரு கையெழுத்துப்பிரதி
பார்வைக்குள் நுழையும் உள்ளீடு இழைச்சல்
எதிர் நின்ற நிழலின் சிதைந்த விரல் படிவு
○

இருள் ஒட்டிச் சலிக்கும்
என் அறைக்குள்ளிருந்து எட்டிப் பார்த்தால்
தோட்டத்தில் தனியே அமர்ந்து
வெளிநோக்கி அழும் சிறுமி வடிவம்
எப்பொழுதும் என் விழிக்குள் குடையும் வசீகரம்
வலி நிரம்பிய என் தனிமையின்
தளம் முழுதும் பரவித்ததும்பும் ஈரக் கதிர்வீச்சு
என் அறை முழுக்கச் சிதறிச் சுடரும்
சூன்ய விரல் நுனிக் கீறல்களில்
ஸ்பர்சிக்கும் முத்த இழைவுகள்
அவளின் வடிவம் மௌனமாய்
பார்வைகள் ஊடுருவி
சோகத்தின் ரணம்பட்ட புன்னகைகள்
எமக்குள் பரிமாறி வெறும் கதிரின் படிகமானோம்
அன்று பெருமழை
அவளுடைய பட்டாம்பூச்சி
பறந்து என் அறைச் சன்னலில்
வந்து அமர்ந்து கொண்டது
கீழிருந்து இனிய அழுகை
ஏதோ பெயர்சொல்லி

ஒலிக்கும் அழுகை பார்த்தேன்
பட்டாம்பூச்சி சிறகை அசைத்துக்கொண்டிருந்தது
அதன் நிறங்களில் நீர்த்துளி பட்டு ஒளி சிதறியது
அதை விரல்களில் எடுத்துப் பார்வை கொண்டேன்
என் கதவு தட்டப்படும் ஓசை
திறந்தேன் அவள்
சுவரில் இருந்த ஓவியம்
காற்றில் அசைந்து நிறம் கசிந்தது
அவள் வண்ணத்துப்பூச்சியின் விழைவென
உள்ளங்கையின் ஒளியை வீசினாள்
நான் அவள் விழிகளில் வீழ்ந்து மூழ்கினேன்
அங்கிருந்து சில துளிகள்
நான் மௌனமாய் பட்டாம்பூச்சியை விழுங்கிவிட
சிலகண நிச்சலனத்திற்குப்பின்
உக்ரமான மோகத்துடன்
அவள் என்னை அணைத்துக்கொண்டாள்
உடல் எங்கும் நிறப்பிரிகையின்
சவ்வுப் படிவு
அணுத் தடங்கள் கபாலத்திற்குள் நாவசைத்தன
இருவரும் கண்ணீரில் இதம் இழைத்தோம்
மழை ஓயும் வரை அணைப்பில் இறுகி
பின் பிரிந்தோம்
அவளின் இடம் பெயரலில்
என் வெளி விகசித்தது என் இருப்பின் தளம் முழுக்க
படிகச் சிலைகள்
தினம் ஒன்றாய்ச் சமைந்தன
இருளிலிருந்து அவளின் மெல்லழுகை
இன்று உன் அறையிலிருந்து
எடுத்துச் சென்ற போதைப்படிகம்
என்னுள் கிரியையாக பிளவுற்று
அறைக்குள் இருந்தேன்
மீண்டும் அவள் வந்தாள்
அதீதத்தின் உருவாய்
எனது நிர்வாணத்தின் ஒளித்தீண்டலில்
பனிப்படிவு அவள் முகத்தில்
உதட்டிலிருந்து நிறக்கதிர்
என் அறைக்கதவு கருப்பாய் சுருண்டது
இடம் பெயர்ந்த எங்கள் சாயல்கள்
சிலிர்ப்பில் ஏடாகிப் படிய

அகாலங்களின் மூல அதிர்வு
நுழைவாயில் அவளென்றோர் ஈரத் தீண்டல்
என் இருப்பின் சிறகாக இறுகித் தயங்கினேன்
பிரபஞ்ச தரிசனத்தின் ஒளித்தடமாய்
என் விழிதடவி சலனித்தது அவளின் மெல்லுறுப்பு
என் உதட்டுத் தணல் தீண்டி
இமைமூடி முனகலுற
வெறும் வெளியில் புயல் இரைச்சல்
என் அறை முழுக்க விழுந்து மூடியது
சூன்யத்தின் இழைவலை
என் கபாலத்திற்குள் ஊடுகொண்டு
கிரணித்தது உக்ர சுய இளகல்
பெருவெளி சுருங்கி புள்ளியாகி
என் போதத்தில் விழுந்து உறுத்தியது
என் விகசிப்பின் விழிப்பில்
கண்டது அவளின் உறைந்துபோன உடல்
மூச்சலைகளின் தடமற்ற சவ உருவம்
என் அறைக்கு வெளியே கூக்குரலின் தூசுப்படலம்
என் கபாலமெங்கும் மயான பாரம்

எழுத்துக்களின் விளிம்புகளில் கீறலுற்று நோக்க
நிழலைக் காணவில்லை
நான் முட்டை ஓட்டுக்குள் சேமித்த
விஷத்தையும் காணவில்லை
மாலை இன்னொரு நிழல்
மது அருந்த வந்தபோது கூறியது
உனது நிழல் ஒன்று
பொதுக் கழிவறைக்குள்
பிணமாகிச் சமைந்தது என
என் உதட்டில் மெல்லிய பெண்ணுறுப்பின் இதவாடை
சிறிய கண்ணாடி ஓட்டால்
என் விழியைக் கீறிக் கொண்டேன்
சுவரில் தெரிந்தது சிறுமியின் ஒற்றைவிழி.
○

ஒரு மழைக்காலம்

என் அறை முழுக்க நிழல்கள்
சன்னலோரம் நான் புகைத்தபடி

வெறுமை நோக்கித் தகிக்கும் என் விழிகள்
போதையின் சலனம் கொண்டபடி அறையின் நிழல்கள்
மேசை சுற்றிச் சில
முணுமுணுத்துப் பேசிக்கொண்டிருந்தன
இரண்டு என் கட்டிலில்
படுத்தபடி படித்துக்கொண்டிருந்தன
ஒன்று தலைகீழாகத் தொங்கிக்கொண்டிருந்தது
சில சுவரில் ஒட்டியபடி உறைந்திருந்தன
ஒன்று தன் உறுப்போடு விளையாடிக் கொண்டிருந்தது
எதிரே இருந்த மற்றொன்று
அதையே உற்று நோக்கிக்கொண்டிருந்தது
ஒன்று எழுதிக்கொண்டிருந்தது
மேசைமீது ஏதோ முனகல்
நெருங்கி வந்து விழிதீண்ட
என் முற்கணப் பிரதிமை ஒன்று கீறப்பட்டுக் கிடந்தது
நான் குழப்பத்துடன் புகையை வெளிவிட்டேன்
என் விழிக்கு முன் பிரம்மாண்ட நீர்க்கோளம்
உள்ளே என் பிம்பம் தலைகீழாய்
நிழல் ஒன்று என் பெயரை வேற்று மொழியில் எழுதி
என் முதுகில் ஒட்டிவிட உள்ளே வெக்கை
நீர்க்கோளம் விழிக்குள் விழுந்து
உள்ளே பாரம் உறைந்தது
என் கட்டிலிலிருந்து எழுந்த நிழல்
அவிழ்த்து வைக்கப்பட்ட
என் ஆடையில் சிறுநீர் கழித்தது
என் முகவெளியில் நிறமாற்றம்
போதையின் உராய்வில் சிறு பொறிகள்
என் புருவ விளிம்பில்
இன்னொரு நிழல் என் பெட்டிக்குள்ளிருந்த
புகைப்படம் ஒன்றை எடுத்துப் பார்த்து விழித்தது
அதன் உதட்டில் நகத்தால் கீறிப்பார்க்க
என் அபூர்வ வெளியின் காட்சி வடிவம் என
நான் கூறியபடி மீட்க எத்தனித்தேன்
சில நிழல்கள் சிரித்தன
ஒரு நிழல் என்னைப் பார்த்து ஏதோ பேச
ரௌத்ரச் சிதறல் என் நாசியிலிருந்து
பிரபஞ்ச வசீகரமென எழுதியிருந்த
அந்தப் பிரதியைக் கையிலெடுத்து
இன்னொரு நிழல் தன் ஆடையை அவிழ்த்து
தன் உறுப்பை அதில் தேய்த்துக் கூவியது

அதன் சுயபோக வெளிப்பாட்டில்
என் வெளி குமைய
என் முகமெங்கும் புதர் மண்டும் விகாரம்
நிழல்கள் தமக்குள் சண்டையிட்டுக் கொண்டன
கண்ணாடி ஓடுகள் அறை முழுக்கச் சிதற
உடலெங்கும் காயம்
என் பிரதியை மீட்கும் எத்தனிப்பில்
என் கபாலத்தில் பிளவு
பிரதியின் தளம்முழுக்கக் கீறல்கள்
என் குறல் வளைக்குள் கேவலின் கோளம்
சகிக்க முடியா இரைச்சலின் கூர்மை கிழிக்க
தீ மூட்டினேன் எங்கும் புகைச்சல்
திணறிய நிழல்கள் என்னைப் பிடித்து மேசை மீது
படுக்கவைத்து ஆணி தறித்தன
ஓடு உடைந்த ஓலம் பாகாய்த் தெறித்தது
புகை மண்டி காட்சியழிந்தது உட்கூடம்
நிழல்கள் வெளியே மறைந்தன
பெருவெளியெங்கும் ஜலசப்தம்
என் உடல் எங்கும் ரணத்தின் தகிப்பு
வலியில் உறைந்தேன்
அவஸ்தையில் என் தரிசனப்பாகு
ஸ்கலிதமாகித் திரிந்தது குறிமுனையில்.
○

என் நிழல்களின் மூர்க்கச் சலனங்கள்
என்னைத் திசுக்களாய்ப் பிளந்து அலையவிட்டன
நானின் பின்னங்களில் நிழல்களின் நக ரணங்கள்
தழும்பின்றி ஈரம் காத்துக் குடைகின்றன
எனது நிழல்களுடன் ஓயா யுத்தம்
என் மூல ஒருமையின் பிணங்களை
வெளி முழுதும் அழுக விட்டுத் தொடர்கிறது
இன்னும் என் நிழல்களின் அலைவு
இருள் புரத்தின் குறுக்குச் சந்துகளில்
○

பிரேதாவின் தனிப்பிரதி

நீ உன் மரணத்திற்கு முன்
எழுதி முடிக்க எத்தனிக்கிறாய்

கணங்களுடனான உன் உள்வெளி ஊடுருவல்
இழைகளின் இடைவெளியின்றி சலனம் கொள்கிறது
உன் அறைக்குள் மெத்தெனப் படிந்த
இருளின் பாரத்தோடு
சுவாசங்கள் இழைகின்றன
ஒரு சிவப்பு அங்கியை அணிந்தபடி
சன்னலோரம் நின்றிருக்கும் உன் நாசி நுனியில்
ஜீவிதப் புகைச்சல்
உருவெளி மயக்கம் நிகழ்த்தி விலகி அலைகின்றன
நிசப்தத்தின் ரோமத்தடங்களில் உன் செவித்தீண்டல்
மெல்லதிர்வாய் இசைகின்றன
உன் மேசைமீது கையெழுத்துப் பிரதிகள்
உறங்கத் துடிக்கின்றன
உள்ளறைக்குள் உன் இடம்பெயரல்
அதீதத்தின் சுழிச்சிதைவாய் நிகழ்கிறது
எப்பொழுதும்போல் உன் சிருஷ்டிக் காலங்களை
நனைக்கும் பெருமழை
மின்னலின் இதமான தூவல்கள்
உன் இமைப் பீலிகளில் படிந்து துடிக்கின்றன
உன் பக்கத்து அறையிலிருந்து சொற்கள் பிளவுபட்டு
ஒலிச்சிறகு உதிர்க்கின்றன
உனக்குப் பிரியமான முகம் அறியாத சிறுமி
தன் பிம்பத்துடன் பேசிக்கொள்வது
உன்செவியின் ஆழத்தில்
கயிற்று நுனி தீண்டி ஊசலுறுகிறது
உன் கண்ணாடிக்குள் புகுந்து தேடுகிறாய்
முகமழிந்த பிம்பங்கள் வெளியேறி மறைகின்றன
உன் தனிமையின் நகக்கண்கள் வீரலுற்றுப் புலம்ப
எழுதுகோலை சிலந்திவலையில்
சிக்கவிட்டு வெளியேறுகிறாய்
உன் அறைச்சாவியை பக்கத்து அறைச் சிறுமியிடம்
தரவென கதவுதட்டி உணர்கிறாய் கதவின்மை
உள் நுழைந்த உன்முன்
அவள் படுத்திருப்பது தெரிகிறது
அவள் முகத்திலிருந்து நீலக் கிரணங்கள் திரள் திரளாய்
விடுபட்டு வெளிநோக்கிச் செல்கின்றன
சாவியை அவள் பக்கத்தே வைத்துவிட்டு
மௌனமாய் படியிறங்கி
மழையில் நனைந்து கொண்டே

உன் பிரக்ஞை தீண்டி நுழையும்
தடங்களெங்கும் இடம்பெயர்கிறாய்
குறுக்குச் சந்துகள் மறைகின்றன
உன்முன் வெளியின் விளிம்பு
எழுந்து நின்று நோக்குகிறது
நீர்த்திரைக்குள் உன் காட்சிலோகம் புதைந்து கிடக்கிறது
சுற்றிலும் உன் பேரொலியின் அழைப்பு
உன்னுள் சுழலும் ஓசைமையின் விளிம்பு
கபாலத்திற்குள் ஒளித் தூசுகள்
பெருங்கிரகங்களாய்த் திரள்கின்றன
உன் அங்கியை அகற்றிவிட்டு
நிர்மால்யமாய் வெளியுடன் பிம்பமாகிறாய் நீ
மழைவெளி ஏதுமற்று போதசமாதி மீது
காலமின்மையின் உதட்டுவெம்மை
உச்சிவெளி திரவமுற்று உன்னுள் நிறைகின்றது
வானம் பிளந்து சப்தங்கள் உன்னை நக்குகின்றன
உன்னில் நார்கிழித்து நீயே சிக்கலுறுகிறாய்
அகத்தின் முடிச்செங்கும் நட்சத்திர இமைத்துடிப்பு
ஆழங்களுக்குள் பூகோளப் புரளல்
பாறைமீது அமர்ந்து கூவுகிறாய் நிசப்தம்
நழுவி விழுந்து பாறைமீது படுத்து அழுகிறாய்
கேவல் வெளியில் இடியின் பின்னம்
அங்கியையும் மறந்து பிரதிகள் உறுத்த
அறை திரும்பிச் சொட்டியபடி
நீ யாசிப்பது உன் சாவியை
உறைந்து போன அவள் உன்முன்
நிசப்தங்களைத் தூவுகிறாள்
அறைக்குள் உன் ஈர கணம்
பிரதிகள் முணுமுணுக்கின்றன
உடைந்து போன நாற்காலியில் உன் மௌனபாரம்
சுவரில் ஒரு குளவிக் கூடு
உருவாகிக் கொண்டிருக்கிறது
ஒவ்வொரு குகையாய் வடிவு கொண்டு சமைகின்றன
உதிர்ந்துபோன உன் சொற்களைச் சுமந்து சென்று
உள்புகுத்தும் தாய்க் குளவி
சிறகின் முரளல் உன் அறைக்குள் கிறுக்குகிறது
உன் கபாலத்திற்குள் வலி திருகாணித் திளைவு
அறைக்குள் நிழலின் சலனம்
சிறுமியென அறிந்து

உன் இமைகளில் நீட்சி
உனக்குச் சில நட்சத்திர மீன்களைப்
பரிசளிக்கும் அவளின் பிரியம்
உன்னுள் படிகத் தூண்களாய் ஒளிர்கிறது
நட்சத்திர மீன்களைப் பற்றிப் பேசுகிறாள்
எப்பொழுதும் போல் நீ இமை இருண்டு
அவள் பேசிக்கொண்டிருக்கிறாள்
குளவிக்கூடு முடிய
இன்னும் எத்தனை நாட்களென
வினவாய்ச் சிதைகிறாய்
உன் பதில் கிடைக்காது என்றறிந்தும்
தன் அறையில் சுருண்டு கிடக்கும்
இருளைப் பற்றிச் சொற்களாய்ப் புகைகிறாள்
உன் கையெழுத்துப் பிரதிகளைப் புரட்டிப் பார்த்து
விழி வழி கசிகிறாள்
அவள் விழித்தடங்களில் துளிகளின் முனகல்
உன் போதத்திற்குள் குடைந்து படிகின்றனது
கணங்களின் உரசலில்
உன் உடலெங்கும் உஷ்ணவீச்சு
அவள் மௌனமாய் வெளியேறி மறைகிறாள்
மீண்டும் ஒலியின் நிறமாற்றங்களோடு
தன் அகத்தின் உதிர்வுகளை
உன் முன் விதைத்து முளைக்கிறாள்
குளவிக்கூடு மௌனமாய் சமைந்திருக்கிறது
உன்னில் நிசப்தம்
காலங்களின் இருள் படிவுகள் கனக்கின்றன
உன் கையெழுத்துப் பிரதிகள் இளகிப் புகைகின்றன
எழுதுகோலின் முனைவழி கசிந்த
உன் உயிர்ப்பின் திரவங்கள் வெளிநோக்கி
இழைகொண்டு ஏறி வெற்றாய்க் குமைகின்றன
மீண்டும் அவள் தன் உடலெங்கும் கிரணம் பொங்க
உன் அறைக்குள் ஒலி தூவுகிறாள்
உன் மௌன இறுக்கம் இயல்பென அறிந்து
தான் சில நாட்கள்
சமுத்திரத்தின் இருளாழத்தில் இருக்கப் போவதாகவும்
பின் வந்து உன்னைப் பார்ப்பேன் எனவும்
கூறி அழுகிறாள்
உன் படைப்பு அதற்குள் முழுமையாய் வடிவுறும் என
கண்ணீரில் சிரிக்கின்றாள்

அவள் பற்களின் ஒளித்தடங்களில்
உன் பெயர் மின்னுகிறது
குளவிக் கூட்டிலிருந்து புழுக்கள் சிறகு முளைத்து
ஒவ்வொன்றாய் வெளியேறுவது கண்டு
அவள் திகைத்து நின்று வேர்வை வடிக்கிறாள்
தான் மீண்டு வருவதற்குள்
காலங்களின் பாறைத்துண்டுகள்
உன்னைச் சுற்றி சிலைரூபம் கொண்டு சமைந்திருக்கும்
எனக் கூறியபடி உன் உதட்டில்
ஆழமாக முத்தமிட்டு இளகி மறைகின்றாள்
நீ மரணமுற்று நான்கு இரவுகள்
கடந்த தெனும் போதமற்று.

பிரதி செய்யப்பட்ட பிரதி

நான் குடைச்சலோடு இருந்தேன்
எனது முகத்தை யாராவது
வரைந்து தருவார்கள் என்ற எதிர்பார்ப்பு
நத்தை ஓட்டைப்போல் சுழலுற்றுக் கனத்தது
ஈரமாய் இடம் பெயர்ந்து தளமற்றுக் குமைந்தேன்
இருள் நகரின் வீதிகளில்
அந்நியராய் அலைபவர்களைப் பற்றி
ஒரு கதை கூறுவார்கள்
அவர்கள் உள்ளுறுப்புகள் அற்ற
சதைக் கூடுகளாகவே இருக்க வேண்டும் என்பதென
நம்புவது கடினமாகவே இருக்கும்
இந்த இருண்ட நகரத்தின் மங்கிய விளக்குகள்
அடர்த்தியான ரகசியங்களை
என் மேல் பொழிந்து கொண்டிருந்தன
நான் வாகன நிலையத்தில்
முதன் முதலாய் வந்து இறங்கியபோது
தூரத்துச் சப்தம் என் முன்
கம்பி வலையாய்ச் சமைந்தது
நான் திடுக்கிட்டேன்
இங்கே இருள் வெளிச்சமெனவும்
பொருள்களின் தூயவடிவம்
இருளில்தான் விளங்கும் எனவும்
என் நண்பன் கடிதத்தில் கூறியிருந்தான்
ஓசைகள் உறைந்து மௌனங்களாகவே

உட்புகும் என்பதும் நான் அறிந்திருந்தேன்
கம்பித் தூண்கள் தாண்டி தெருவில் வந்தபோது
சில எலும்புக் கூடுகள் புகைபிடித்தபடி
என்னைக் கடந்து சென்றன
எனக்கான திசையை அறிய வேண்டி
ஒன்றை விளித்தேன்
என் மொழி விளக்கமின்றி வினோதமாய் விழித்தபடி
ஒரு புகைச் சுருளைத் தந்துவிட்டு
மறைந்தன கூடுகள்
நான் நிழலற்று அலைபவன் என்ற ஆசுவாசம்
என் முகவரியை அழித்துவிட்டு
என் மூல அறையிலிருந்து
நிழல்களிடம் தப்பி
இந்த நகரத்திற்கு நான் வந்து விட்டது ஓர்மையுற்றது
நான் பெருமூச்சில் புகைந்தேன்
என் நிழல்கள் என்னைக் காணாமல்
அலைந்து கொண்டிருக்கும்
என் இயக்கத்தின் உராய்வில்
தலையிலிருந்து மின் ஒளித்தூசுகள் அபூர்வமாய்
நான் திசையின்றி நடந்தேன்
பைக்குள் நண்பனின் விலாச அட்டை
தேடி நுழைந்த விரல் வெறுமை சுட்டுத் துடித்தது
சுற்றிலும் ஓடினேன்
வந்த வழியெங்கும் தேடிச் சிதைந்து கேவினேன்
மீண்டும் வெறுமையின் பற்சக்கர இடையீடு
செல்லும் இடம் அழிந்த இருப்பின்மையின் கீறல்
ஒரு கழிப்பறைக்குள் நுழைந்து
என் விழிகளைக் கீறிக் கொள்ளத் தோன்றியது
கழிப்பறைச் சுவரில் ஒரு சித்திரம் கண்டு
உளைச்சல் ஊடுருவியது
அதன் கீழ் இருந்த விலாசம்
மூளைக்குள் நகம் பதித்தது
வெளிவந்து விசாரித்தபடி நடந்தேன்
குறுக்குச் சந்து ஒன்றில் கண்டறிந்த அறை ஒன்றில்
கதவுதட்டி அதிர்ந்தேன்
உள்ளிருந்து அலையின் திடஓசை
சிறிது இடைவெளிவிட்டு
திறந்த கதவில் ஒரு பெண் பிம்பம்
உள்ளீட்டின் இடம்பெயரலில் எதிர்கொள்ளல்

பிளவுற்று உறைந்து போனேன்
விரல் நுனியில் நடுக்கத்தின் மணல் உதிர்வு
கழிப்பறைச் சுவரின் விலாசம் பற்றி
சொல் சிதைந்தேன்
பெண் பிம்பம் வினோதமாய் நோக்கி
அது தான் எழுதியதில்லை எனவும்
முதுகிலும் ஒரு கண் உள்ள அவளின் ஓவிய நண்பன்
அவளால் நிராகரிக்கப்பட்ட காதலின் விகாரத்துடன்
அவளை அவமதிக்கவென
நகரின் அத்தனை கழிப்பறையிலும்
தன்னைப் பற்றி எழுதிவிட்டு
தொலைந்து போனான் எனவும் குறிப்பிட்டாள்
நான் ஏதும் இயக்கமின்றி தவித்தேன்
தொலைந்துபோன என் இருப்பின் அடையாளம் பற்றி
ஈரமாய் உளறினேன்
அவள் சிறிது மௌனத்திற்குப்பின்
இன்று இரவு அறையின் ஒரு பிளவில்
நான் பதுங்கிக்கொள்ளலாம் எனவும்
எனது தேடலின் கூடம் அறிதலுற்ற பின்
சென்றுவிடலாம் எனவும் நாவால் கிறுக்கினாள்
நான் உள்நுழைந்தேன் இருட்டு தடுக்கியது
வெறுமையான அறையின் மூலையில்
உடைந்துபோன இசைக் கருவிகள்
அவள் அறைக்குள் இருக்கவேண்டுமெனில்
புற பாரங்களை தவிர்க்க வேண்டும் என்றாள்
சிறிது தயக்கத்திற்குப் பின்
என் பையைக் காட்டினேன்
வெளியே வீசிவிடச் சொன்னாள்
நான் பின் நகர்ந்து தவித்தேன்
எனது பிரதிகள் கனத்தன
எதிர்பார்த்தலின் சாட்சியின்றி
என் பையை எடுத்து சன்னல்வழி எறிந்தாள்
துடிப்புடன் வெளிநோக்க
மேலே மேலே என மிதந்த என் பிரதிகளின் தொகுப்பு
வெளியின் விளிம்பு நோக்கி மறைந்தது
என் கபாலமெங்கும் வெறுமை
அவள் சூன்யம் தேங்கும் விழிகளுடன்
ஒரு மூலையில் அமர்ந்து
இமை இருட்டில் பதுங்கினாள்

ஏதுமற்ற உணர்வின் ஆழத்தில்
சலனமுறும் என் பிம்பம் சிதிலமுற்று விலகியது
மறுகணத்தின் பிளந்த வடிவு
எனக்கான உள் உலகம் தேடி
குறுக்கு வீதிகளில் அலைந்தேன்
என் நண்பனின் அறை அறியலின்றி
உள்ளெல்லாம் சிறுகீறல்
மீண்டும் அவள் அறையில் வெறுமையாய் நின்றேன்
உள்ளீடு நிகழும் கணம் வரைக்கும்
என் அறையில் உன் சலனம்
நிகழட்டும் என முனகினாள்
ஒவ்வொரு நாளும் தேடித்தேடி பிளவுற்று
அறையில் மீண்டும் வீழ்ந்தேன்
என் முகம் தேடும் விழி விளிம்புகள்
பிசிர் கிளைத்து சூன்யம் சொட்டியது
மௌனங்களின் உரசலில்
நாங்கள் பொறி தகித்து உலவினோம்
அவளின் அசைவுகள்
மர்மத்தின் மேலுறையாக
இடம் பெயர்ந்து தவித்தாள்
ஒரு நாள் எனது நிழலின்மை பற்றி
வினவியபடி முதன் முறையாய் மது தந்தாள்
அருந்தியபடி கூறினேன்
மூலத்தின் சாயல்களிலிருந்து தப்பிவந்த பிரதிமைகள்
நிழல் தொலைத்து அலையும் என
எனது உதிர்வுகளிலிருந்து சேமித்த குறிப்புகளைத்
தான் மொழிபெயர்த்ததாகக் கூறினாள்
நான் நிழல்களிடமிருந்து தப்பி வந்தவன் என்றேன்
தன் குறிப்பேட்டிலிருந்த
சிறிய கண்ணாடியை என் முன் பதிவு கொண்டாள்
முகமின்மையின் உக்ரம் என்னைக் கிழிக்க
கேவல் வழிந்தேன்
என் நாசிவழி சூன்யத்தின் புகை சுழன்றது
என்னிலிருந்து எழுந்தது சொல்திரள்
முகம்தேடி அலையும் பிரதிமை நான் என
போதையின் உச்சத்தில்
அவள் உற்றுக் குடைந்தபடி கூறினாள்
நீ முகமின்மையின் வசீகரன் என
தனது இசைக் கருவிகளின்

சிதறலிலிருந்து சப்தத் துகள்களைச்
சுவைக்கக் கொடுத்தாள்
தான் பருவமடையும் முன்பே
பல ஆவிகளால் புணரப்பட்டவள் என்று முனகினாள்
என் விழியிலிருந்து தனிமையின்
கம்பிச் சிக்கல்கள் பிதுங்கிப் பறந்தன
தன் அறைக்குள் பிரதிகள் எதுவும்
வருவதில்லை எனவும்
இது சூன்யத்தின் மையப்புள்ளி என
ஒரு வதந்தி நண்பர்கள் மத்தியில்
ஊர்ந்திருக்கிறது எனவும் மொழி தூவினாள்
நான் மௌனமாய் சன்னல் பிளவு வழி
வெளி நோக்கி நீண்டு அசைந்தேன்
அவளின் விழிகளிலிருந்து புறப்பட்ட ஒளித்திரள்கள்
அறையில் உலவின
பின்புறமாக இடம் பெயர்ந்து
ஊடுருவிய அவளின் தீண்டல்
என்னுள் பனிக்குழைவாய் வழிந்தது
என் செவிக்குள் அவள் சொற்கள் நாவு தளர்த்தின
இனி என் அறையே உனது இருப்பு எனவும்
என் முகத்தேடலின் மையக் கோளம்
தனது உள்வெளியே எனவும் எச்சிலுற்று
என் விழிக்கு முன் புறவெளியில்
இரண்டு ஒளிர் கிரகங்கள்
ஒன்றில் ஒன்று பிணைந்து இருண்டன
அவளின் சிரசிழைகளின் வாடை
என் தோள் படிந்து உறுத்த முகம் திரும்பினேன்
அவள் விழிகளின் ஆழத்திற்குள்
நீச்சலறியாமல் மூழ்கித் திணறியது அகத்தின் பிம்பம்
மூச்சுக் குமிழ்கள் எண்ணற்றுக் கிரகித்தது
என் வெளியெல்லாம்
அவள் உதட்டுச் சுருக்கங்களில்
அகால வெளியின் மென்படிவுகள்
என் இமைப் பீலிகள் கதிர்வீசித் தகித்தன
அவளின் தாபத்தின் பேருருக்களால் மறைவுற்று
என் பிரக்ஞையின் கிரகம் இருண்டது
உறைந்துபோன கணங்களின் உட்சலனங்களை
விடியலில் அவளின் குறிப்பிலிருந்து
கிரகித்துச் சாரமுற்றேன்.

இருளின் குறிப்புகள்

வெளியிருள் உள் இருள்
தலைகீழ் பிம்பங்கள் தசைச்சுடர் வீசி
அந்தகாரத்தில் துலக்கம் கொண்டன
சூன்யத்தின் பின்புலத்தில் உன் உரு
உக்ர நெடியுடன்
விளிம்புகளில் கதிர்வீச்சின் பாகு
மௌனத்தின் பாறைவட்டுக்களாய்
இருமையுற்று விலகுகிறோம்
நீ உன் விழியிலிருந்து
நிசப்த ஊசிகளைத் தூவுகிறாய்
உன் முகப்படலத்தில் ஏக்கத்தின் நிறமாற்றம்
நான் உற்று நோக்குகிறேன்
இடம் அழிவதாய் எனது போதம் உறுத்த
நகர்ந்து உன்னுடன் இழைகின்றேன்
உன் நெற்றித் தளத்தில்
புரளும் இழைகள் விலக்கி
உதடு வைத்து தாபம் நடுகின்றேன்
உன் தசையில் ஊன்றி விழியில் முளைத்து
வெளியெங்கும் கிளைக்கின்றேன்
உனதும் எனதும் ஒன்றின் இருபுறமென
மூச்சழித்து இளகுகிறோம்
மெல்ல இடம் பெயர்ந்து
அறையின் மையத் தளத்தில் சரிகின்றோம்
உன் தசைவெளியெங்கும் தாபத்தின் சுடர்கள்
இசைத் தட்டின் உட்புற உறக்கங்கள்
என் நா நுனியில் சங்கீத நடுக்கங்கள்
உன் ஆடையின் இழைகள் பிரிந்து
அறையெங்கும் சுழல்கிறது
என்மூடல்கள் விடுபட்டு
சன்னலின் வெற்றுத்தளத்தில் பதிகின்றன
மூலையில் குவிந்த இசைக்கருவிகள் அதிர்கின்றன
நமது நிர்மாலயங்களில் உஷ்ணப் பாய்வு
விதானத்தில் சுவாச இழைகள் சலசலக்கின்றன
உறைந்துபோன என் உடலெங்கும்
மின்னலின் கிறுக்கல்
என் மார்பின் குவைவுகளிலிருந்து
வெளிப்பட்டு விடைக்கின்றன துளிகள்

உன் உதட்டின் முள்வழி
வெளிச்சத்தின் எச்சில் துருவுகிறது
என் தசையின் புழைகளை
என் மாம்ச வானமெங்கும்
உன் ஒளிர்மேக மேய்ச்சல்கள்
உள் வெளியாய்க் குழைந்து
மாறி அமைகிறது என் பிரபஞ்சம்
உள்ளீட்டின் தசைப்புறங்கள் சுற்றி
கதிர்வீசித் தகிக்கிறது
இருள் இழைகள் உன் உதட்டின் இழைவில்
இழை இழையாய்ப்
பெருவெளியெங்கும் பரவுகின்றேன்
மூச்சின் பாகுக் கூடலில் வழுக்கித் தொலைந்து
வீழ்படிகின்றேன் உனது ஆழங்களுக்குள்
என் சுவாசப் புரிகள் பிணைந்து இறுகுகின்றன
அறைமுழுதும் கிரணவலை
என் நிதம்ப வெளியில்
பனிப்பாறையாய் கனக்கும் உன் இதழ்த் தடங்கள்
உள் பெருகி சுடர்கிறது என் ஜலத்தீ
உன்னை மூடி உனக்குள் மூலமாகத்
தவிக்கிறது என் இருப்பு
புரண்டு உன்னில் கவிகின்றேன்
யுகங்களின் இரவு
உன் நீட்சியின் நுனியில் தாபத் தணல்
அகாலத்திற்குள் என் கூவல்
திவலைகளாய் அரும்புகிறது
நீயும் நானும் முடிச்சவிழ்ந்து
திணறித் திரள்கின்றோம்
இரட்டை அழைப்புகளாய் முட்டி
ஒற்றைப் பெயராய் வழிகின்றன நம்பிக்கைகள்
நான் இரண்டாய் பிளந்து வாதிக்கிறேன்
உன் ஒற்றைப் பிரதி இடைப்பட்டு
என்னைத் தைத்து இணைக்கிறது ஊடுறுவல்
கிரகங்களின் போக உரசல்
நெருப்பு இருள் என் விழிப் புழைக்குள்
அணுச் சுழல் அதீதம்
பிரபஞ்ச மின்மினியின் பேரிறகு இயக்கம்
நீண்ட பிம்பங்கள்
பிரமாண்ட இசைத் தந்திகளை இழைக்கின்றன

கணங்களின் உருள் பாறைகள்
திசை மறந்து தளர்கின்றன
நம் அறை விலகி அதீத வெளியாகிறது
திசைகள் துப்பிய சொற்களாய் நம் ஸ்தூலங்கள்
சக பிரக்ஞை இருளின் நீர் ஏடுகளாய்
பிணைந்து படிகிறது
ஏதுமற்ற பெருவெளியின் வடிவும் கணங்களென
❍

இருளின் குறிப்புகளிலிருந்து
என் யுகங்கள் வெளிப்பட்டுப் பறந்தன
அவளின் உறைந்த பிம்பப் பிரதியொன்று
சுவரில் இருந்தது
இசைக் கருவியின் கீழேயிருந்த துண்டுக் காகிதத்தில்
தன் தொலைந்துபோன ஓவியங்களைத்
தேடிச் செல்வதாகவும்
தனது பிம்பத்தின் மூலப்பிரதியை
என்னிடமிருந்து மறைத்துவிட்டதற்காக
வருந்துவதாகவும் குறிப்பிட்டிருந்தது
பாரமாய் எழுந்து உலவினேன்
முள் காட்டில் என் பார்வை தொலைந்ததென
நினைவு தைத்தது
மீண்டும் என்முகம் தேடி அலையலுற்றேன்
பக்கத்துக் குறுக்குச் சந்தில்
ஒரு பிம்பத்துடன் சிக்கொண்டிருந்த போது
இரண்டு தகிக்கும் விழிகளைக் கண்டேன்
அந்த துண்டுப் பிரதியை வாங்கி எடுத்து வந்து
அறையில் பாதுகாத்தேன்
நிலவறை ஒன்றுக்குள் நடந்த
இருள் பற்றிய தர்க்கத்தில்
கலந்து கொண்டபோது
மும்முலைப் பெண்ணொருத்தியின்
தோள் பையிலிருந்து நழுவி விழுந்த
பிரதியைக் கண்டேன்
கருப்பாய் ரோமத்தின் பதிவு
அறைக்குள் பாதுகாத்தேன்
கடைவீதியில் அலைந்தபோது
சுவரில் ஒட்டியிருந்த பிரதி ஒன்றையும்
கிழித்து வந்து பாதுகாக்க நேர்ந்தது

ஒரு மழையிரவில்
சபதம் கசியும் கூடமொன்றில் ஒதுங்கியபோது
பெண் பிம்பம் துண்டுப் பதிவொன்றைப்
பரிசாகத் தந்தது
என் அறைக்குள் மீண்டும் குமைந்து கிடந்தேன்
சுவரில் அவளின் உறைந்த பிரதி வெளி முகம்
சேமித்த துண்டுகளை
எடுத்து முன் பரப்பிச் சோதித்தேன்
அவளின் முகப்பிரதியின் பின்புறம்
அவற்றை வித விதமாய்
மாற்றி மாற்றி ஒட்டித் தவித்தேன்
பல இரவுகள் என்னுள் உருகி
உருவாக்கலின் கிழிசல் வழி சிந்தினேன்
ஏதோ ஒரு கணத்தில் புதிய முகமொன்று
உருவாகித் தெரிய பிரமாண்டத்தின் தாக்கு
என் முகம்
கபாலத்திற்குள் பூத்தது சூர்யக் குளவி
திரும்பிப் பார்க்க அவளின் முகம்
அதிலிருந்து வெளிப்பட்டு மறைந்தது ஒளிர்திரள்
திடீரென அறைக்கு வெளியே
சம்பாஷண உலோக உரசல் திடுக்கிட்டேன்
அறையின் பிளவு வழியெல்லாம்
பிதுங்கி உள்வழிந்தன என் நிழல்கள்
என் இடம் பெயரலின்
சுவாசத் தடையங்களைத் துப்பறிந்து
உக்ரத்தோடு நிகழ்த்தின உள்ளீட்டுக் கதிர்மை
என் மௌனம் வெடித்து
சிதறியது சூன்ய உணர்த்தல்
ஏமாற்றத்தின் மூர்க்கத்துடன்
என்னைச் சுற்றி மொய்த்துக் கீறின நிழல்கள்
அறைமுழுக்க சிதைவுச் சப்தங்கள்
என் கையிலிருந்த முகப் பிரதியை
பிடுங்கிச் சிதைத்தன சில நிழல்கள்
கதறலில் குடைவுற்றறு விலகினேன்
என் அறை முழுக்க முகத்தின் சிதிலத் திசுக்கள்
மீண்டும் என் அறைக்குள் முகமின்மையின் கூக்குரல்.
○

மைய வெளி

காலாதீதத்தின் நிழல் படிகங்கள்

மூலங்களுடன் என் ஒப்பந்தங்கள்
இடம்பெயர்ந்து கொண்டிருந்தன
சொற்களின் அழிவு வெளியில்
என் உணர்த்தல்கள் தடம் பதித்து அயர்ந்தன
இருப்புடனும் என் பிரதியுடனும்
பின்னமுறும் கிரணங்களின் தர்க்கம்
திரையற்ற வெளிக்குள் கதிர்வீசிப் பெயர்ந்தது
கபாலத்திற்குள் மையமற்ற சுழலல்
பெருவெளியின் அனாதி திசைகளின்
விளிம்பு உரசி ஒளிர்ந்தது
கணங்களின் பிளவுபட்ட தணல் தீண்டலில்
நான் பிம்பமுற்றுத் திகைத்து
வேறுருவின் பிரக்ஞை சிக்கித் தவித்தேன்
என் தரிசனங்களின் தோலுடுத்தி அசைந்தன
வேற்று ஆவிகள்
என் அறைக்குள் அனைத்தும்
சூன்ய போதத்தால் ஆகர்ஷிக்கப்பட்டு
சலனம் உரித்தன
எனது ஓர்மையின் ஓட்டுக்குள்
வேறு மனக் கருவின் திரவம்
ரத்தக் கோடுகள் கொண்டு குமைந்தது
நான் வேறொன்றின் குமிழ் உருவாகி
சூன்ய வெளியில் பறந்தேன்
மனவெளியெங்கிலும் வேற்றுக் கிரக கதிர்வீச்சு
பரிச்சயமற்ற அகவெளியின் பிம்பச் சலனங்கள்
அவற்றை என் மொழியில் பதிவு செய்தல்
நானழிந்து போவதென இயங்கினேன்
மறு விழிப்பு நேரும்வரை
என் பிரதிகள் எங்கும் சூன்ய உரைவு
போதம் பிளந்து வெளிப்பட்ட ஒரு கணம்
என் முன் கேள்வியென கனத்தன பிரதிகள்

‘முகங்களிலிருந்து முகமின்மைவரை’
எனது பிரக்ஞையின் பேரூசல் அலைவு
அதன் உள் முடிச்சுகள் விழியில் உறுத்த
நரம்புத் திசு நுனியில் உணர் நீட்சித் துடிப்பு
என் சூழல் நிறம் மாறித் தகித்தது
பிரதிக்குள் உள் உலகின் வினோத கூக்குரல்
மொழியின் கீறப்பட்ட சதைப் பிளவுக்குள் ஆதி நெடி
என்னைச் சுற்றிலும் அசைவற்ற நிழல் படிகங்கள்
உறைந்த விழிகளில் என் சூன்ய உருத் திரட்சி
அதீதத்தின் இடைவெளிகளில்
துப்பறிந்து நோக்கும் பிரதிமைகள்
பார்வைக் கதிர்பட்டு உருகி வழிகின்றன
நானின் புதைப் படிவங்கள்
என்முன் பிரதிகளாய்க் கனக்க
புரிதலின் தாகத்தில் உள்விளிம்பு துளிர்க்கிறது
என் அறைக்குள்ளிருந்து வெளிவந்து
என் பரிச்சயக் கூடங்கள் நோக்கி நகர்கின்றோம்
வினோத பதிவுகளை என் சக பிரதிமைகளுக்கு
ஊடுருத்தி பதிலின் சாரம் வேண்டி
மீண்டும் என் அறைக்குள் நுழைந்து உறைகின்றேன்
எனது நிழல் படிகங்கள்
பரிச்சய கூடங்களின் பிரதிமைகளிடம்
ஆய்வுற்றுத் தவிக்கும் எனும் ஆசுவாசத்துடன்
கொஞ்சம் இளகிப் படிகின்றேன்
❍

அவற்றின் உள் உலகப் பதிவுகளில்
எனதின் அனுபவ நீட்சிகள் தட்டுப்படுமென்றும்
எனது பிரதிகளின் ஜீவசலனம்
அதிர்வின் ஊடகம் பெயர்ந்து
ஸ்தூலத்தில் சமையும் என்றும்
எனது வினோத வெளியின் சாயல்கள்
அவற்றின் நிழலுருவப் படிவுகளில் சுடராகும் என்றும்
போதமுற்று இமைக்குள் ஒடுங்கினேன்.
❍

பகுதி : ஒன்று

கண்ணாடித் துண்டுகளும்
மறு பிறப்பற்ற என் பின்ன வெளிகளும்

முகமின்மையின் சூன்ய பாரம்
எனக்கும் நேர்ந்த கணங்கள்
உனது உள் உலகின் திசையழிவுகளில்
அலைவுறுகின்றன
எனது முகங்களைப் பதுக்கி வைத்துக்கொண்டு
தர மறுத்த பிம்பங்கள்
உனது கண்ணாடிவெளிக்குள்
சாயல்கள் தொலைத்து சமைந்திருக்கின்றன
எதிர்ப்பட்ட ஒவ்வொரு குரலும்
எனது முகத்தின் வெறுமை ஆழத்துள்
துகளாய் விழுந்து ஊடுருவின
வீதியின் இருள் பிளவுகள்
எனக்குப் போர்வையாக
பத்திரமாய் அறை அடைந்தேன்
கேள்விகளின் கூர்மை மறுத்து
என்னோடு தங்கியிருக்கும் என் நண்பன்
கண்ணாடியிலிருந்து வெளிப்பட்டு
பாறைத் துண்டில் அமர்ந்தான்
என் தோலுரித்து மாறி இன்னொரு பாறைத்துண்டில்
உறைந்தபின் கூறினான்
பிரேதா வந்துவிட்டுச் சென்றாள்
நான் திடுக்கிட்டு நோக்கினேன்
மேசைமீது ஒளிரும் ஒரு பிரதியைச் சுட்டிச் சிரித்தான்
அவள் மார்பகங்களைவிட
வசீகரிக்கும் உனக்கான பிரதிகள்
நான் இடம் பெயர்ந்தேன்
பிரதி என் கையில் கனத்தது
உள்ளிருந்து உன் வாடை

புகைந்தபடி கூறினான்
என் முகவெளியின் உக்ரம் கண்டு
உன் தோழி பயந்து போனாள்
அதீதன் இல்லையென்றதும்
வழக்கம் போல் உன் கையெழுத்துப் பிரதிகளைப்
புரட்டியபடி சன்னலோரம் நின்றிருந்தாள்
என் புகைச்சலை உற்று நோக்கியவள்
வெறுமையாய் வடிந்தாள்.
நான் அவளின் தொப்பூழ் குழியில்
விழி குடையவென குறுகுறுத்து
இன்னொன்றைப் புகைத்தேன்
எரிச்சலில் நெளிந்தாள்
என் விழிக்கதிரின் உள் இழைகள்
அவள் ஆடைகளை எரித்து
அம்மணம் சுவைக்க
எனது அகக் கிரியை புரிந்த கணத்தில்
உற்று நோக்கினாள்
என் உடல் முழுக்க வெறுமையின் பல் பதிவுகள்
என் குறி முரண்டு துடித்தது
கேள்வியென நெளிந்தேன்
அவள் பிறகு வந்து பார்ப்பதாகக் கூறியபடி
வெளிச் செல்ல எத்தனித்தாள்
என் உதட்டிலிருந்து உதிர்ந்த சொற்கள்
அவள் பாதங்களில் தைத்தன
அந்நிய பிம்பங்களுடன்
உனக்கு இசைவு கிடையாதோ
திரும்பிப் பார்த்தவளின்
இமைகளிலிருந்து பனிப்பொழிவு
அவள் தசைவெளியெங்கும் வானக் குழைவு
அமைதியாய் நடந்து படுக்கையில் அமர்ந்தவள்
திரைகள் களைந்து நிர்மால்யமுற்றாள்
நானின் சுவர்கள் விரிந்தன
என் உள் இமைகள் எரிந்து உறுத்தின
அவளின் தேக விகாசம்
அதீத வெளியின் வீச்சமெனச் சுழல
போதம் விரிவுற்று வெடித்து
புள்ளிகளாய் அகாலமெங்கும்
இமை தாழ்த்தி சீதள இழைகள் நூற்று
சபதமெனப் பிறந்தாள்

உன் இருப்பின் உள்வெளி பிம்பங்களை
என் வெறுமை வெளிக்குள் தேடிக்கொள்
என் கபாலமெங்கும் விதை இலை விரிவு
என் உக்ரம் மடிந்து சுருண்டு
ஆழத்தில் உறக்கம் விழுங்கியது
என் முன் அவள் மறைந்து
பேரிருளின் பிரகாச உட்கரு
நான் மண்டியிட்டு அழுதேன்
நானழிந்த எனது பிம்பம் கண்ணாடிக்குள் பதுங்க
அறை முழுதும் அவளின்
மௌன முலைப்பால் பிசு பிசுப்பு
இறுக்கத்துடன் தன் ஆடைகளை
அணிந்தபடி ஓசையுற்றாள்
தாபத்தின் நிலவறைக்குள் உனது திணறல்
எல்லையின்மையின் ஊடகவெளியில் என் அதிர்வு
படிகங்களுக்குள் உறைந்த
உன் பிம்பங்களை மீட்டுக்கொண்டு
என்றைக்காவது என் சலன வெளிக்குள் இடம் தேடு
விழி வெடிப்பில் நான் வழிந்து
குமைந்த என்னை இதமாக அணைத்து
நெற்றியில் முத்தமிட்டாள்
போகும் போது கூறினாள்
'அறிந்த நிழல்களும் அறியாத வடிவுகளும்'
நண்பன் உயிர்ப்பின் சலனத்துடன்
தன்னில் தான் சமைந்தான்
மௌனத்தின் குகைக்குள்
சிறு பொறியென எழுந்து பறந்தது உன் பெயர்
மீண்டும் நண்பன்
உற்றுப் பார்த்தபடி கேட்டான்
நீ பிரேதாவை புணர்ந்திருக்கிறாயா
நான் உன் பிரதிக்குள் புதைந்திருந்தேன்
இடைவெளிகளில் நான் நீச்சலுற்றபோது
அவன் பின்புறமாய் நின்றபடி கேட்டான்
உன் விரகத்தின் உள் சமைவுகளை
ஒரு சிறுமியின் பிம்பத்திற்கு பின்
அலையவிட்டாயே அது என்ன ஆனது
நான் எரிச்சலுடன் தீப்பெட்டி தேடினேன்
உன் முதிராத பெண் பிம்பத்தின்
பெண் புழைக்குள் நீ தேடும் சுடர்

குமைந்துகிடக்கும் என உரத்துச் சொட்டினான்
பின் என் மௌனத்தின் முதுகில் நகத்தால் கீறியபடி
என்னுடன் உன் இருப்பு
உனக்கான தண்டனைதான் என முனகினான்
சன்னலோரம் சாய்ந்தபடி
வெறும் வெளியில் அவன் உணர்த்தல்கள் புகைந்தன
என் தனிமைகளில் எல்லாம்
என் குறியே எனது துணைவடிவம்
உன் பிரதிகளில் கூட என் திரவ வாடை
புணர்ச்சி கொள்ளாத என் சமைவு
முள் முளைத்து ரத்தம் கசிகிறது
சொல் அதீதா
என் மரணத்திற்கு முன் ஒரு பெண் பிம்பத்துள்
ஊடுருவிக் கலப்பேனா
சூன்யம் சப்பி உருக்குலையும்
என் லிங்கம் அர்த்த ஸ்பர்சம் பெறுமா
அவன் விழியிலிருந்து படிகக்குச்சிகள்
நான் விலகி படுக்கையில் சுருண்டேன்
அவன் மீண்டும் முணகினான்
உன் முதல் புணர்ச்சி உனது தமக்கையுடன் தானே
நான் திடுக்கிட்டு நிமிர்ந்தேன்
வக்ரம் வடிய சிரித்தபடி கூறினான்
உன் நாட்குறிப்புகளுள் இருட்டில் புகுந்திருக்கிறேன்
நான் உள் ஒடுங்கிச் சிக்கலுற்றேன்
அவன் சொன்னான்
நான் எனது தங்கையைக் கீறிக் கிழித்துக் கொன்றேன்
அவள் என்னை பிரம்மை பிம்பம் என
அடிக்கடி கூறி வந்தாள்
சிவந்த முகம் கொண்ட ஆண் பொம்மையை
அவள் மோகித்த கணங்கள்
எனக்குள் விகாரமாய் முளைத்தன
ஒரு நாள் நான் முத்தம் கேட்டேன்
அவள் முட்டை ஓடுகளை
என் விழிகளில் கொட்டினாள்
இருண்ட ஒரு அறைக்குள்
எலும்புக் கூட்டுடன் எப்போதும்
கலவி செய்து கொண்டே
காலம் கடத்தும் என் தாய் பிம்பம்
என்னை மாய நிழல் எனக் கூறி

கருப்புச் சங்கிலிகளில் தொங்கவிடும்
அன்று இருள் நகரின் மழைக்காலம்
என் நிழல் சொட்டியது
தாய் பிம்பம் தன் பிரிய எலும்புக் கூட்டுக்குள்
புகுந்து பிதுங்கியது
மழையில் நனைந்த தங்கை பிம்பம்
என்னைப் பார்த்துக் கூவினாள்
உன் கபாலத்திற்குள் பாம்புக் குஞ்சுகள்
பாதாள சாக்கடைகளுள் புகுந்து கொண்டு
நீ உன் குறியின் முன்தோல் விலக்கி விளையாடியதை
தாய் பிம்பத்திடம் சொல்லிவிடுவேன் என
விகாரமாய்ச் சிரித்தாள்
என் நாசியிலிருந்து நானின் அழுகல் வழிந்தது
நகங்கள் மூர்க்கக் கூர்மை கொண்டன
அவளின் ஆண் பொம்மைக்கு தீ மூட்டினேன்
கோரைப் பல் பிளவுற்று கீற
சப்தம் பீய்ச்சியபடி அவள் என்னைத் தாக்கினாள்
தன் பொம்மையைத் தீண்டி அணைத்துத் தவித்தாள்
தீக்காயங்களுடன் தப்பிய ஆண் பொம்மைக்கு
தசையாலான ஆண்குறி இருக்கக் கண்டேன்
அவள் அழுகையில் பிளவுற்றாள்
நீண்டு கிளைத்த என் நகங்கள்
அவள் முகத்தைக் கீறின
கதறல் தெறிக்க உடல் தளமெங்கும்
கீறல் வெடிப்புகள்
விலகிய அவளின் ஆடைவழி கண்டேன்
அவள் உறுப்பிலிருந்து உறைந்த ரத்தக் கயிறுகள்
திரளாத அவள் மார்பு முனையில் பிளந்த நாவுகள்
என் நிழல் என்னைக் பின்புறமாய் அணைக்க
மிரண்டு வீங்கினேன்
என் இருள் சுழல் விட்டுத் தப்பி
பல வருடங்கள் நான்
பிணம் அழுகும் நிலவறைகளுக்குள் வசித்தேன்
அவன் ரோமக் கண்களில்
ஊசி முனைகள் தட்டுப்பட்டன
உதடுகளில் நிசப்தம் புதைத்து
கழிப்பறைக்குள் சென்றான்
உள்ளிருந்து சதை கரியும் நெடி
அவன் என்ன செய்வான் என

அறிந்து கொண்ட போதம்
சிறுநீர்க் கோப்பையில் ஊமையாய் கொப்பளிக்கும்
இந்தரம் எண்ணி வரண்டது
மீண்டும் நான் பிரதிகளுடன் அலைந்தேன்
என் முகமின்மை பற்றிய வதந்திகள்
குறுக்குச் சந்துகளில் வழிந்தது
என் அறை பற்றிய ஓர்மை
என்னை எலும்பு வலையாய் மூடியது
அன்று என் அறைமுழுக்க நிழலின் பிசிறுகள்
ஓரமாய் சாய்ந்து அமர்ந்திருந்த
என் நண்பனின் உடல் முழுக்க கீறல்கள்
கேள்வியின் பாரத்துடன் உலவினேன்
என் படுக்கையில்
பிம்பத்தின் ஒளிரும் துகள்கள்
நண்பன் தன் நிழலுருவெங்கும்
சப்தம் புகையக் கூறினான்
விடைபெறலுக்கென ஓர் படிவம்
உன் பிம்பச் சிறுமி கொண்டுவந்தாள்
நான் மேசையில் பார்த்தேன்
நட்சத்திர மீன் ஒன்றின் சிதைவுகள்
அவன் சிரித்தான்
நான்தான் நசுக்கினேன்
உன் முதிராத பிம்பத்தைக்கூட
என்னால் புணரமுடியவில்லை
அவளின் நிர்வாணங்கள் எங்கும் கிரண விளிம்புகள்
அவள் கதறல்களின் கண்ணாடி நகங்கள்
என் உடல் முழுக்கக் கீற
ஒளித்திரளென அவள் விலகிச் சென்றாள்
நான் தரையெங்கும் பார்த்தேன்
அவள் அவல விசும்பலின் சிந்தல்கள்
என் நிழல் பற்றி எரிந்து
அறை முழுக்க சுடலை வாடை
மௌனமாய் ஒரு சுவரின் பிளவுக்குள்
குமைந்திருந்த விஷக்குமிழ்களை விழுங்கினேன்
படுக்கையில் விழுந்த என்னுள் மரணபோதம்
மீண்டும் விழித்தபோது
என் பக்கத்தில் நண்பனின் நிழல் தீண்டல்
அவன் கனமாக உற்றுப் பார்த்தான்
நீ இறந்து போனால் நான் என்ன செய்வேன்

என் பார்வையின் மொன்னைத் தளத்தில் கிறுக்கல்கள்
மீண்டும் ஒரு அவல இயக்கம்
உன் தற்கொலை முயற்சி பற்றி
நான் பிரேதாவிடம் கூறமாட்டேன் என்றான்
அவனின் நிழல் படிக உடலெங்கும் போதையின் கசிவு
அவன் வெளிச்சென்று திரிந்து
திரும்பிய ஒரு மாலைநேரம்
நான் சன்னலோரம் நின்றிருந்தேன்
அவளின் கைத்தடையம்
நான் எண்ணமுற்றேன்
அவனின் ஆண் புணர்வுத் தாபம்
தளும்பும் பருவம் இதுவென்று
அவனின் குரூரத்திற்குள்
உறைந்து கிடக்கும் ஒரு வசீகரம்
என்னையும் கிழித்தது
வந்தவன் அமைதியாய் சுற்றி அசைந்தான்
அவன் சுவாச ஓசையில் மணல் திரிவு
திரும்பிப் பார்த்தேன்
அவன் உடலெங்கும் நீட்சிகள்
மீண்டும் வெறுமை வெளிக்குள்
என் விழி மிதக்க
பின்புறமாய் வந்து அவன் தீண்டினான்
அவனின் தேவை அறிந்த போது பிளவுற்றேன்
பதிந்த விரல்கள் இன்னும் புதைந்தன
எனக்குள்ளும் முரண்ட தாப முகம்
திடம் அழிந்து சுருள
அவன் முகமற்ற முகவெளி நோக்கக்
கூசித் தவித்தேன்
பின்புறமாய் அழுந்திய உடலின் உக்ரம் உறுத்தியது
என் மூச்சின் பெரும் பாறைகள் புரண்டன
அவன் என்னைத் திருப்ப எத்தனித்து
விலகலுற்றான்
எனக்குள் பிழிவுற்ற என் சுயம்
பயம் கொண்டு இயங்கி
கழிப்பறைக்குள் என்னைப் புதைத்தது
மூடிய கதவுக்கு வெளிப்புறம் அவனின் அதிர்வு
திறக்கத் தவித்தும் திறக்க முடியா என் சமைவு
உள்ளும் வெளியும் சமைவு
நான் குமைந்து படிந்தேன்

நீண்ட நிசப்தப் பாளம்
அறைக்குள் வெறுமையின் நடமாட்டம்
மெல்ல கதவின் பிளவு வழி விழித்தேன்
என் நிழல் இல்லை
இடம் பெயர்ந்து கவனமுற்றேன்
என் அறை முழுக்கக் கண்ணாடித் துண்டுகள்
நண்பனின் உக்ரம் தாக்கிச் சிதைந்த
பிரதிப் படலங்கள்
அவன் தனது பரிமாணங்கள் அனைத்தையும்
சுருட்டித் தன் சுமை வெளிக்குள் திணித்துக் கொண்டு
என் கூடம் விட்டே மீளா விலகலுற்றான் என்பது
தோற்றம் கொண்டது
அவனால் மோதி உடைக்கப்பட்ட கண்ணாடித்
துண்டுகள்
மீட்க முடியா என் வெறுமை வெளியாய்ச் சிதறிக்
கிடந்தன.

பகுதி : இரண்டு

சூன்யவிழிகளுக்குள் செத்து மிதக்கும் முகங்கள்

நான் எழுதிக் கொண்டிருக்கும் படைப்பைப் பற்றி
அதீதனின் நண்பனிடம்
அன்று ரயில் நிலையத்தில் பேசியவற்றை
உன்னிடம் கூறவேண்டும்
அவன் வேறொருவருக்காக
வெகு நேரமாக ஒரு இருண்ட மூலையில்
காத்து நிற்பதாக யூகித்தேன்
நீண்ட நிழலைப்போல்
அவன் தோன்றினான் என நினைக்கிறேன்
அடிக்கடி அவன் தன் முகத்தைக்
கிழித்துக் கொள்வது போலவும் தோன்றியது
அவனுடைய பெயரை அந்த நேரத்தில்
என்னால் நினைவுறுத்திக் கொள்ளவும் முடியவில்லை
என்றாலும் அவனை நோக்கிச் சென்று
மௌனமாய் நின்றேன்
ஒருகணம் திகைத்துப் பின் உதடுகளை அசைத்தான்
பின் அவன் யாருக்காகவும்
காத்து நிற்கவில்லை எனவும்
தினமும் யாருக்காகவோ
காத்து இருப்பது போல் தோன்றுவதென
இருந்து பழகிவிட்டது எனவும் கூறினான்
இருட்டிலிருந்து விலகி வந்து
நிச்சலனமாய் நின்றிருந்தோம்
எங்களைச் சுற்றி அசைவு
ஊசலுறும் பிரக்ஞைகளின் சமைவு
மெல்லிய இருளில் புள்ளிக்குள்ளிருந்து
விகசிக்கும் பிம்பங்களென சூழலின் சலனம்
நானும் அவனும் புகையைப் பரிமாறிக் கொண்டோம்
அதீதனைப் பற்றிக் கேட்டேன்

அவன் சொன்னது என்னை
வேறுபுறம் நோக்கச் செய்தது
அவன் அடிக்கடி தொலைந்து போகிறான் என்பதென
பிரேதாவின் நிழல்கள் இங்கும் அங்கும்
தோன்றி மறையும் தன்மையன என்றேன் நான்
தான் விரைவில் இறந்துவிட நேரும் என
பயத்துடன் அவன் சொன்னான்
அதீதனின் விடுபட்ட சில முரட்டு நிழல்கள்
அவனை உளவு பார்த்தபடி
உக்ரமான கருவிகளுடன்
தொடர்ந்து வருகின்றன என்றான்
இப்பொழுதுகூட சில நிழல்கள்
நிலையத்திற்கு வெளியே
காத்துக்கொண்டிருக்கின்றன என்றான்
நான் என் கையெழுத்துப் பிரதியை
எடுத்து அவனிடம் நீட்டினேன்
தான் இப்பொழுது யாருடைய தரிசன உலகையும்
ஊடுருவும் வீர்யமற்றுப் போனதாகவும்
பிற பிரக்ஞைகளின் இழைகள் தன்னுள் நுழைந்தால்
தான் சித்த பிரமைக்குட்பட நேரும் என்றும்
தனது சித்த பிரமை காலத்தில்
தனது நிழல்களே தன்னை
முரட்டுத்தனமாய் புணர்ந்து சிதைத்துவிடும் என்றும்
அதிர்ச்சி உதிரச் சொன்னான்
நான் பிரதியை பையில் வைத்தபடி
அதீதனின் தொலைந்துபோன
பிரதியைப்பற்றி கேட்டேன்
அது பிரேதாவின் பிரக்ஞைக்குள்
அரூபக் கதிர்களாய் நுழைந்து
மறைந்திருக்கலாம் எனச் சொன்னான்
பக்கத்தே ஏதோ நிழலசைவு திரும்பினேன் ஏதுமில்லை
அவன் சிறுநீர் கழித்துக்கொண்டான் எனத் தோன்றியது
தன்னில் தான் நெளிந்தான்
மணல்வெளி ஒன்றில் தன் சுவடுகளைத் தேடி
அலைந்த தோழி ஒருத்தி
தன்னில் தான் ஒடுங்கி அழிந்துபோக நேர
தன் மரண நிலையில் கடைசியாய் செய்தது
சிறுநீர் கழித்தது என்பது
எனக்கு நினைவில் தைத்தது

அவன் அழவேண்டும் எனத் தவித்ததாய்த் தோன்றியது
நான் சொன்னேன்
என் உடலெங்கும் சீழ்கோர்த்த ரணங்கள்
சில நாட்களாய் என் அறைக்குள்
பிம்பங்களின் கூர்விளிம்புச் சுழலல்
அவன் என் தோள்புரத்தில் தீண்டி
நாவில் உணரல் கொண்டு
முகத்தில் சுருக்கங்களுற்றான்
அதீதனுக்கும் இதே வாதை அடிக்கடி நேரும் என்றான்
தான் சிறையிலிருந்த காலத்தில்
மைதூனப் பழக்கத்திற்குள்ளானதையும்
சிறைக்குள் இதைவிடவும்
வேறு வலி இல்லையென்றும் போதமின்மையிலிருந்து
தன்னை மீட்பது வலியே என்றும் சொன்னான்
என் பழைய படைப்பொன்றை
சமீபத்தில் அதீதன் எரித்துவிட்டது பற்றி
நான் கோபமுறவில்லையா எனவும் வினவினான்
அதீதன் அன்று கடுமையான
மனச்சிதைவில் இருந்ததையும்
என் படைப்பின் பிரதியை அன்று எரித்திராவிட்டால்
அவன் தற்கொலை செய்துகொண்டிருப்பான் என்றும்
நான் அதீதனுடன் சம்போகம் கொண்டதுண்டா
என வினவினான்
நான் உதட்டை நகத்தால் கீறிக்கொண்டேன்
எனக்குள் குமையும் தாபங்கள்
பிரேதாவுடன் நிகழும் பெண்போக
மாயக் கலவியில்தான் சிதையும் எனவும்
ஆண்மையின் உள்ளீட்டில்
நான் பின்னமுற நேரும் என்பதால்
அதீதனுடன் எனது பகிர்வு
தரிசனங்கள் சார்ந்தது
மட்டும்தான் எனவும் முனகினேன்
பிரேதா உங்களைப் பிரிந்து
பலநாட்கள் ஆகிவிட்டதென
உணர்ந்தேன் என அவன் கேட்டபோது
நான் மௌனமாய் இருந்தேன்
நாங்கள் எங்களுக்குள் பகிர்வுற்று
நீண்டகாலமாகி விட்டது எனவும்
விடுதி நாட்களில் வெறுமை

எங்கள் கபாலதத்தைக் குடையும்
கணங்களில் நாங்கள்
விரகத்தின் ஜலசிக்கலில் தவித்ததுண்டு எனவும்
கூற நேர்ந்தது அவன் மீண்டும் தன்
நிழல்களைப் பற்றிய பயத்தைக் கூறினான்
தன் பக்கத்து அறை ஓவிய நண்பனொருவனின்
சிருஷ்டிகளின் மூலம்தான்
தனது நிழல்களின் உள் சலனங்களை
அறிந்து கொண்டதாகவும் அந்த ஓவிய நண்பன்
அரூப சைத்ரீகனின் அந்யோன்யன்
என்றும் சொன்னான்
நான் ஒரு முறை சிலிர்த்துக் கொண்டேன்
அதீதனுக்கு அரூப சைத்ரீகன் மேல் வெறுப்பு என்பதும்
அதற்குக் காரணம் தன் உள் உலகங்களின்
ஆதி அமைப்புக்களைச் சிதைத்தது
அவனுடைய ஒரு கவிதையே என்பதும்
உனக்குத் தெரியுமா என்றேன்
நான் சிலகாலம் வரை
அரூபனும் அதீதனும் ஒன்றே
என நினைத்திருந்ததையும் கூறினேன்
எனக்கும் அந்த அநுபவம் நேர்ந்ததெனவும்
அதீதனும் பிரேதாவும் ஒன்றே என
தான் நினைத்திருந்ததாகவும் பதில் சொன்னான்
கடற்கரையில் கண்டெடுக்கப்பட்ட
தன் பால்யகால நண்பனொருவன்
தன் வீட்டுக்கு அடிக்கடி வருவான் என்றும்
அப்பொழுதெல்லாம் வெள்ளைத் திரைகளுக்குள்
மௌனமாய் உறங்கிக் கொண்டிருக்கும்
தன் தாயைப் பார்த்துக்கொண்டு நிற்பான் எனவும்
ஒருநாள் அவன் தந்த கடிதம் ஒன்றை
தான் தன் தாயிடம் தர
படித்துப் பார்த்த அவள்
இனி தன் நண்பனைத்
தான் பார்க்கக்கூடாது என்று சூடுபோட்டதாகவும்
தன் பரிச்சயக்காரன் ஏதோ துயரத்தில்
சில நாட்களில் கடலில் விழுந்து இறந்தபோது
அவனது பிஞ்சுச் சடலம் பற்றி
கேள்விப்பட்ட தனது இளம் தாய்
ஒரு நட்சத்திர மீனாக மாறிவிட்டதாகவும்

இதற்கெல்லாம் காரணம் தெரியாமல்
இன்று வரை அவன் உறக்கத்தில்
சிறுநீர் கழித்துக் கொள்வதாகவும்
வேற்றுமொழியில் உதிர்த்தான்
இதை நான் எனது படைப்பின்
முதல் அத்தியாயமாக எழுதலாமா எனக் கேட்டபோது
அவன் முகம் முழுக்க கருப்பு இழைகள்
எனக்கான வண்டி புறப்படும் நிலையுறவே
நான் நகர நேர்ந்தது
அவன் அவசரமாக என் அருகே வந்து
தான் இன்னும் சில நாட்களில்
இறந்து போனதாக செய்தி கிடைக்கலாம் என்றும்
அப்படி நேர்ந்தால் அதை நான் நம்பக் கூடாது என்றும்
தான் வேறு ஒரு உலகத்திற்குச் சென்று
தலைமறைவாக வாழப்போவதை
என்னிடம் மட்டும்தான் கூறுவதாகவும் சொன்னான்
நான் அவனைப் பார்த்தேன்
கையில் ரொட்டித் துண்டுகள்
ஏதாவது இருந்தால் தரச்சொன்னான்
நான் பயணச் சீட்டின்றி இடம்பெயரப் போவதையும்
இந்த நகரத்தில் இருந்த
கடந்த பத்து நாட்களில் மூன்றே முறைதான்
உணவு உண்ண முடிந்ததையும்
கூறமுடியாமல் தவித்த நான்
சிறிது பொறுத்திருக்கும்படி கூறிவிட்டு
கழிப்பறைக்குள் சென்று
என் முலை கசக்கி வலியாக வழிந்த திரவத்தை
சிறு ஓட்டில் சேமித்து வந்து அவனிடம் தந்தேன்
அவன் பசியின் மூர்க்கத்துடன் மூழ்கலுற்றான்
என் உடலெங்கும் வெறுமையின் அதிர்வு
ஓடிச் சென்று என் இடம் அடைந்தேன்
ஓசை இயக்கம் இடம் பெயர்வு
தூரத்தில் அவன் புள்ளியுற்றான்
பின் ஒரு குறுக்குச் சந்தில் அதீதனின் நிழலை
எதிர்கொள்ள நேர்ந்தது
அவன் நண்பனைப் பற்றிக் கேட்டேன்
அதீதனின் பல நிழல்களில் ஒன்று
தன்னை அதீதனின் நண்பன் எனக் கூறித் திரிவதாகவும்
அதீதன் தொலைந்து போனதாக

வதந்திகளைத் தூவி அலைவதாகவும்
அவனுடைய பல்வேறு கையெழுத்துப் பிரதிகளை
வெவ்வேறு பரிச்சயக் கூடங்களில்
கொண்டுபோய் பதுக்கிவிட்டு வந்துவிடுவதாகவும்
கூறலுற்று சலனித்த அதன் விழிக்குள் நோக்கினேன்
நான் பின்னமுற்று தோன்றியது
எனக்குள் பல கோடுகள் மேல்நோக்கி
முளைத்து எழுந்தன
பிரக்ஞையின் இடைவெளியெங்கும்
நிழல்களின் முனகல்
ஒலியின் பெருக்கில்
என் அழைப்பு பெயரற்று மிதப்பதெனத் தோன்ற
தானழிந்து குமிழுற்றேன்
எங்கும் குமிழ்களும் குமிழ்களுக்குள்
என் பிரதிகளின் பிரதியும் நோக்கிப் பிரமித்தேன்.
○

பகுதி : மூன்று

கிரணம் இதழ் 17

அரூபன் எழுதியதாக ஒரு நிழல் அளித்தது

திசையழிந்து போனதென என் கனவு கலைந்தது
உள்ளிருந்து சூன்ய காற்றுப் படலம்
வலையென வெளிப்பட்டு
என் காட்சிகளை மூடி அசைத்தது
பிளவுபட்ட சொற்களிலிருந்து
பாறை முகங்கள் சுருக்கமுற்றன
இயங்கிய அணுத்திரள்கள்
என்னில் சிக்கி உறைந்ததென அபோதமுற்றேன்
புள்ளித் தளத்தில் இன்மையின் சுழற்சி
வெளியெழுந்து விகசித்து
இடைவெளிகளில் நகர்ந்தேன்
கபாலத்தின் நுண்மைகளில் விஷ நரம்பின் நாவுகள்
எங்கும் வெயிலின் கிழிக்கப்பட்ட சதைப்பாளங்கள்ள
கூவியழைத்ததின் முகுளத்தாக்கம்
தசையெங்கும் வெடிப்புற்று ஓசைகள் கலைந்தன
பின் திரும்பி நோக்கிப் பிரமித்தேன்
இனி இன்மையின் மையத் தூணில்
என் பிரக்ஞையின் நசுங்கல்
என்பதென இறுகிப் பிதுங்கியது நோக்கு
முன்னே தளமின்மையில் ஓடி உளைச்சலுற்றேன்
திசையின்மையிலிருந்து எனது கூவல்கள்
மோதி மோதி விழும் சுவாச ஸ்தம்பிதங்கள்
எனது ஓட்டம் உறைந்தது
எதிரே பெரும் ஜலப்பரப்பு
வானமெங்கும் வியாபித்து ஒழுகும் சூர்யவட்டம்
ஜுவாலையின் பேரோசை
ஒரு பாறை மீது ஏறி நிற்கிறேன்

உச்சியில் வெளியின் தீண்டல்
என் முன்னே சூரியப் படலத்தில்
என் பிம்பம் சலனிக்கிறது
அதன் இரட்டை விழியின் ஆழத்திலிருந்து
மூர்க்கக் கதிர்வீச்சு
இடைவெளியின் அகாலப் பிணைப்பின்
தானற்று நிசப்தமுற்ற போதம்
எங்கும் ஜுவாலைச் சடசடப்பு
என் நிழல் இழைகளாகக் கிழிந்து
என் பிம்பம் நோக்கி நீள்கிறது
பிம்பத்தின் விழிக் கதிர்பட்டு
என் கபாலத்திலிருந்து
மெல்ல உருகலுற்று குறைகின்றேன்
ஜலப்பரப்பெங்கும் என் பிம்பத்தின் ஓலம்
பாறை முழுதும் படிகிறது என் பாகு
பளபளக்கும் என் படலத்தை
நக்கி விரிகிறது சூர்யவட்டம்
என் பிம்பத்தின் விழியில்
பிளவற்ற இமையாய் இறுகுகிறது என் மாம்சம்
எங்கும் இருள்
ஆழங்களின் இழை நுனிகளில் மட்டும்
ஜுவாலைகளின் பேரோசை.

ம்ருகசம்பவம்

ஆண்டுகளின் பாரங்களோடு நான் அலைகின்றேன்
என் காமத்தின் பாறை முதுகில் பிணைந்து அழுத்த
விகாரமுற்ற என் முகத்தில் பட்டு வழிகின்றன
ஒதுக்கல்களின் கொழகொழப்பு
விரைத்த என்குறி சுருக்கம் அறியாமல்
சூன்யங்களின் வெடிப்புற்று எரிச்சல் கக்குகிறது
பெண் புழைகளின் உள்வெம்மை தேடி
நா தொங்கி சொட்டுகிறது என் கபால ஜலம்
நடக்கும் தளமெங்கும் விகாரத்தின் நெடி வீசும்
என் நிணத்துளிகள் பாறைகளைப் புணர்ந்து
கழிந்த ஓர்மைகள் நாறித் தொங்குகிறது
என் உடலெங்கும் அலைச்சலின்
புண் குழிகளாய் குமையும் என
விழிகளுடன் திகைக்கின்றேன்

விரைத்த குறியிலிருந்து நானின் புகைச்சல்
பெண்ணுருவுகளின் விளிம்பு கிழித்து விலகி
ஒரு கடற்கரையில் அமர்ந்து தகிக்கின்றேன்
என் பின்னே பாறை மறைவில் சப்தம்
பின்புறம் இணைந்து பிரியத் தவிக்கும்
இரண்டு பிரமாண்ட நாய்கள்
பூமி பிளவுற்று நடுங்குகிறது
என் உள்ளே உக்ரம் விரிய
ஆண் நாயை இழுத்து விலக்கிவிட்டு
பெண் நாயை அணைக்கின்றேன்
என் சதையில் விகார நெடி அதைக் கவர
என் உடலெங்கும் நக்கித் துவள்கிறது
பின்புறமாய் என்குறி நுழைத்து
பேரோசை எனக்குள் உருவாக அசைகின்றேன்
பிணைந்த என் அலைவு பிரிவின்றி சிக்கலுற
மிரள்கின்றேன்
உடலெங்கும் வக்ரச் சலனம்
அதன் உள்ளுக்குள்
மாம்சம் தின்று வளர்கிறது என் லிங்கம்
வலியில் கேவுகிற நாய்
பிரிதலின்றி சிலிர்த்து வீங்குகிறது என் கபாலம்
என்னை இழுத்தபடி நாய் கடலை நோக்கி ஓட
பேரலைகளின் சுழல்
எங்கும் விகார மூர்க்கம்
என்னைச் சுமந்தபடி நாய் ஆழங்களில்
மிதந்து நுரைக்கிறது
எங்கும் ஜலப்பரப்பு
என்னுள்ளிருந்து விடுபட்டு சுழல்கிறது சுவாசம்
நீர்த் திரைகளுக்குள் புதையும் காட்சிக் குவியல்கள்
துணுக்குகளாய் பெருகித் திரளும் பேருருவம்
குமிழாய் வியாபித்துக் கவியும் நிச்சலனத்திற்குள்
மூழ்கி மறைகிறோம்
நானும் விகாரமுற்ற மாயையின் ரூபமும்.

[அதீதனின் நண்பன் எனக் கூறிக் கொண்ட ஒரு நிழல் பிரேதாவின் கண்ணாடிக்குள் பதுக்கி வைத்து விட்டுச் சென்ற பிரதி இது.]

புகையும் நிழல்கள்

புதிதாகப் படகுகள் வந்தபடியிருந்தன
ஜலப்பரப்பெங்கும் இயக்கத்தின் உரசல்
கரையோரப் படகுகள் பாரத்தில் அமிழ்ந்து தவித்தன
எங்கும் இடம்பெயரலின் இரைச்சல்
மிக ரகசியமாய்க் கவியும் மௌனம்
இருட்டின் விளிம்பில் கீறலுற்றுச் சொட்டும் கனம்
படகுகள் தோறும் ஏற்றப்பட்டன பிணங்கள்
உறைந்த சலனங்கள்
திறந்த விழிகளோடும் இளகிய முகங்களோடும்
புதிது புதிதாய் வந்தன பிணங்கள்
அவரவர் பங்குக்கு சுமந்துவந்த பிணங்களை
படகுத்துறையில் குவித்தவர்கள்
ஆசுவாசத்துடன் கையொப்பமிட்டுத் திரும்பினர்
நகரமெங்கும் உடைந்து பெருகும்
சம்பாஷணங்களில் பிணவாடை
சவங்கள் குவிந்து குவிந்து இடம் பெயர்ந்தன
சுமந்து வந்தவர்கள் பலர் பிற்கண நிகழ்வில்
சுமந்துவரவும் பட்டார்கள்
சுமத்தப்பட்ட எண்ணிக்கையைப்
பூர்த்தி செய்யும் அவசரத்தில்
ஒவ்வொருவரும் பரிச்சயம் மறந்து
பிணங்களைக் குவித்தனர்
ஓரமாய் பிணமெனச் சமைந்து
நோக்கி விழிதகித்து
என்னில் நான் கனக்கிறேன்
எனது பங்கிற்கு ஏதும்
பதிவுறா பிணங்களின் தடங்கள்
சிரசுக் குகைக்குள் அடைப் பாம்பின் வெக்கை
எனது விரல்கள் உருகி நீள்கின்றன
இடம் பெயர எண்ணி
இயலா போதச் சிதைவுடன்
இருந்த புள்ளிக்குள் ஒடுங்கித் தவிக்கிறேன்
விதிக்கப்பட்ட அவகாசம் புதைந்து மடிகிறது
பொங்கியெழுந்து வழியும் பேரோசை
முடியப் போகும் கால எல்லையை
என்மேல் தகிக்கிறது
நரம்புத் திரள்களில் ஆணித் தறிப்பு

சுற்றி ஓடி வெறுமையில் முட்டி விழுந்து எழுகிறேன்
எனக்கான பிணங்கள் ஏதுமின்றி
பிளவுற்றுத் தவிக்கிறேன்
இடைவெளித் தளத்தில்
என்முன் நீண்ட என் நிழல் கண்டு
மிரண்டு திரும்ப எண்ணிய எனக்குள்
பொறி தட்டும் யூகம்
என் நிழலைக் கொன்று சுமந்து செல்கிறேன்
பதிவுக் கூடத்தில் ஏளனச் சீறல்
பிடறியில் ரத்தப் பிசுபிசுப்புடன்
வெளியே விழுகின்றேன்
என்மேல் கனக்கும் உயிரற்ற என் நிழல்
தூக்கமுடியாமல் தரையில் தேய இழுத்து வருகிறேன்
குறுக்குச் சந்துகளில் இடம்பெயர்ந்து தவிக்கிறேன்
இரண்டாம் முறை எழுந்த ஓசை
என்னில் விரிசல்களை ஏற்படுத்த
இனி என்னைக் கிழித்துப் பார்க்கப் போகும்
தண்டனையிலிருந்து தப்பமுடியாது என அறிந்து
மௌனமாய் என் அறை திரும்பி
சன்னலோரம் நின்று புகைக்கிறேன்
நிழலின் பிணம் உடைந்த படுக்கையில் கனக்கிறது
வெளியில் மறையும் என் உருவிலிகளின் இழைகள்
அரூபமாய் ஏதோ உறுத்த திரும்பிப் பார்க்கிறேன்
செத்துப்போன நிழலின் முகத்தில்
விகாரமாய் ஒரு சிரிப்பு
அதன் விழிகளிலிருந்து புகை.
❍

அறிந்த நிழல்களும் அறியாத வடிவுகளும்: ஓர் அறிமுகம்

நிழல்களுடன் பிரேதாவிற்கு
பரிச்சயமேற்பட்ட பால்யத்தின் நினைவுடன்
தொடங்குகிறது நவீனம்
எங்கும் சலனமுறும் நிழல்களின்
வாடைபற்றித் தனக்குக் கூறிய
பக்கத்து அறை ஓவியனைப் பற்றி
முதல் அத்தியாயம் விளக்கிச் செல்கிறது
தன் சிசுமையின் சலனங்கள் தனிமை வெளிகளில்
நிழல்களுடன் கண்ணாமூச்சி

விளையாடுவதிலேயே கழிந்து போனதுபற்றி
சூட்சுமமாய் இந்தப் பகுதி உணர்த்தவும் செய்கிறது
ஓயாமல் போதையின் சுரங்கப் பாதைகளில்
நிர்வாணமாய் அலையலுறும் ஓவியனின் மீது
தனக்கு ஏற்பட்ட பிரியத்தை
சொற்களின் இடைவெளி வெற்றிடங்களில்
புதைத்து வைக்கும் உத்தி எங்கும் புகைகிறது
தன்னை நேசித்த ஒரு இளம் பெண்ணை
நகங்களால் கீறிக் கொன்றுவிட்டது பற்றியும்
தான் ஒரு பாறைப் பிளவுக்குள்ளிருந்து
பிறந்து வந்தது பற்றியும்
அந்த ஓவியன் கூறிய கணங்களில்
தனக்குள் பெருகிய ஓசைகளை
அபூர்வமாய் வெளிப்படுத்தும் எத்தனிப்பு
மொழியை பின்னமுற வைத்திருக்கிறது
இந்த ஓவியனைப் பற்றி
அரூபனின் பழையக் குறிப்புகளில்
சில செய்திகள் காணப்பட்டதை நானும்
அறிந்திருக்கிறேன்
அரூபனும் இந்த ஓவியனும்
புணர்ச்சிப் பழக்கமுடையவர்கள்
என்பதை பிரேதாவிற்கு ஓவியனே
கூறியதைப் பற்றியும் இதில் செய்திகள் உண்டு
மழைக் காலங்களில் இருண்ட அறைக்குள்
ஒரு ஒளித்திரள் என வடிவமுற்று
அவன் உருவாக்கும் ஓவியங்களை
முதன் முதலில் பார்த்தபோது
தன் விழிக்குள் பாம்புகள் இழைவதென
உணர்ந்த பிரேதா
ஓவியன் இல்லாத ஒரு இரவு
அவன் அறைக்குள் நுழைய
வரைவுகளிலிருந்து விடுபட்ட உருவங்கள்
அவளை மொய்த்துக் கொண்டதைப் பற்றியும்
அவலமான அழுகையுடன் அவள் மயக்கமுற்றதையும்
நினைவு கூர்கிறாள்
தான் ஒருமுறை மணல் வெளியில் சிறுநீர் கழித்ததின்
தடையத்தைப் பார்த்த ஓவியன்
உன் யோனியை அங்கு
தீட்டியிருக்கிறாய் எனக்கூற பிணக்கமுற்று

தான் சில நாட்கள் பேசாதிருந்ததும்
அந்த இடைநாட்களில் தன் அறையைச் சுற்றி
அவனின் நிழலுருவங்கள் விசும்பலுற்றதும்
மீண்டும் பேசலுற்ற கணங்களில்தான்
முதன் முதலில் அவனுக்கு
முத்தமிட்டதும் குறிப்பிடப்பட வேண்டியவை என்கிறாள்
தனது நிர்வாணத்தை ஒருமுறை
அவன் இருள் கோடுகளால் வரைய
அது அவள் கண்ணுகெதிரேயே பிளவுற்று
பெருவெளியின் ஒரு பின்னமென புகைந்ததையும்
அதைக் கண்ணுற்ற ஓவியன்
எல்லையற்ற விடுபடலுடன்
தன் முதிராத நிதம்பத்தின் பனிவெளியில்
முத்தமிட்டதையும் அரூபங்களால் விளக்கும் பிரேதா
அந்த ஓவியன் சில நாட்களில்
தொலைந்துபோனதைப் பற்றி
ஏதும் புரிந்துகொள்ள முடியவில்லை
என்பது அறியப்படவேண்டியது
பின்னால் தனக்கும் நிழல்களும் பிம்பங்களும்
உருவாகிய பின்
முதன் முதலாய் அதீதனைச் சந்தித்த கணங்களில்
அந்த ஓவியனின் பிம்பங்களைப் பற்றி
போதமுற்றதாக இந்த நவீனத்தை முடிக்கிறாள்
அந்த ஓவியனுக்கும் தன் விதவைத் தாய்க்கும் இருந்த
வாஞ்சை நிரம்பிய பிணைப்பைப் பற்றி குறிப்பிடும்
பொழுது
பிரேதாவின் எழுத்துக்கள் சிக்கலுறுகின்றன
இருள்புரத்தின் குறுக்குச் சந்து ஒன்றில்
பிம்பங்கள் பல சூழ்ந்துகொண்டதைப் பற்றியும்
அவற்றில் அந்த ஓவியனின் வரைவுச் சாயல்கள்
இருந்ததைப் பற்றியும் தன் கவிதை ஒன்றில்
பிரேதா பதிவு செய்திருப்பது நினைவு கூறத்தக்கது
தன்னை நிழல்களின் உள் உலகத்திலிருந்து
மீட்டுக் கொள்ளும் முயற்சி
பலமுறை அற்றுப் போனதைப் பற்றிக் கூறும்போது
அதீதன் அடிக்கடி தொலைந்துபோகும் நிகழ்விலிருந்து
நான் என் நிழல்களின் சலனங்களை அறிந்து
கொண்டேன் என்பதும் குறிப்பிடப்பட வேண்டியதாகவே
நினைக்கிறேன்

பிரேதா ஒரு மழையிரவில்
என்னிடம் கூறிய பின்வரும் வாசகம்
இக்கணத்தில் தோற்றமுறுகிறது
எனது பிம்பங்களைப் பற்றிய போதமற்ற நிலையில்
நான் கண்ணாடிக்குள் தொலைந்து போனேன்
எங்கும் பிம்பத்தின் ஒளிச்சாயல்
பிரதிகள் அற்ற பெருவெளியில்
அரூபத்தின் மாயச்சலனம்.

பாறைமுகங்கள்

கருப்புத் தளம் விளிம்புகள் அற்ற வியாபிதம்
கூக்குரலின் புகைப்பனி கவிவு
தனது உள்ளொளிர்வில் புலனாகும்
பாறை வடிவ ஆண்குறிகள் சுருங்கிய நிலையில்
எங்கும் இடைவெளிகளில் சூன்யத்தின் நார்ச்சிக்கல்
அகாலத்திற்குள்ளிருந்து பெருமூச்சு
கிரணவாடை ஆகாயத்தில் சூர்யப் புழை
விரகக் குழைவு வழிந்து எழ
எண்ணிலா லிங்கங்கள் விழித்து விண் நோக்கி
வளர்ந்து பிதுங்க பிரகாச வெளிப்பாடு
சூர்யப் பெருஞ்சுழலில் அணுவின் நரம்பதிர்வு
வெளிச்சப் பிளவைத் தீண்டித் தகிக்க
உயரும் லிங்கப் பிரதிகள்
எங்கும் குமையும் உள்வெம்மை
தன்னில் குவிந்த ஒற்றைக் குறியிலிருந்து
நிழல் ஒன்று வெளிப்பட்டு
வெளியெங்கும் இருள் ஸ்கலிதம்
சூர்ய முகத்தில் நிழல் வழிவு அந்தகாரம்
விரூப லிங்கங்கள் உருவழிந்து குறுகிச் சமைய
எங்கும் கேவலின் இழைவலை
நிழல் படிவுக்குள் குமைந்த கோளம் பின்னமுற்று
வெளியெங்கும் மிதக்க
காமுக வடிவங்கள் அழிந்த தளத்தில்
மீந்து கிடந்தது நிர்வாணமாய் கனலும் ஒரு நிழல்.

முகங்களிலிருந்து முகமின்மை வரை ஓர் அனுபவம்

சில நாட்களாய்த் தலைமறைவாகிவிட்ட
நிழல்களைப் பற்றியும்
அவற்றின் பெயர் தொலைத்த சலனங்களைப் பற்றியும்
வதந்திகள் உலவக் கண்டேன்
ஒன்றின் பிரக்ஞைக்குள் மற்றொன்று புகுந்து
மாயச் சலனம் நிகழ்த்துவது பற்றியும்
ஆய்வு செய்தேன்
பிரேதாவின் கையெழுத்துப் பிரதிகளுக்குள்
அலையலுறும் நிழல்களைப் பற்றி
நண்பர்கள் தெரிவித்த கருத்து
என்னைத் திடுக்கிட வைத்தது
அவை அதீதனின் தொலைந்துபோன நிழல்களாய்
இருக்கும் என்பதை என்னால் நம்பமுடியவில்லை
பிரேதாவின் நிழல்கள்
ஒன்றைப் போல் மற்றொன்று இருப்பதில்லை என்பது
எனது அனுபவத்தில் அறிந்த ஒன்று
அதீதனின் நிழல்கள்
அடையாளம் காணப்பட முடியாத அளவிற்கு
பின்னமுற்றவைகள் என்பது
பிரேதாவால் ஒருமுறை குறிக்கப்பட்டது
எனது கையெழுத்துப் பிரதியொன்றில்
பல திருத்தங்கள் செய்யப்பட்டிருப்பது கண்டு
பிரேதாவிடம் கேட்க
அவள் தான் இல்லையெனக் கூறினாள்
அதற்குப் பிறகு பல நாட்கள்
கடந்த பின் தெரிந்தது
அந்தப் பிரதியில் ஏதோ ஒரு நிழலின்
ரேகை நெடி வீசியது
இந்த நிகழ்ச்சி இன்னும்கூட என்னால்
புரிந்துகொள்ளப்படாத ஒன்று
குறுக்குச் சந்து ஒன்றில் போதையுடன் அசைந்த
நிழல் ஒன்றை அதீதன் என நினைத்துப்
பின் தொடர்ந்தேன்
அதீதனின் அறைக்குள் சென்று பார்க்க
அங்கே மீந்து நின்றது கண்ணாடி
மூச்சுச் சலனங்கள் ஒலிப்பதென உணர்ந்து

உற்று நோக்க அங்கே என் முகம்
பிரதி கொள்வதின்றி நிச்சலனமாய் நின்றது
கண்ணாடியின் வெற்று முகம்.

ஆக்கம் 3-9-1986

(கிரணம் - 4 ஜூலை-செப்டம்பர், 1988)

ஆண் மொழியினூடாக ஆண் மையம் சிதைக்கும் எழுத்து

- யவனிகா ஸ்ரீராம்

பாண்டிச்சேரியில் எளிய குடும்பத்தில் பிறந்து இலக்கியத்தின்பால் வாசிப்பு, படைப்பு எனத் தீவிரமான ஈடுபாடுகளை வளர்த்து 1987இல் பிரேதா என அறியப்பட நேர்ந்த பிரேம் சமூக வாழ்வுப் பின்னணியின் பொது யதார்த்தங்களிலிருந்து விலகி வந்தவர் அல்லது தூக்கி எறியப்பட்டவர் எனச் சொல்வது பொருத்தமானது. தனது இளம் வயதிலேயே பல்வேறு மனித சமூக இருப்புகள், அதன் விளைவுகள், வேட்கைகள், தாபங்கள் யாவற்றையும் நுண்ணுணர்வுத் தளத்தில் வைத்து ஆராய்ந்து அதற்கான விடைகளைப் பொதுவெளிகளில் அயராது தேடிச் சலித்துப் போனவர் என்ற அளவில், நிறுவனமயப்படாத ஏற்கனவே சொல்லப்பட்ட வாழ்வின் கற்பிதங்களிலிருந்து ஒரு தனியான மொழியைத் துவக்கியவர் என்றும் சொல்ல முடியும்.

பொது வாழ்வின் சம்பிரதாயக் கூறுகள் யாவற்றையும் அடையாளமாக ஏற்க மறுத்து வித்தியாசமான இருப்பையும் விடுதலைக்கான மாற்றையும் பண்பாடாகவும் இறைமையாகவும் வகுத்துக் கொண்டவர் என்பதை அவருடைய தொடர்ந்த படைப்புகளின் வழியாகவும் பிரேம்-ரமேஷ் என இரட்டைப் பெயரில் எழுதப்பட்டவை வழியாகவும் நம்மால் ஊகித்து உணர முடிகிறது.

பின்பற்றவே இயலாத வாழ்வதிர்வுகளை இயல்பாக மேற்கொண்டு உறைந்தும் மொண்ணைத் தனமாகவும் ஆகிப்போனப் பொதுவாழ்வைத் தன் மொழியால் ஊடுருவியவர் என்று சொல்வதும்கூட அவரின் இருப்பு மற்றும் சொல்லாடல்களின் வழியாகத்தான். இப்படியாகத்

தமிழ் நிலத்தின் இலக்கியம் மற்றும் அரசியல் வரலாற்றோடு உலகளவிலான மாற்றங்கள், ஆதிக்க கருத்தியல் பெருக்கம், தத்துவாதிகள், மனித உளவியல் ஆய்வாளர்கள், உற்பத்தி உறவின்வழி ஆதிச் சமூகத்திலிருந்து இன்றைய ஏகாதிபத்தியம் வரைக் கட்டமைக்கப்பட்ட யதார்த்த வரலாறு, இந்திய நவீனத்துவப் போக்குகள் என அனைத்து மாற்றங்களையும் இலக்கியம் வழியேயான ஆய்வாக மாற்றிப் படைப்புகளாகவும் தந்துகொண்டிருக்கும் பிரேம் (பிரேதா) எழுத்துகளை தமிழின் தீவிரமான இலக்கியப் பக்கங்களில் அடிக்கடிச் சந்திப்பவர்கள் அவரை நண்பராகவும் வழிகாட்டியாகவும் உரையாடிக் கொள்பவராகவும் ஆய்வாளராகவும் படைப்பாளிகளாகவும் உணர்ந்திருக்கிறார்கள்.

பிரேம் (1965) தனது 21-ஆவது வயதில் பிரேதா என்ற பெயருடன் எழுதி கிரணம் இதழில் வெளிவந்த இப்படைப்புகளை எனது 25 - ஆவது வயதில் வாசித்தபோது அதிர்ச்சியோடு, பேசப்படாத மறைமுக உலகின் துயரார்ந்த, வலி மிகுந்த குரல்களின் தாபங்களையும் இருண்ட சுரங்கப்பாதைகளில் மறைந்து திரியும் ஒடுக்கப்பட்ட குற்றவாளிகளின் நடத்தையும் பாலியல் இச்சையையும் உளவியல் தன்மைகளையும் அத்துடன் இணைந்த சமூக விசித்திரங்களையும் மனத்தடையற்று எப்படி இவரால் பதிவுசெய்ய முடிந்தது என ஆச்சரியம் அடைந்தேன். ஒரு வகையில் தடை செய்யப்பட்டு மறைமுகமாக உலவும் பிரதிகளின் வலையில் சிக்கிக் கொண்டேனோ என்றுகூட அச்சம் ஏற்பட்டது.

நான் அப்போது தமிழில் இன்னதென வகைப்படுத்த முடியாத பல்வேறு படைப்பாளிகளின் படைப்புகளை ஒழுங்கு முறையற்று வாசித்துக் கொண்டிருப்பவனாக இருந்தேன். பல ஆதர்ச எழுத்தாளர்கள், தர்க்கவியலோடு கதைச் சொல்பவர்கள், வானம்பாடிகளின் கவிதைகள், 'கணையாழி' என வாசித்துக் கொண்டிருந்த சூழலில் கிரணம் எழுத்துக்களின் கவித்துவ மொழி அதிக நுட்பங்களைக் கோரி என்னை வேறொரு பக்கம் நகர்த்தியது. இதற்கிடையே பிரமிள், பசுவய்யா,

கலாப்ரியா, விக்கிரமாதித்தியன், பிரம்மராஜன், தேவதேவன் என்று, எனது கவிதை வாசிப்பு கூடிக்கொண்டிருந்தது. அவ்வப்போது பல்வேறு கவிதை மொழிபெயர்ப்புகளையும் வாசிக்க வாசிக்க பலவித தாக்கங்கள் ஏற்பட்டிருந்தன. ஆனாலும் கிரணம் எழுத்துக்களின் அச்சமற்ற வெளிப்பாடுகள், மனித நொய்மைகளின் இருப்பு, முறைதகாப்பால் இயல்புகளின் ஒப்புதல், அதீதன், ஆத்மார்த்தி, பிரேதா, பிரேதன், அரூபசைத்ரீகன், பிரபஞ்சனா, இருள் நகரம் என்ற பெயரடைகள் என்னை வினோத உணர்நிலை களுக்குள்ளும் கனவுகளுக்குள்ளும் இழுத்துப் போயின.

அவற்றின் உத்திகளும் வடிவங்களும் பேசு பொருளும் என்னை இதுவரை வாசித்து வந்தப் படைப்புகளிலிருந்து வெளியேற்றியது என்றுகூடச் சொல்லலாம். நான் நம்பிவந்த மத்தியதர வர்க்க மதிப்பீடுகள், காதல், தந்தைமை, வீரம், குலப்பெருமை, தாய்மை, லட்சியம், தேசியம் போன்றவற்றின் கதையாடல்கள்; தத்துவம், வாய்மை, மெய்மை, அறம், தெய்வீகம், ஆன்மீகம், விஞ்ஞானம், பொருளாதாரம், ஞானம், ஆன்மா, மேதமை என்பவைப் பற்றிய அறிதல்களும் வாழ்முறையுடனான அவற்றிற்கான உறவும் எனக்கு சிறுவயதிலிருந்தே சிக்கலுக்குரியதாக இருந்தபடியால் கிரணம் காவியங்களில் வெளிப்பட்ட பட்டவர்த்தனமான இருப்பின் அலறல் மிக நெருக்கமானதாய் தோன்றியிருக்க வேண்டும்.

மீண்டும் ஒருமுறை கிரணம் காவியங்களை மறுவாசிப்பிற்கு உட்படுத்தியபோது மொழிவழியான தர்க்க ஒழுங்கின் சிதைவுகளைக் காண நேர்ந்தது. பெருகிப் போதிக்கும் மேதமைச் சொல்லாடல்களைக் கேலிச் செய்து பேசப்படாத பிரதிகளை அதிர்வுடன் முன்வைக்கும் கலகமாக தமிழின் மொழிப் பிராந்தியத்திற்குள் ஊடுருவி நிற்கும் கிரணம் எழுத்துக்களை நான் வலியோடு கண்டடைந்தேன்.

தீர்க்க முடியாத மனித சலனங்களின் அதிகாரம் எப்படி சாதி, மத, சமயம் மற்றும் அரசாளுமைக் கருத்தியலாக இலக்கிய வடிவம் கொண்டது என்பதை, இன்று வரை வாசித்து வரும் எனக்கு கிரணம் காவியங்களின் இளம்பருவ பாலியல்

பதற்றம் அதே சமயம் மூர்க்கத்தனமான அனுமதி பெறாத குற்ற வெளிப்பாடுகள் சமூகவெளிக்குள் மொழியாகப் புழங்கியது குறித்த ஆச்சிரியம் தொடர்ந்து கொண்டே இருக்கிறது.

இத்தொகுப்பினை வரலாற்றுப் பின்னணியோடு அதன் சமூக உறவுகளையும் ஆராய்ந்து இவை வெளிப்பட்ட காலம் படைப்பாளியின் பின்புலம், இவற்றின் தர்க்கம், அரசியல் எனப் பிரித்து இவற்றின் இடத்தைக் கேள்விக்குட்படுத்தும் ஒருவர் அக்காலத்தின் மற்றைய‌ப் பிரதியோடு வைத்து ஒரு ஒப்பாய்வும் செய்வாரேயானால் ஆளுமைப் பிரதிகளுக்கும் அடிமை மற்றும் விளிம்பு நிலைச் சொல்லாடல்களுக்கும் இடையே நீடித்திருக்கும் பெரும் பிளவை உணர்ந்து கொள்வார்.

அத்தோடு இன்று பின்நவீனத்துவப் பிரதியியல் ஆய்வாளராக அறியப்படும் கிரணம் படைப்பாளியின் இளம்வயது தொடக்கத்தோடு இன்றளவு வரையிலான அவரின் நீட்சியையும் அவர் ஒப்பிட்டுப் புரிந்துக்கொள்ள முடியும்.

கிரணம் எழுத்துக்களை ஒருவித மார்க்சியப் புரிதலோடு வைத்துப் பார்க்கும்போது அவை உளவியல் தளத்துக்குள் நுழைவதையும் உளவியல் மற்றும் புனைவுத் தளத்துக்குள் வைத்துப் பார்க்கும்போது மார்க்சிய அழகியலுக்கப்பால் நகர்ந்து விடுவதையும் ஒருவேளை மார்க்சிய கண்ணோட்டத்தில் கை எடுக்கப்படாமல் விடுபட்ட குறிப்புகளாகவும், அதன் அறவியலுக்குள் ஒளிந்து திரியும் மறைக்கப்பட்ட கடைநிலை இருப்புகளாகவும் தென்படுவதை ஒரு யூகமாக முன் வைக்கலாம்.

பொருள்களுக்கப்பால் மனித இருப்பின் கீழ்மைகளை, அவமானத்திற்கு உட்படுத்தா வண்ணம் மெய்மைகளாக்கி தர்க்கத்துக்கு வசப்படுத்தும் இப்பிரதிகள் உலகை வேறொரு ஆரம்பத்திலிருந்து புரிந்துகொள்ள வாசகரைப் பாவனைப்படுத்துகின்றன.

வளர்ந்தும் சிதைந்தும் பயணப்படும் மனித உடலை அதன் இருப்பிலிருந்து விலக்கித் தன்னிச்சையான அதன் விடுபடல்களை ஒடுக்கி, கோட்பாட்டின் பொருண்மை உருவிலிகளாகவும்

அதற்கும் அடங்காத நிலையில் அதைச் சமூக மையத் தளத்தில் வைத்துக் கொன்றழிப்பதாகவும் இருக்கும். தத்துவ கருத்தியல் மேல் எப்போதும் ஒரு விசாரணையாக தமது மொழிதல்களைப் பகிர்ந்து கொள்ளும் பிரேம் அதனைத் தனது கிரணம் படைப்புகளிலேயே தொடங்கியிருக்கிறார் என்பது இப்படைப்புகளை மீண்டும் நூல் வடிவில் கொண்டு வருவதற்கான முக்கியத்துவத்தை உண்டாக்குகிறது.

இன்றைய சொல்லாடல்களில் காணப்படும் தன்னிலை இருப்பிற்கான அடையாளங்கள், வேண்டுதல்களின் பாவனைகள், நிராகரிப்பின் குதூகலம், பீதியூட்டும் அபிப்பிராயங்கள், மறந்துபோவதன் அலட்சியம், அனுபவ மறுப்பு, நிலைத்தவற்றின் மீதான சோம்பல், கிளர்ச்சியூட்டும் கனவுகள், அதன் புலன்கள், வேட்கை, தாபங்கள் ஆகியவற்றோடு சமூக தன்னிலைக்கான தான்-ஐ உரசிப் பார்த்து சுயத்தன்னிலைக்கான தான்-ஐ வெளிக்குள் சோதனையாக உலவவிடுதல் அல்லது சமூகம் தான்-இல், தர்க்கம் ஏற்படுத்தி தனது இருமையின் இடத்தை உறுதி செய்தல் போன்றவை வரலாற்று ரீதியான பல தாக்கங்களின் மேலேயே நவீனத்துவ உச்சங்களாகவும் சிதைவுகளாகவும் வெளிப்படுகின்றன.

மறைமுக விடுதலையானது இரகசியத்தின் அறமாகவும் பொது வெளியின் தர்க்கங்களைச் சிதைத்தல் பகிரங்கத்தின் அறமாகவும் தமிழிலக்கியச் சொல்லாடல்கள் மாற்றம் பெற்று இன்றைய மொழி பற்றிய பல்வேறு நுட்பமான ஆய்வுகளைத் தாண்டியும் பிரேமின் படைப்பு ஆக்கம் பெறுகிறது.

ஆனாலும் அவற்றிலிருந்து உருவாகும் வெளி பற்றிய மௌனம் தமிழ் நிலத்தின் ஆதார பண்பாட்டில் தன்னை மறைத்துக்கொள்ள முயற்சிக்கிறதா, இல்லை மொழியின் உலக அலைச்சலின் கீழ் சர்வதேசிய தன்மை அடையச் சாதகம் கொள்கிறதா என்பதெல்லாம் சூழலில் பல சாதகமான படைப்புகள் வரும்போதுதான் இதை ஒட்டிய பேசு பொருளாக்க ஆய்வாளரால் முடியும்.

தமிழில் மொழியியல் பிரதிகளை அனுபவத்தின் சூட்சுமமாக மாற்றி தர்க்கத்தைக் குலைக்காமல் மேலதிக நுட்பங்களை எட்டியவர்கள் என்ற முறையில் பிரமிள், மௌனி போன்றவர்களை நாம் கூறும்போது படிமங்களின் வீச்சும் வாசகக் கூருணர்வும் இணைந்த ஒரு புள்ளியாகத்தான் நாம் அதை எடுத்துக் கொள்ள முடியும்.

நாளடைவில் பிரமிளோ, மௌனியோ தங்களது படைப்பில் இறந்து விடுகிறார்களா அல்லது ஒரு தலைமுறை வாசகர் முற்றிலுமாய் அற்றுப் போய்விடுகிறார்களா என்பதுதான் புதிராய் இருக்கிறது. இதுவே பிரதியில் அனுபவத்தைச் சூட்சுமமாக்கி தர்க்கப்படுத்தும் முயற்சிக்குக் கிடைக்கும் தோல்வியாக இருக்கிறது.

கிரணம் கவிதைகளின் படைப்பாளிகள் தங்கள் அனுபவத்தைச் சூட்சுமம் ஆக்காமல் பகிரங்கமாக்கித் தர்க்கத்தைக் குலைப்பது அல்லது யூகத்தில் விடுவதை அன்றைய மௌனி முதற்கொண்டான கவித்துவ மொழி ஆளுமைகளுக்கு ஒரு எதிரான செயல்பாடாய் கருதியிருக்க வேண்டும் என்பது என் எண்ணம்.

முற்றிலும் பிரேமிளோ மௌனியோ இன்னும் சில இலக்கிய நுண்ணறிவு கொண்டவர்களோ சஞ்சரிக்க முடியாத நிலப்பகுதிகளின் இருளை நோக்கிப் படிமவியல் மற்றும் மிகை யதார்த்த வழி குவிந்திருக்கும் கிரணம் காவியங்கள் வழி அதீதன், ஆத்மார்த்தி, பிரேதா, பிரேதன், அரூபசைத்ரீகன், பிரபஞ்சனா என்கிற தத்துவத்திற்கு அகப்படாத மொழிச் சட்டகங்களை அல்லது ஒரு இயந்திரவியலை கொலை மற்றும் தற்கொலைகளின் நிலவெளியாக சிருஷ்டிப்பதன் மூலம் அறிவின் பயங்கரத்திலிருந்து விளிம்பின் மொழியை பிரேதாவின் பிரதிகள் படைப்பாளி தன் பிரக்ஞைக்குட்பட்டே மீட்டெடுக்க முனைந்திருக்கிறார் என்பது அக்காலத்தில் நிகழ்த்திய ஒரு இலக்கிய வெளியேற்றம் என நாம் சுவீகரிக்க முடியும்.

கனவுகளின் மொழி ஒருவித பித்து நிலையை அடையும்போது எல்லா எதிர்மறைக் கூறுகளும் பொது வெளியைத் தகர்த்தபடி தனக்கான ஞாபகத்தை அதன் சிதைவிலிருந்தே புதியதாக

வடிவமைத்து விடுகிறது என்பதுதான் பிரேதவின் படைப்பில் நமது கண்டு பிடிப்பாகிறது. கிரணம் காவியங்களின் இடையே காணப்படும் உரைநடை இழைகளில் தோன்றும் படிமங்களும் உலகங்களும் இன்றைய பல இளம் கவிஞர்களின் படைப்பில் அறிந்தோ, அறியாமலோ எளிய கண்டு பிடிப்புகளாக தொடர்ந்து வெளிப்படுகின்றன.

மனித சமூகத்தின் அனைத்து இயங்கு தளங்களையும் மொழி ஒரு நீதிபதியைப் போல தீர்மானித்துக் கட்டமைத்திருக்கிறது. மொழியின் மேலதிகமான கையிருப்பினை உடையவர் தனக்கு கீழ் மொழியின் தகவலறிவற்றவர்களை வசக்கி, தான் ஒரு அதிகாரமாக செயல்படவே வரலாறு, பண்பாடு, நிர்வாகம், நன்னடத்தை, சமூக நலம் என்று ஒரு சட்டகத்தை மொழிக்குள் இறுக்கிக் கட்டுகிறார். இச்சட்டத்தை அரசியல் ரீதியாகக் கைப்பற்றும் ஒரு அமைப்பு அதன் நலன்களையும் கைப்பற்றிக் கொண்டு தன்னை முன்னிறுத்தியே 'உயர்ந்தோர் மாட்டே உலகு' என்ற விதியை முன்மொழிகிறது. ஆக மொழியின் மேலான பண்பு நடத்தைகளைக் கைக்கொள்ள முடியாத வாய்ப்பற்ற அடையாளமற்ற மனிதக் கீழ்மைகள் போன்றவை ஆதிக்கத்தையும் அதன் நலன்களையும் மொழியின் கைக்கூலியான அரசியலைப் பயன்படுத்திப் பெறமுடியாமல் இன்னும் கற்றுத் தேறவேண்டிய சமூக வளர்ச்சியற்ற பண்பற்றத் தொகுதிகளாக தன்னளவில் இருத்தி வைக்கப்படுகின்றன என்பதுதான் உயர்ந்தோர் காட்டும் உலக அறவியல், சமூக விளிம்புகளின் சலனங்களைக் கண்காணித்து உடல் ரீதியாக கொன்றழிக்கும் சூட்சுமங்கள் இன்று அறிவிற்கு அப்பாற்பட்டு மூன்றாம் உலகங்களில் உலவிக் கொண்டிருக்கின்றன.

ஏறக்குறைய ஏகாதிபத்தியம் அல்லது அமெரிக்கவியம் என்பது பல்வேறு இந்திய இன, சாதிய, பன்மைத்துவத்துக்கு கீழ் அதிகார உளவியலாகவும் கோரிக்கையின் ஏக்கமாகவும் வடிவம் கொள்ள துவங்கியிருக்கும் வேளையில் பிரேமின் பல கட்டுரைகள் நமக்குச் சமகாலத்தை இழுத்துப்பிடித்து கண்முன் நிறுத்துகின்றன. 1987 வாக்கில் உறைந்துபோன, ஏராளமான

கட்டமைப்புகளைச் சிதைத்து மாற்று வழியில் ஒரு புனைவு நாடகத்தைத் தனது கிரணம் காவியத்தின் வழி அவர் நிகழ்த்திக் காட்டுகிறார். அதன் நான்கு இதழ்களில் வெளிப்பட்ட தலைப்புகள் 'உருவிலிகளின் மயானத்தில்', 'எலும்புக் கூடுகளைப் பற்றிய சில ஆராய்ச்சியுரைகள்' 'கபாலங்களைப் பற்றிச் சில வதந்திகளும் திறக்கப்படாத அறைகளும்', 'நிழல் நெரிசல்', 'கண்ணாடியின் முகங்கள்', என்பதாக வகைமைப் பட்டிருக்கின்றன.

எனக்கு இன்னும் ஞாபகம் இருக்கிறது. அதை முதன்முதலாக என் நண்பர்களோடு, குறிப்பாக செல்மா பிரியதர்ஷன், இனியன் போன்றவர்களுடன் வாசிக்க நேர்ந்தபோது அதன் உரையாடலின் கீழ் எங்களை வெளிப்படுத்த முடியாத பல இரகசியங்களைப் பகிர்ந்து கொண்டோம். அவற்றை இலக்கியப் பிரதிகளாக இனம் கண்டு கொண்டபோது ஒருவித துணிச்சலும் குற்ற உணர்வின் வடிகாலும் ஏற்பட்டது. மற்றபடி அதன் தலைப்புகளை இதுவரையிலும் வேறு எந்தப் பதிவிலும் நாங்கள் காண முடியவில்லை.

ஒரு வகையில் சொல்வதனால் இவற்றை நவீனத்துவத்தை முடிவுக்குக் கொண்டுவந்த பிரதிகள் என்று சொல்லலாம். அல்லது பின்நவீனத்தைத் தர்க்கத்துக்கு வசப்படுத்திய பிரதி என்றும் நாம் கூடுதலாக முன்வைக்கும்போது அதன் கவிதைகளில் தென்படும் சர்ரியலிசத் தன்மைகள் கடந்த 37 ஆண்டுகளில் மாற்றம் பெற்று நடைமுறை யதார்த்தங்களாய் இன்று நம்முன் நிமிர்ந்து கொண்டிருப்பதைக் காண நேர்கிறது.

பாலியல் கனவுகளின் இளம் பிராய நடத்தைகள் மனத்தடையற்று பதிவாகி இருக்கும் கிரணம் எழுத்துகள் அதீதன், ஆத்மார்த்தி, அரூப சைத்ரீகன், பிரேதா, பிரேதன் போன்ற சொல்லப்படாத உருவிலிகளுக்குள் நடந்த உரையாடலாய் இருப்பது நவீனத்துவ கவிதையியலைத் தாண்டிய புதிய உத்தியாய் இருப்பதை மறுவாசிப்பில் உணர முடிந்தது.

சமஸ்கிருதச் சொற்களை அதன் உள்ளார்ந்த பொருளிலேயே பயன்படுத்தத் தெரிந்திருக்கும்

படைப்பாளி கவித்துவத்தின் மொழிச் சிக்கனம் மற்றும் ஆழ்மன அடுக்குகளில் படிந்து கிடக்கும் பரவசங்களின் மீதான ஆர்வங்களை ஒரு வீச்சாக எழுப்ப வேண்டும் என்கிற அளவில் அவற்றைப் பயன்படுத்தி இருக்கக்கூடும். ஆனால் அவற்றைத் தமிழ்ப்படுத்தி இணைக்க முயன்றாலும்கூட வீர்யம் குறைவுபடாது. என்பதே எப்போதும் புதியதாகத் தோற்றமளிக்கும் கிரணம் கவிதைகளின் படைப்பாக்க வெற்றி.

சிதைவுண்ட, பிளவுண்ட, பிறழ்வு மற்றும் வாதைகள், வலிகள் என ஆண், பெண் உடல்களின் கதறல் ஒலிக்கும் கிரணம் இதழில் வந்த இக்காவியங்கள் முழுமையாக நூல் வடிவம் பெறும் போது அதன் மொழியானது, வாசிப்பில் என்ன சிக்கலைக் கொண்டு வந்தாலும் அது தரும் அதிர்வுகள் உடலின் பிரக்ஞைக்காக மனம் அலையும் வெளியின் மர்மங்கள், பசி, காமம், என்ற இயல்பூக்கத்தின் மீதான வேட்கை, விழைவு, தாபங்களை இறுகப் பற்றிக்கொண்டு கலாச்சார, பொருளாதார, அரசியல் கண்காணிப்பிலிருந்து வெளியேறும் உடலின் அறக் கோரிக்கைகள் வழியாக இயங்கி ஒரு இளம் படைப்பாளி முதல் நெருக்கடி கொண்ட மனதின் விடுதலைக்காக ஏங்கும் எவரொருவரையும் அது பகிரங்கமாக பிரதிநிதிப் படுத்துவதைப் புதிய அறமாக நாம் பார்க்க முடியும்.

அந்த வகையில் தமிழ் இலக்கிய உலகத்திற்கு கிரணம் காப்பியங்கள் அளித்துள்ள மாற்றுப் பார்வை மிக முக்கியமானது. அது இப்போது பிரேதாவின் பிரதிகள் என்ற பெயரில் எதிர் வெளியீடாக வெளிவருவது தற்கால நவீன தமிழ்க் கவிதையின் பாய்ச்சலுக்கு மேலுமான ஒரு உந்துதலாக இருக்கும் என்பது என் போன்றவரின் நம்பிக்கை.

○○○